AF758730

நீக்கமற நிறைந்தவளே

(பகுதி 1)

அ.தசிகா தமிழ்

aelay
publish

நீக்கமற நிறைந்தவளே (பகுதி 1)
கதை
ஆசிரியர் : அ.தசிகா தமிழ் ©
முதல் பதிப்பு : ஜூன் 2022
வெளியீடு : ஏலே பதிப்பகம்
5/175, பாத்திமா நகர், கூத்தென்குழி,
திருநெல்வேலி - 627104
தொடர்புக்கு : +91 9944992571

Nikkamara Nirainthavalae (Part 1)
Story
by A. Tasiga Tamil ©
First Edition : June 2022
Pages: 304 Price : 400
ISBN : 978-93-5533-444-2
Aelay Publish
Contact : +91 9944992571
Designed by : Aelay publish team

நன்றியுரை

அனைவருக்கும் வணக்கம்.. இது, நான் எழுதிய முதல் நாவல். இந்த நாவல் என் வாழ்வில் நடந்த, சிறு சம்பவத்தை தழுவி எழுதப்பட்டது..

நான், எழுதத் தொடங்கிய போது, என்னை கேலி செய்தவர்களே ஏராளம்...

அத்தனையையும் தாண்டி, என் மனத் திருப்திக்காக மட்டுமே நான் எழுதினேன், எழுதிக் கொண்டிருக்கிறேன்..

என் தந்தை ஸ்தானத்தில் இருந்து, என்னை வளர்த்து ஆளாக்கிய என் அன்னைக்கும் என் உளமார்ந்த நன்றிகள் 🙏🙏

இந்த நாவலை, நான் எழுத உற்சாகம் தந்து ஊக்கப்படுத்திய அனைவருக்கும், நான் இங்கு நன்றி சொல்ல கடமைப் பட்டிருக்கிறேன்.

தொடக்கம் முதல் எனக்கு உறுதுணையாக இருந்த, என் தோழிகளுக்கு என் நெஞ்சார்ந்த நன்றிகள்..

என் நாவலை, புத்தக வடிவில் காண வேண்டுமென்னும், என் பல நாள் கனவு, ஏலே பதிப்பகத்தின் மூலம் நனவாகி இருக்கிறது. பதிப்பத்துக்கும் என் உளமார்ந்த நன்றிகள்..

இறந்தாலும் எனைப் பிரியாமல், ஆன்மாவாக துணை நின்று, என்றும் என்னை வழிநடத்தும், என் தந்தைக்கு இப்புத்தகத்தை சமர்ப்பிக்கிறேன்.

அ. தசிகா தமிழ்

பாகம் - 1

சென்னை புறநகர் பேருந்து நிலையம், இரவு 9 மணி, கூட்டம் குழுமி இருந்தது. காரணம் ஒன்றும் பெரிதாக இல்லை. கோடை விடுமுறை முடியும் மே மாத கடைசி. அந்த கூட்டத்தில் ஒரு நான்கு பேர் முகங்களில் சற்று கலவரம்.

நான்கு பேரும் பெண்கள் தான், இரண்டு பேருக்கு முப்பது முதல் முப்பத்தி ஐந்து வயது இருக்கும். மற்ற இரண்டு பேரில், ஒரு பொண்ணுக்கு 15 வயதும் இன்னொரு பொண்ணுக்கு 10 வயதிற்குள் இருக்கும். அவர்களின் கலவரத்திற்கு காரணம் அறிய தான் எனக்கும் ஆவல், என்னவென்று பார்க்கலாமா...?

பெரியவர்கள் இரண்டு பேரும் முறைத்துக் கொண்டு இருக்க, சிறியவர்கள் இருவரும் ஒருவரைப் பார்த்து மற்றொருவர் விறைத்துக் கொண்டு இருந்தார்கள் , ஆனால் இருவரையும் பார்த்தால் அழுது ஓய்ந்த மாதிரி இருந்தது.

சிறுசு 1 "நான் தான் ஜன்னலோரம் உக்காருவேன்"
சிறுசு 2 "முடியாது, நான் தான் ஜன்னலோரம் உக்காருவேன்"

(அட குட்டி பிசாசுங்களா, இதுக்கு தான் அடிச்சுகிட்டு இருக்கிங்களா..?)

"நான் அப்பவே சொன்னேன், டி.நகர் வேணாம், சீக்கிரம் கௌம்பலாம்'னு, நீ தான் இவ்ளோ தூரம் வந்துட்டு, சுத்தி பாக்காம போறதான்னு இந்த வாலுங்களுக்கு சப்போர்ட் பண்ண.. இப்ப பாரு, தங்க தோட்ட தொலச்சிட்டு, கொஞ்சம் கூட பயம் இல்லாம நிக்குது, இதுல வராத பஸ்ஸுக்கு, சீட்டுக்கு வேற சண்ட"

" இப்படி ஆகும் னு எனக்கு மட்டும் தெரியுமா அக்கா, ஆனா உம்பொண்ணு எப்படி, தோடு காதுல இருக்க, திருகாணிய மட்டும் தொலச்சிருப்பா? "

"இந்த கேள்வி இப்ப ரொம்ப முக்கியம், நானே இப்ப தான் ஸ்கூல் ஃபீஸ் கட்ட பணம் ரெடி பண்ணேன், அதுக்குள்ள இப்படி அடுத்த செலவு வருது, வயசுக்கு வந்த பொண்ணு, தங்கம் எதாவது போடட்டும்னு, விட்டேன், எதையும் உருப்படியா வச்சுக்க தெரில"

"ஹே அக்கா பஸ் வருது வா" என்று மற்றவள் சொன்னதும், புலம்பி கொண்டு இருந்தவள், பைகளை ஒரு கையிலும் பிள்ளைகளை ஒரு கையிலும் பிடித்து கொண்டு வேகமாக முன்னேறி சென்றாள்.

பேருந்தில் இடம் இல்லை போல.. "ரெண்டு சீட் மட்டும் போதும், பிள்ளைங்கள மடில வெச்சிக்கறோம்" என்று கண்டக்டரிடம் கேட்டுக் கொண்டு இருக்கிறார்கள்.

அதற்குள் இவர்களை பற்றி தெரிந்து கொள்வோம்.

பெரியவர்கள் இருவரும் அக்கா தங்கை, பெயர் சாந்தி, சாவித்திரி.
சிறியவர்களும் அக்கா தங்கை தான். இவர்கள் பெயர் சினேகா, கௌசல்யா. இருவரும் சாந்தியின் மகள்கள்.

சாந்திக்கு கணவர் இல்லை, இறந்து விட்டார். சாவித்ரிக்கு இன்னும் கல்யாணம் ஆகவில்லை , ஜாதகத்தில் தோஷம் இருக்கிறது, வரன் பார்த்துக் கொண்டிருக்கிறார்கள்.

சாந்தி, சாவித்ரிக்கு ஒரு தம்பி இருக்கிறான், சென்னையில் தான் வேலை செய்கிறான். அவனுக்கு விடுதி சாப்பாடு

ஒத்துக்கொள்ளாது என்று சாவித்ரி தான் கூட இருந்து பார்த்துக் கொள்கிறாள்.

அவன் சொல்லி தான், சென்னைக்கு விடுமுறைக்கு வந்து விட்டு இப்போது ஊருக்கு கிளம்புகிறார்கள்.

இவ்ளோ நேரம் நீங்க பாத்த நான்கு பேருமே கதாநாயகி இல்லங்க. என்னோட கதாநாயகி, இப்ப வந்ததே ஒரு பேருந்து, அதுல இருக்காங்க..

இந்த சினேகா தான், நான் தான் கதாநாயகிய காட்டுவேன், அது வரைக்கும், என்ன பத்தி சொல்லுனு சொன்னா. 10வது தேர்வு எழுதிருக்கா. அவளோட பேர வச்சி ஆள எடபோடாதிங்க. 😂 😛

அவ சினேகா வோட, பரம விசிறி.
அவள் பார்ப்பதற்கு சினேகா மாதிரிலாம் இருக்க மாட்டா. ஆனால் சினேகா மாதிரி இருப்பா. புரியலயா?

கதாநாயகி சினேகா மாதிரி இருக்க மாட்டா, பேரழகன் படத்துல சூர்யா பொண்ணு பாக்க போவாருல்ல, அந்த சினேகா மாதிரி இருப்பா.

சரி வாங்க, பேருந்துக்கு போகலாம்.

கண்டக்டர் ஏற சொன்னதும் எல்லோரும் ஏறினர். சாந்தி மற்றும் சாவித்ரிக்கு இடம் பார்த்து அமர வைத்தார் கண்டக்டர். கௌசல்யா, சாவித்திரி மடியில் அமர்ந்து கொண்டாள்.

பின் சாந்தி மடியில் அமர போன சினேகாவிடம், கண்டக்டர் "பாப்பா, பின்னாடி சீட்ல உக்காருரியா" என நாலு சீட் தள்ளி இருந்த இடத்தை காட்டி கேட்க, அவள்

தாயை பார்த்தாள்.

சாந்தி சரியென்று தலையை அசைத்ததும், அந்த இடத்திற்கு போய் அமர்ந்து கொண்டாள். இரண்டு பேர் அமரும் சீட்டில் இவளுக்கு அரை சீட் தான் இருந்தது.

அங்கு ஜன்னலோரம், 2 வயது கூட நிரம்பாத சிறுவனும் அருகே 25 வயது கூட நிரம்பியிராத அழகான இளம்பெண்ணும் அமர்ந்து இருந்தனர். அந்தப் பெண்ணைப் பார்த்ததும் சினேகாவுக்கு அங்கு அமர விருப்பம் இல்லை, பேசாம அம்மா கிட்டயே போயிடலாமானு அவளுக்கு பலத்த யோசனை.

காரணம், அப்பெண்ணின் புடவை ஏடாகூடமாக விலகி இருந்தது. ஆனால் அது கூட தெரியாமல் கண் மூடிய நிலையில் இருந்தாள் அவள்.

அவளை கூப்பிட்டு சரி செய்ய சொல்லவும் தயக்கம், அந்த நிலையில் அருகில் இருக்கவும் சங்கடமாக இருந்தது அந்த சிறு பெண்ணுக்கு. சிறுவன் மட்டும் தன் பாட்டில் ஏதோ பேசிக் கொண்டு இருந்தான்.

சிறுவனின் பேச்சில் கண் திறந்தவள், அருகில் இருந்த சினேகாவை ஒரு பார்வை பார்த்து விட்டு, குழந்தையை எடுத்து மடியில் வைத்துக் கொண்டு, சினேகாவுக்கு இடம் விட்டு தள்ளி அமர்ந்தாள்.

பின், குழந்தையை முத்தமிட குனிந்தவள், அப்போது தான் கவனித்து இருப்பாள் போல. ஆடையை சரி செய்து விட்டு, குழந்தையின் முதுகை நீவி
விட்டவாறு, கண்களை துடைத்துக் கொண்டு, மீண்டும் கண்களை மூடிக் கொண்டாள்....

பாகம் - 2

சினேகா ஒன்றும் புரியாமல் அந்தப் பெண்ணையும் குழந்தையையும் மாறி மாறிப் பார்த்தாள்.

'இந்த அக்கா நல்லவங்களா இல்ல கெட்டவங்களா, திடீர்னு தள்ளி உட்கார்ந்து இடம் குடுத்தாங்க, அப்பறம் தூங்கிட்டாங்க' என்று யோசித்துக் கொண்டு இருந்தாள்.

அப்போது சாந்தி குரலும், கண்டக்டர் குரலும் சேர்ந்து கேட்கவும், என்னவென்று எட்டிப் பார்த்தாள் சினேகா. அவர் சாந்தியிடம் சத்தம் போட்டுக் கொண்டிருந்தார்.

சாந்தி, சாவித்ரியை முறைத்துக் கொண்டு இருந்தாள். சாவித்ரி மன்னிப்பு கேட்பது போல முகத்தை வைத்துக் கொண்டு, பார்த்துக் கொண்டு இருந்தாள்.

சினேகா, "என்னாச்சு சித்தி" எனவும் 'அமைதியாக இரு' என்பது போல உதட்டில் கை வைத்துக் காட்டினாள்.

அவளுக்கு பயம், ஏற்கனவே தமக்கை கோபப் பார்வை பார்த்துக் கொண்டு இருக்க, இவள் வேறு முதலில் இருந்து கேட்கிறாளே என்று...

சினேகா ஒன்றும் புரியாமல், அவர்கள் பேசுவதை கவனிக்கலானாள்.
கண்டக்டர் "ஏம்மா, பாத்தா படிச்சவங்க மாதிரி இருக்கு, பஸ் எந்த ஊருக்குப் போகுதுன்னு கூட தெரியாம ஏறிடுவிங்களா...?"

சாந்தி "மன்னிச்சிடுங்க, நைட் நேரம், பிள்ளைங்கல வெச்சிருக்கவும் பதட்டத்துல ஏறிட்டோம், இது ஸ்பேர்

பஸ்னு தெரியாது, சைடுல எழுதிருக்கறத பார்த்து சேலம் தான் போகுதுன்னு நெனச்சி ஏறிட்டோம், இப்ப என்ன பண்றதுன்னு நீங்க தான் சொல்லனும்"

கண்டக்டர் "என்ன கேட்டா எப்படி மா, அடுத்த ஸ்டாப்ல எறங்குனா சேலம் பஸ் வருமா, எவ்வளவு நேரம் ஆகும்னு எதுவும் தெரில, இது விழுப்புரம் வரைக்கும் போகும், இந்த பஸ் அங்க போனதும், பத்து பதினஞ்சு நிமிசத்துல சேலம் பஸ் ஒன்னு இருக்கு, அதுல போயிடுறீங்களா" என அவர் கேட்க, "எத்தனை மணிக்கு விழுப்புரம் போகும் அண்ணா?" என்று கேட்டாள் சாந்தி.

" 1 இல்லனா 1.15 குள்ள போயிடும்" என்றார் அவர். உடனே சாவித்திரி, "எது நைட் 1மணிக்கா?" என்று அலர, சாந்தி முறைத்ததில் வாயை மூடிக் கொண்டாள்.

சாவித்ரியைப் பார்த்து, "வேற வழியில்லை மா, எல்லாம் லேடிஸா இருக்கிங்க, அதான் சொன்னேன், இல்லன்னா, இறங்கிக்கறதா இருந்தா சொல்லுங்க, பஸ்ஸ நிறுத்த சொல்றேன்" என்றார் கண்டக்டர்.

சாந்தி சற்று யோசித்தார்.
அதற்குள் சினேகாவுக்கு பயம் வந்து விட்டது. 'இப்ப தான் சீட் கெடச்சது. மறுபடியும் எறக்கி விட்டு, வேற பஸ்ல ஏத்தி விட்டா, அதுல நமக்கு சீட் கெடைக்குமானு...'

இவள் யோசிப்பது மட்டும் சாந்திக்கு தெரிந்தால், இவள் கதி அவ்வளவு தான். ஏனெனில் அவருக்கு மற்ற மூன்று பேரையும் பத்திரமாக வீடு கொண்டு சேர்க்க வேண்டும் என்று கவலை. சற்று வெளியே பார்த்தாள் சாந்தி.

சாலையின் இருபுறமும் கடைகளின் எண்ணிக்கை குறைந்து கொண்டே வந்தது. பேருந்து சிட்டியை தாண்டி விட்டது

என்று புரிந்து கொண்டாள்.

இங்கு இறங்கி பேருந்து வருமா வராதா, எப்போது வரும் என்று தெரியாமல் காத்திருப்பதை விட விழுப்புரம் செல்வது சிறந்தது என்று தோன்றியது அவளுக்கு.

கண்டக்டர் புறம் திரும்பியவள், "சரிங்கண்ணா, விழுப்புரம் வந்தே இறங்கிக் கொள்கிறோம்" என்றாள்.

சரியென்று, கண்டக்டர் டிக்கெட்டை கொடுத்து விட்டு, அவருடைய இடத்திற்கு சென்று அமர்ந்து கொண்டார்.

இங்கு சாவித்ரி, சாந்தியிடம் மன்னிப்புக் கேட்டுக் கொண்டிருந்தாள், "சாரிக்கா, நான் கவனிக்கல, சைடுல சேலம்னு போட்டு இருக்கவும் உன்ன கூப்பிட்டு சொல்லிட்டேன், சாரி" என கேட்கவும் சாந்தி "விடு பரவாயில்லை, விழுப்புரம் கடைசி ஸ்டாப், அதனால தூங்குங்க, அங்க ஏறப்போற பஸ்ல எப்படி இருக்கும்னு தெரியாது" என்றாள்.

(வரப் போவதை முன் கூட்டியே அறிந்து இருப்பாளோ...)

இப்போது தான் சினேகாவுக்கு நிம்மதியாக இருந்தது, 'அப்பாடா, நல்ல வேள எறங்க சொல்லல, இனிமே நல்லா தூங்கலாம்' என்று நினைத்துக் கொண்டாள், ஒரு வினாடி கூட தான் உறங்க போவதில்லை என்பதை அறியாமல்...

பேருந்தை சுற்றிப் பார்த்தாள் சினேகா, ஒருசிலர் தவிர எல்லோரும் உறங்கி இருந்தனர். கௌசல்யா கூட சாவித்ரி மடியில் தூங்கி விட்டாள்.

அவளைப் பார்த்ததும், 'பிசாசு எப்படி தூங்குது பாரு, நல்ல வேள, அவ பக்கத்துல நமக்கு சீட் கெடைக்கல' என்று

நினைத்து கொண்டாள்.

'எப்படிக் கிடைக்கும், நீ ஒரு காதல் சரித்திரத்தை தெரிந்து கொள்ள வேண்டும், உன் மூலமாகவாவது அந்த நாயகிக்கு சிறிதளவு ஆறுதல் கிட்டி, அவள் தெளிவு பெற வேண்டும் என்பது நான் எழுதி வைத்தது அல்லவா' என்று அவளைப் பார்த்து சிரித்தது விதி....

சிறிது நேரம் கடந்திருக்கும், அலைபேசி அலறும் சத்தம் கேட்டது. சினேகாவுக்கு அருகில் இருந்த பெண்ணின் அலைபேசி தான். அவள் காதுகளை அந்த ஒலி எட்டவில்லை போல, எந்த அசைவுமில்லை அவளிடம்.

சினேகாவுக்கு தான் குழப்பம், 'இந்த அக்காவ எழுப்பலாமா வேண்டாமா' என்று. கொஞ்ச நேரம் யோசித்து விட்டு, 'சரி எழுப்பி தான் பார்ப்போம்' என்று முடிவு செய்து, "அக்கா.. அக்கா" என்று அவள் தோளில் தட்டி எழுப்பினாள்.

ஆனால் கண் விழித்து அவள் பார்த்த பார்வையில் ஏன் எழுப்பினோம் என்று ஆகிவிட்டது. ஏனெனில் அவளின் பார்வை அப்படி. அந்தப் பார்வையில் அவ்வளவு வெறுப்பு மற்றும் கோபம்....

சினேகா பயந்து விட்டாள், 'இந்த அக்கா ஏன் இப்படி மொறைக்கறாங்க? நாம எந்த தப்பும் பண்ணலையே, ஒருவேள நல்லா தூங்கிட்டு இருக்கும் போது எழுப்பி விட்டுட்டோமோ' என்று பயந்து விட்டாள் சிறுமி.

பாவம் சினேகா அறியவில்லை, அவள் உறக்கத்தை தொலைத்து வெகுநாட்கள் ஆகிறது என்று...

அந்த பெண், 'என்ன' என்பது போல கண்களை அசைத்தால் சினேகாவிடம். "உங்க போன் அடிக்குது அக்கா"

என்றவளை ஒரு பார்வைப் பார்த்தாள் அவள்.

அதில் எந்த உணர்ச்சியும் இல்லை. பின் திரும்பி போனை எடுத்து அட்டன் செய்ய முயற்சி செய்தாள், ஆனால் முடியவில்லை.

அவள் குழந்தையின் சேட்டையால், முன்பகுதியில் பாகம் பாகமாக பிரிந்து இருந்தது அந்த போன் . அவளிடம் இருந்தது கீப்பேடு வகை போன்.

டைல்பேடு தனியாக இருந்தது, அதை இணைத்து அட்டன் செய்ய முயன்று கொண்டு இருந்தாள். ஆனால் குழந்தை மடியில் நெளிந்து கொண்டு இருந்ததால், அவள் போனை அட்டன் செய்வதற்குள் அழைப்பு துண்டிக்கப்பட்டது.

இதை கண்ட சிநேகா, "அக்கா குழந்தைய நான் வெச்சிருக்கேன் குடுங்க" என்று கேட்க, திரும்பியவளோ முன்பை விட கோபமாக முறைத்து விட்டு குழந்தையை இறுக்கமாக அணைத்துக் கொண்டாள்.

சில வினாடிகளில் சுதாரித்துக் கொண்டு மீண்டும் அலைபேசியை சரி செய்யும் பணியில் இறங்கி விட்டாள்.

அவளை சொல்லியும் குற்றமில்லை. இதுவரை அவள் தன்னுடைய வாழ்வில் சந்தித்த அனுபவங்கள் அப்படி.

இல்லையென்றால் முன்பின் தெரியாத, பள்ளியில் படித்துக் கொண்டு இருக்கும் பெண்ணிடம் அனல் பார்வை வீசுவதில், அவளுக்கு மட்டும் மகிழ்ச்சியா என்ன..?

சினேகாவுக்கு முகம் சுருங்கி விட்டது, அவளுக்கு குழந்தைகள் என்றால் அவ்வளவு பிரியம். எந்த குழந்தையும் இவளிடம் 10 அல்லது 15 நிமிடங்களில் நன்கு

நெருங்கி விடும்.

எல்லோரையும் எளிதில் நம்பி விடுவாள், தன்னை நம்ப வைத்தும் விடுவாள். பேருந்தில் யாராவது குழந்தையுடன் நின்று கொண்டு இருந்தால் போதும், ஒன்று குழந்தையை வாங்கி கொள்வாள்,

இல்லையென்றால் இவள் எழுந்து நின்று கொண்டு, அவர்களுக்கு இடம் கொடுப்பாள். ஆனால் இவளே நின்று கொண்டு இருந்தால், உட்கார்ந்து இருப்பவர்களை எழுப்பி விடுவாள் சண்டை போட்டாவது.

சினேகாவுக்கு அந்த பெண்ணின் மடியில் இருந்த குழந்தையுடன் விளையாட ஆசை, ஆனால் அவள் முறைப்பதை பார்த்தால் வாய்ப்பே இல்லை என்பது புரிந்தது.

சில நிமிடங்கள் கழித்து மீண்டும் அலைபேசி அழைத்தது. இன்னும் அந்தப் பெண் போனை சரி செய்யவில்லை, சினேகா சிரமப்பட்டு தலையை அவள் புறம் திரும்பாமல் இருக்க முயன்று கொண்டு இருந்தாள்.

அவளை திரும்பி பார்த்த அந்த பெண், இவளின் முகத்தைப் பார்த்து என்ன நினைத்தாளோ, "வெச்சிரு, வாங்கிக்கறேன்" என்று குழந்தையை இவள் மடிக்கு இடம் மாற்றினாள். சினேகாவின் கண்கள் விரிந்தது, அதில் அவ்வளவு அதிர்ச்சி மற்றும் ஆனந்தம்.

ஆனால், அந்த பெண்ணிடம் ஒரு சினேக பார்வை கூட இல்லை, கடமையே கண்ணாக சில வினாடிகளில் போனை அசெம்பிள் செய்து, அழைப்பை ஏற்று பேச தொடங்கினாள்.

அந்த புறம் யார், என்ன பேசினார்கள் என்று தெரியவில்லை, அவள் குரலில் அவ்வளவு பதட்டம், கவலை தெரிந்தது.

"எங்க இருக்க, இன்னுமா வரல, எவ்வளவு நேரம் ஆகுமாம், சாப்டியா" என்று பதறினாள். பின் அந்தப் பக்கம் பேசியவுடன் "வரு இன்னும் தூங்கல, பால் குடிச்சிட்டான், நானா, பசிக்கல, பிஸ்கட் மட்டும் சாப்டேன், சரி, அவங்க வந்ததும் மறக்காம போன் பண்ணு, ஹாங், இல்லல்ல, எனக்கு தூக்கம் வரல, முழிச்சிட்டு தான் இருப்பேன், நீ கால் பண்ணு" என்றாள்.

அழைப்பை துண்டித்தவள் இருக்கையில் சாய்ந்து கண்களை மூடிக் கொண்டாள். மூடிய கண்களையும் மீறி கண்ணீர் கன்னங்களில் வழிந்தது.

பின் தன்னை சுதாரித்துக் கொண்டு குழந்தையை வாங்க திரும்பியவள், குழந்தை விளையாடுவதை கண்டு அதிர்ந்து விட்டாள்.

இருக்காதா பின்னே, குழந்தையின் முகத்தில் சிரிப்பைக் கண்டு வெகு நாட்கள் ஆகிறது, மேலும் இதுவரை யாரிடமும் அவ்வளவு சீக்கிரம் ஒட்ட மாட்டான் என்று நினைத்த குழந்தை, சில நிமிடங்களில் இவளுடன் பழகியதில் அவளுக்கு ஆச்சரியம் தான். ஆனால் முகத்தில் தோன்றிய புன்னகை சட்டென்று காணாமல் போய் விட்டது.

குழந்தையை வாங்க கையை நீட்டிவளை கவனிக்காமல், அவனுடன் விளையாடியவாறே "அக்கா, தம்பி பேரென்ன?" என்று சிநேகா கேட்க, முன்பை விட அனல் பார்வை வீசினாள் அவள் இவளை நோக்கி.

அதில் பயந்தவள், குழந்தையை அவளிடம் கொடுத்தவாறே "சாரிக்கா, நான் தம்பி கிட்ட கேட்டேன், அவன் சொன்னது புரியல, அதான் கேட்டேன்" என்று சொல்லி விட்டு திரும்பிக் கொண்டாள்.

ஆனால் அந்தப் பெண்ணிடம் எந்த பதிலும் இல்லை, அவ்வளவு ஏன், அவள் முகத்தில் கூட எந்த உணர்ச்சியும் இல்லை... வெளியே வெறித்தவாறு திரும்பி கொண்டாள்.

ஏனென்றே தெரியாமல் சினேகாவின் கண்கள் கலங்கி விட்டது. திடீரென குழந்தை அந்த பெண்ணை அழைத்து, சினேகாவை காட்டி "மா, தித்தி.." என்று கேட்க, அந்தப் பெண்ணின் முகம் சட்டென்று கனிந்தது.

சினேகா ஆச்சரியமாய் அவர்களைப் பார்த்து கொண்டு இருக்க, குழந்தையின் நெற்றியில் முத்தமிட்டு நிமிர்ந்தவள், "இது சித்தி இல்ல, தாத்தா வீட்டுக்கு போனதும் சித்தி பாக்கலாம் சரியா?" என்று கேட்க குழந்தை சரியென்று தலையாட்டி பூவாய் சிரித்தான்.

பின் சினேகாவிடமே திரும்பி விளையாடியபடி வந்தான். சினேகாவுக்கு தானும் சேர்ந்து விளையாட பயம், எங்கே திட்டி விடுவாளோ என்று.

இவளின் பயந்த முகத்தில் எதைக் கண்டாளோ, சினேகாவிடம் "தம்பி பேர் சர்வேஸ்வரன், உன் பேரென்ன?" என்று கேட்க சினேகா ஆவென்று வாயை திறந்து அதிர்ச்சியாக பார்த்தாள்.

அவள் மீண்டும், "உன்ன தான் கேக்குறேன், உன் பேரென்ன?" என்று கேட்க, அந்தப் பெண்ணின் புறம் திரும்பி, "என் பேரு சினேகா அக்கா" என்றாள்.

சினேகாவுக்கு இன்னமும் அதிர்ச்சி குறையவில்லை 'இந்த அக்கா நம்ம கிட்ட தான் பேசுறாங்களா?' என்று.

பின்பு "என்ன படிக்கற?" என்று கேட்க "10th எக்ஸாம் எழுதிருக்கேன்" என்றாள். "எவ்வளவு மார்க் வரும்" என்று கேட்டாள் அவள்.

"சாரிக்கா, தெரியாது" என்று சினேகா சொல்லவும், "நீ தான எழுதுன?" என்று கேட்டாள்.

அதற்கு சினேகா, "எழுதுனது நான் தான், ஆனா மார்க் பத்தி எதுவும் தெரியாது" என்று கூறினாள். அந்தப் பெண்ணின் உதட்டில் லேசாக மென்னகை பரவியது.

(மாப்பிள்ளை இவரு தான், ஆனால் அவரு போட்டுருக்க சட்டையைப் பத்தி எனக்கு எதுவும் தெரியாது)

பின் சினேகாவிடம், "அதெப்படி நீ எழுதுனது உனக்கே தெரியாம போகும்?" என்று கேட்க, சினேகா ரகசியம் போல ஹஸ்கி வாய்சில், "எங்க தாத்தா, யாராவது மார்க் எவ்வளவு வரும்னு கேட்டா, தெரியாதுன்னு சொல்ல சொல்லி இருக்காரு" என்றாள்.

இவளின் பதிலில், அந்தப் பெண்ணின் மென்னகை மேலும் லேசாக விரிந்தது. அதே முகத்துடன், "ஏன் அப்படி?" என்று அந்தப் பெண் கேட்க, அவளின் கேள்வியை கவனிக்காமல், அவள் முகத்தை மட்டும் பார்த்துக் கொண்டு இருந்தாள் சினேகா.

அவளின் இந்த மென்னகை, அவள் முகத்திற்கு அழகை வாரிக் கொடுத்து இருந்தது. இந்த அக்காவுக்கு சிரிக்க கூட தெரியுமா என்று நினைத்த சினேகா அவளிடம், "அக்கா நீங்க சிரிச்சா ரொம்ப அழகா இருக்கிங்க, உங்க

பேரென்ன?" என்று கேட்க , அவள் முகம் மீண்டும் மாறி விட்டது. இதற்குள் குழந்தை தானாகவே சினேகாவின் மடிக்கு இடம் மாறி இருந்தான்.

'ஏன் சொன்னோம்' என்று ஆகிவிட்டது சினேகாவுக்கு. "சாரிக்கா, சொல்லனும்னு தோனுச்சி, அதான் சொன்னேன், தப்பா இருந்தா மன்னிச்சிடுங்க" என்று பேச, மீண்டும் இயல்பு நிலைக்கு திரும்பினாள் அவள்.

ஏனோ, அவளால் சினேகாவிடம் கோபப்பட முடியவில்லை. "என் பேர் சங்கவி" என்றாள். அவள் பெயரை சொன்னதும் சினேகாவின் முகம் மலர்ந்து விட்டது.

அவளின் மலர்ந்த முகத்தைப் பார்த்து லேசாக சிரித்தவாறே, "சரி இப்ப சொல்லு, ஏன் மார்க் கேட்டா தெரியாதுன்னு சொல்ற, உன் தாத்தா ஏன் அப்படி சொல்ல சொன்னாரு?" என்று சங்கவி கேட்க, "அதுவா, நான் எதிர்ப்பாக்குறத விட மார்க் கம்மியா வந்தா எல்லாரும் கிண்டல் பண்ணுவாங்கனு, யார் கேட்டாலும் தெரியாதுன்னு சொல்ல சொல்லி இருக்காரு, இல்லன்னா, நான் நெனைக்கறத விட 50 மார்க் கம்மியா சொல்ல சொன்னாரு" என்று சினேகா சொல்லவும் சிரிப்பு வந்தது சங்கவிக்கு.

"சரி 50 மார்க் கம்மியாவே சொல்லு" என சங்கவி கேட்க, "ஹை, ஆச தோச, நான் சொன்னா, நான் எதிர்பார்க்கற மார்க்க நீங்க கண்டு புடிச்சிடுவீங்க" என்றாள் இவள்.

சிரித்து விட்டாள் சங்கவி. "சரி விடு, +11 ல, எந்த குரூப் எடுக்க போற?" என்று கேட்க "தெரிலக்கா, எனக்கு மேத்ஸ் ரொம்ப புடிக்கும், அதனால மேத்ஸ் இருக்க குரூப் தான் எடுப்பேன்" என்றாள்.

அவள் பதில் சங்கவிக்கு தன்னை நினைவு படுத்தியது. தன் பத்தாம் வகுப்பை நினைத்தவாறு இருக்கையில் சாய்ந்து விட்டாள்.

பத்தாம் வகுப்பு வரை இலக்கில்லாமல் சுற்றி திரிந்தவளின் வாழ்க்கை, அவளின் பதினோராம் வகுப்பில் தான் மாற தொடங்கியது.

சினேகாவுக்கு ஏனோ அவளிடம் எதுவும் கேட்க தோன்றவில்லை. அவளே தன்னிடம் சொல்வாள் என்று தோன்றியது அவளுக்கு....

இருக்கையில் சாய்ந்தவளின் நினைவுகள் பின்னோக்கி சுழன்றது.....

பாகம் - 3

சில நிமிடங்களில் சங்கவி கண்களைத் திறந்த போது, அருகில் சினேகாவைக் காணவில்லை என்றதும் கண்களை நாற்புறமும் சுழற்றினாள். சினேகா சாவித்ரிக்கு அருகில் நின்று கொண்டு இருந்தாள். அவள் திரும்பி வரும் போது அவள் கைகளில் பிஸ்கட் மற்றும் சில பழங்கள் இருந்தது.

அவளைக் கண்டதும் அவள்புறம் திரும்பிய சங்கவி, "யாரும்மா அவங்க?" என்று வினவ, "அது எங்க சித்தி கா, மடில இருக்கறது என்னோட தங்கச்சி" என்று சொன்னாள். "ஓ, சரி மா.." என்றதோடு மீண்டும் அமைதி ஆகிவிட்டாள் சங்கவி.

அவளிடம் இருந்த சர்வேஸை வாங்கிய சினேகா, சிறிது நேரம் கழித்து ஒருவித தயக்கத்துடன் சங்கவியை அழைத்தாள்.

" என்னம்மா" என்று கேட்டவளிடம், "அக்கா, தம்பிக்கு பிஸ்கட் குடுக்க வா?"என்று கேட்க, சங்கவிக்கு புரிந்தது. இவளின் கேள்விக்கு காரணம் , தான் முதலில் பார்த்த பார்வையால் உண்டான பயம் என்று.

"அவன் சாப்டா, குடும்மா"என்று சங்கவி கூறியதும், அவள் முகத்தில் தெரிந்த மகிழ்ச்சியில் லேசாக புன்னகைத்தாள் சங்கவி.

சினேகாவுடன் விளையாடிய படியே சிறிது நேரத்தில் உறங்க ஆரம்பித்து விட்டான் சர்வேஸ்வரன். அதுவரை அமைதியாக இருந்த சினேகா, சங்கவியை நோக்கி, "அக்கா தம்பி தூங்கிட்டான்" என சொல்ல, அவளிடம் இருந்து சர்வேஸை வாங்கியவள், அவனை நெஞ்சில் சாய்த்துக்

கொண்டு, "தூங்கட்டும், அவன் இப்படி நல்லா அசந்து தூங்கி ரொம்ப நாள் ஆகுது" என்று கூறினாள்..

அதில் அதிர்ந்த சினேகா, 'என்னடா இது, இந்தக்கா தான் புரியாத புதிர் மாதிரி நடந்துக்கறாங்கனு பாத்தா, குட்டி பையனையும் இப்படி சொல்றாங்க' என்று மனதில் நினைத்தவள், சில நிமிட சிந்தனையில் அப்படியும் இருக்குமோ என்று அதிர்ந்து விட்டாள்.

உடனே சங்கவியிடம், "அக்கா தம்பிக்கு எதாவது உடம்பு சரியில்லையா" கேட்டவாறு அவனின் உடம்பை தலை முதல் கால் வரை ஆராயும் பார்வை பார்த்தாள்.

அவளின் பார்வையைப் புரிந்து கொண்ட சங்கவி, "உடம்பு நல்லா தான் இருக்கு மா, அம்மா தான் சரியில்ல" என்று சொல்ல மேலும் அதிர்ந்தாள்.

'என்ன தான் சொல்றாங்க இந்த அக்கா, அவன் இவங்கள தான அம்மான்னு சொன்னான், இவங்க சொல்றத பாத்தா, ஒருவேள அவங்க அம்மா தம்பி கூட இல்லையோ, அதனால தான் இவன் தூங்காம இருந்துருப்பானோ, அப்ப இவங்க யாரு?' என பலவாறு யோசித்தவள், மானசீகமாக தலையில் குட்டிக் கொண்டாள்.

'இவங்க, இப்ப நீ கேட்ட கேள்விக்கு பதில் சொன்னதே பெருசு, வேற எதாவது கேட்டு இவ்ளோ நேரம் மொறச்சி பாத்தவங்க கிட்ட அடி வாங்கிறாத' என மனசாட்சி சொல்ல,' ரைட்டு விடு' என்று அமைதி ஆகிவிட்டாள்.

ஆனால் மனசாட்சி சொல்வதை கேட்டு, அதன்படி மட்டும் நடந்தால் அது சினேகா இல்லையே..

லேசாக சங்கவியின் தோளை சுரண்டி, அவள் திரும்பியதும், "அக்கா உங்க கிட்ட ஒன்னு கேட்டா கோவப்பட மாட்டிங்களே?"என்று கேட்டாள்.

'என்ன' என்பது போல பார்த்த சங்கவியிடம், "கோவப்பட மாட்டிங்க தான?" என்று மீண்டும் கேட்க, "சரி கோவப்படல கேளு" என்றாள் சங்கவி.

"உங்கள பாத்தா ஏதோ கஷ்டத்துல இருக்க மாதிரி இருக்கு, நான் பாக்கும் போது அழுதுட்டு வேற இருந்திங்க, போன் பேசும் போது கூட பதட்டமா பேசுனீங்க" என்று பேசிக் கொண்டே போக சங்கவியின் முகம் மாறிக் கொண்டே வந்தது.

அவளின் முக மாற்றத்தை கவனித்த சினேகா பேச்சை நிறுத்த, "முழுசா சொல்லி முடி" என்று சங்கவி கூற, அவள் குரலில் சங்கவியின் மனதை படிக்க முயன்றாள்.

ஆனால், அந்த குரல் இயல்பான குரலாக இல்லாமல் அதேசமயம் கோபமோ வெறுப்போ கூட இல்லை அக்குரலில். சினேகா இன்னும் பேசாமல் இருப்பதை கண்ட சங்கவி, அவளைத் திரும்பி ஒரு பார்வை பார்க்க, மறுபடியும் பேசத் தொடங்கினாள் சினேகா.

"இல்லக்கா, எங்க வீட்டுல என்ன தனியா எங்கயும் அனுப்ப மாட்டாங்க. பக்கத்து வீட்டு ப்ரெண்ட்ஸ் கூட விளையாட போனா, 1 மணி நேரத்துல வரனும்னு சொல்லி தான் அனுப்புவாங்க. நீங்க அழுகற அளவுக்கு இருக்கிங்க, உங்கள எப்படி இந்த நேரத்துல தனியா அனுப்புனாங்க?" என்று கேட்க, சங்கவிக்கு சங்கடம் ஒருபுறம் ஆச்சரியம் மறுபுறம்.

அவளுக்கு பதில் சொல்ல வேண்டும் என்ற சங்கடப் பட்டாலும், அவள் கேட்ட விதம் தான் ஆச்சரியமாக இருந்தது. 'ஏன் அழுதிங்க, என்ன பிரச்சனை?' என்று அவளைப் பற்றிய விசாரணை எதுவும் இல்லாமல், அக்கறையாக தனியாக வந்ததைப் பற்றி கேட்டது வியப்பு தான் சங்கவிக்கு.

"தம்பிக்கு தாத்தா பாட்டிய பார்க்கனும்னு அழுதான், அவருக்கு ஆபீஸ் லீவ் இல்ல, அதான் நான் மட்டும் போறேன்" என்றதோடு திரும்பி ஜன்னல் வழியே வெளியே பார்வையை செலுத்தினாள். சினேகாவுக்கு ஏதோ சரியில்லை என்று தோன்றினாலும், மேலும் கேட்பது நன்றாக இருக்காது என்று நினைத்து அமைதி ஆகிவிட்டாள்.

சிறிது நேரம் கழித்து திரும்பிய சங்கவிக்கு சினேகாவைப் பற்றி தெரிந்து கொள்ள வேண்டும் என்று தோன்றியது. எனவே அவளிடம் மெல்ல பேச்சுக் கொடுத்தாள். "உனக்கு எவ்ளோ ப்ரெண்ட்ஸ் இருக்காங்க?" என கேட்க, 'ஹையா நம்ம டாபிக்' என்று மனதிற்குள் டான்ஸ் ஆடினாள்.

"நெறைய ப்ரெண்ட்ஸ் இருக்காங்க கா. எங்க குரூப்ல மொத்தம் 8பேர். செம ஜாலியா இருக்கும். எங்க ஸ்கூல்ல மொத்தம் 2500 பேர் இருப்பாங்க, ஆனா அவ்வளவு பேர்லயும் நாங்க தான் ஃபேமஸ்" என்று சொல்ல, சங்கவியின் முகம் லேசாக மாற ஆரம்பித்தது. ஆனால் அதைக் காட்டிக் கொள்ளாமல், "ஏன் அப்படி?" என்று கேட்டாள்.

"ஏன்னா நாங்க எப்பவும் ஒன்னாவே தான் சுத்துவோம். செம சேட்ட பண்ணுவோம், ஆனா கிளாஸ் டைம்ல ஒழுங்கா இருக்கோம்னு டீச்சர்ஸ் யாரும் கண்டுக்க மாட்டாங்க, ஆனா ஒரு ரகசியம் தெரியுமா?" என்று

குரலைக் குறைத்து கேட்க, அவள் கேட்ட விதத்தில் புன்னகை அரும்பியது சங்கவிக்கு.

சிரித்துக் கொண்டே, "என்ன ரகசியம்?" என கேட்க, "நாங்க கிளாஸ்ல தான் ரொம்ப சேட்ட பண்ணுவோம், ஆனால் மாட்டிக்காம பண்ணுவோம். அதையும் மீறி மாட்ற மாதிரி இருந்தா, எங்க கிட்ட வம்பு பண்ண யாரையாவது மாட்டி விட்ருவோம். நாங்க நல்ல புள்ளைங்கனு , நாங்க சொல்றதை நம்பிடுவாங்க, செம காமெடியா இருக்கும். அப்பறம் கிளாஸ் முடிஞ்சதும் எல்லாரும் ரவுண்டு கட்டி சிரிச்சுட்டு இருப்போம்" என்று சொல்ல சிரித்து விட்டாள் சங்கவி.

அவளின் அசைவில் லேசாக உறக்கம் கலைந்த குழந்தையின் முதுகை நீவி விட்டவாறு, "இதெல்லாம் தப்பு தான, செய்யாத தப்புக்கு ஒருத்தர மாட்டி விட கூடாதுல்ல" என்று சினேகாவிடம் கேட்டாள்.

"இல்லக்கா, எப்பயுமே நாங்க மாட்டி விடுற ஆளு, ஏற்கனவே எதாது தப்பு பண்ணவளாவோ, இல்லன்னா மத்தவங்க கிட்ட தேவ இல்லாம வம்பு பண்ணவளாவோ தான் இருப்பா. சோ யாரும் எங்கள எதுவும் சொல்ல மாட்டாங்க. சொல்ல போனா கிளாஸ்ல எல்லாரும் சப்போர்ட் தான் பண்ணுவாங்க" என்றாள் சினேகா.

"இதுவரைக்கும் ஒரு தடவ கூட நீங்க யாரும் மாட்டுனது இல்லயா?" என ஆச்சரியமாக சங்கவி கேட்க, "ஒருதடவ மாட்டிருக்கோம் அக்கா, அதுவும் என்னால தான்" என்றாள் உற்சாகமாக.

"மாட்டுனத, இவ்ளோ சந்தோசமா சொல்ற?" என்று கேட்ட சங்கவியிடம் "ஸ்கூல் லைஃப்ல இதெல்லாம் ஜகஜமப்பா" என்று கவுண்டமணி ஸ்டைலில் சொன்னவளைப் பார்த்து

சிரிப்பு தான் வந்தது சங்கவிக்கு.

"சரி என்ன பண்ணி மாட்டுனீங்க, எப்படி மாட்டுனீங்க"

"அதுவந்து, எங்க குரூப்ல 8பேர் இருக்கோம்ல, ஹைட் படி உக்காரும் போது எல்லாரும் தனித்தனியா போயிட்டோம், அதுல 2 பேர் லாஸ்ட் பென்ஞ். நான் பர்ஸ்ட் பென்ஞ்.."

"ஒருநாள் செகண்ட் பீரியட் தமிழ், செம போர், அதனால லாஸ்ட் பென்ஞ்ல போய் ப்ரெண்ட்ஸ் கூட உக்காந்துகிட்டேன். நான் பர்ஸ்ட் பென்ஞ்ல இல்லன்னு யாரும் கவனிக்கல. கிளாஸ் ஆரம்பிச்சி கொஞ்ச நேரத்துல, லேசா பசிச்சது, அதனால பக்கத்துல இருந்தவ டிபன் பாக்ஸ் எடுத்து பென்ச்கு அடில உக்காந்து சாப்டுட்டு இருந்தேன்" என்று சொல்லிக் கொண்டிருக்க, சங்கவி "என்னது அடிலயா" என்றாள்.

"ஆமாக்கா, நான் எப்பயும், அப்படி தான், போரடிச்சா, அடில படுத்து கூட தூங்கிருவேன்" என்று சினேகா சொல்லவும் கண்ணை விரித்து சிரித்தாள் சங்கவி.

(நீ பென்ஞ் மேலயே இருந்தாலும் யாருக்கும் தெரியாது, ஏன் அடில எறங்கி கஷ்டப் படனும்).

சங்கவி, "சரி அப்புறம் என்னாச்சு?" என கேட்டாள். "நான் பாட்டுக்கு அமைதியா சாப்பிட்டு இருக்கலாம்" என்றாள் சினேகா.

"ஏன், என்ன பண்ண நீ?" என்றாள் சங்கவி.

"சிலேடை மனப்பாட பாட்டு ரேண்டம்மா சொல்ல சொல்லி கேட்டாங்க. அது எனக்கு நல்லா தெரிஞ்ச, ரொம்ப புடிச்ச பாட்டு. சோ எல்லாரும் சொல்ல சொல்ல கூட சேந்து

மனசுக்குள்ள சொல்லிட்டே சாப்டுட்டு இருந்தேன்.

அப்ப, லாஸ்ட் பென்ஞ் ல இருந்த என் ப்ரெண்ட் சரண்யாவ எழுப்பி சொல்ல சொன்னாங்க" என்று நிறுத்தினாள்.

" அப்புறம் என்ன" என்று கேட்ட சங்கவியிடம் "மேல பாருங்க" என்றாள். அவள் "ஏன்?" என்று கேட்கவும், "எல்லாரும் மேல பாத்து தான பிளாஸ்பேக் சொல்லுவாங்க, அதான்" என்றாள். "அதுசரி" என்று புன்னகைத்தாள் சங்கவி.

இதாங்க நடந்தது....

" சரண்யா எந்திரி"

"எஸ் மிஸ்"

"சிலேடை செய்யுள் சொல்லு"

"வாரிக் களத்தடிக்கும்........."

"ம்ம்ம்ம் அடுத்து யார் சொல்லுவா..?"

"சொல்றேன் மிஸ்"

(சினேகா கீழிருந்து அவள் காலை சுரண்ட, குனிந்து பார்த்தாள். அடுத்த வார்த்தையாக, 'வந்த பின்பு கோட்டை புகும்'னு சினேகா எடுத்து கொடுக்க, சரண்யா குனிந்து இருப்பதைப் பார்த்து, அடியில் புத்தகத்தை வைத்து பார்த்து தான் சொல்றான்னு சந்தேகப் பட்ட ஆசிரியர் கடைசி பென்ச்கு வர, சரண்யா சினேகாவுக்கு சிக்னல் குடுக்கறதுக்குள்ள மிஸ் வந்துட்டாங்க)

"சினேகா"

"மிஸ்..."

"எந்திரி"

"எஸ் மிஸ்"

(மொத்த வகுப்பும் ஒரே சிரிப்பு)
"நீதான் இப்ப சரண்யாவுக்கு சொல்லி குடுத்தியா?"

"ஆமா மிஸ், சாரி மிஸ்.."

"உனக்கு சிலேடை செய்யுள் மனப்பாடமா தெரியுமா?"

"தெரியும் மிஸ்"

"சொல்லு பார்க்கலாம்"

"வாரிக் களத்தடிக்கும் வந்துபின்பு கோட்டைபுகும்
போரில் சிறந்து பொலிவாகும்- சீருற்ற
செக்கோள மேனித் திருமலைரா யன்வரையில்
வைக்கோலும் மால்யானை யாம்"

" சரியா சொல்லிட்டியே.."

"தேங்க்யூ மிஸ்"

"சரி, இந்த கிளாஸ்ல மொத்தம் எத்தன பேர்?"

"62 பேர் மிஸ்"

"இத நாளைக்கு 62 தடவ நீ எழுதிட்டு வர.. "

"மிஸ்..."

"எல்லாரையும் 2 தடவ எழுதச் சொல்லலாம்னு நெனச்சேன், நீ தான் எல்லாருக்கும் உதவி பண்றியே? அதனால இதையும் நீயே பண்ணிடு. 62 தடவ தான் சொல்லிருக்கேன், 124 தடவ சொல்லல,சரியா...?"

"சரிங்க மிஸ் 😕 😕 "

" சரி, அடுத்ததுக்கு போலாமா..?"

" மிஸ்...?"

" உன் இடம் எது?"

" பர்ஸ்ட் பென்ச் மிஸ்"

" இங்க எதுக்கு வந்த?"

" சும்மா தான் மிஸ்"

"கிளாஸ் நேரத்துல இடம் மாறி உக்கார கூடாதுன்னு தெரியாதா?"

"சாரி மிஸ், இனிமேல் இப்படி பண்ண மாட்டேன்"

"சரி, கீழ என்ன பண்ணிட்டு இருந்த?"

"மிஸ், அது வந்து..."

"சொல்லுன்னு சொன்னேன்"

"சாப்டுட்டு இருந்தேன் மிஸ், சாரி மிஸ்"

"நீ பண்ணது சரியா?"

(சில வினாடிகள் யோசித்தவள், சட்டென்று ஒரு பொய் சொன்னாள்)

" காலையில சாப்பிடல மிஸ், மயக்கம் வர மாதிரி இருந்தது, அதான் சாப்டேன்"

அவள் சொன்ன பதிலில், அவள் குரூப்பில் இருந்த மற்ற ஏழு பேருக்கும் நிஜமாகவே மயக்கம் வருவது போல இருந்தது.

அதிலும் சரண்யா, "அடிப்பாவி" என்று வாயில் கை வைத்துக் கொண்டாள். ஏனெனில் காலையில் எப்போதும் போல எல்லாரும் ஒன்று கூடியதும், சினேகா மற்றவர்களிடம் "கேன்டீன் போலாமா?" என்று கேட்க, "காலைல வந்ததுமாடி? பிரேக்ல போகலாம்" என்று சரண்யா சொன்னதற்கு, "எப்பயும் 3 இட்லி சாப்புடுவேன், இன்னைக்கு 5 இட்லி சாப்பிட்டும் பசிக்கற மாதிரி இருக்கு" என்றாள்.

"சரி வா.." என்று 8 பேரும் கேன்டீன் சென்று ஒரு ரவுண்டு கட்டி விட்டு தான் வகுப்பிற்கே வந்தார்கள். இப்பொழுதும் அவள் சாப்பிட்டது , சரண்யாவின் மதிய உணவு. சினேகா பசிக்கிறது என்று சொல்லவும் மற்றவர்களுடன் மதியம் பகிர்ந்து கொள்ளலாம் என அவளுக்கு கொடுத்து விட்டாள்.

அப்படி இருக்க, சினேகா சொன்னதைக் கேட்டால் மயக்கம் வராமல் என்ன செய்யும்...
சரண்யா மனதில் நொந்து கொண்டு இருக்க, அடுத்த

கேள்வி வந்தது சினேகாவுக்கு...

"நீ காலையில சாப்பிடலயா?"

"நிஜமா சாப்பிடல மிஸ்"

"ஓ... ஆனா காலைல உங்க குரூப்ப கேன்டீன்ல பாத்தேனே..."

"மிஸ்....."

(சரண்யா மனம் குளிர்ந்து விட்டது, 'நல்லா கேளுங்க' என்று மனதிற்குள் சொல்லிக் கொண்டாள்)

சினேகா முழித்ததைப் பார்த்து அவருக்கே சிரிப்பு வந்து விட்டது.

" இதான் கடைசி வார்னிங், இனிமேல் இப்படி நடக்க கூடாது"

" எஸ் மிஸ், சாரி மிஸ்"

(சரண்யாவை பார்த்து)

"ப்ரெண்ட் என்ன பண்ணாலும் சப்போர்ட் பண்ணுவிங்களா, இன்னொரு தடவ இப்படி நடக்க கூடாது..."
சரண்யா உடனே, *"இனிமே இப்படி பண்ண மாட்டோம் மிஸ்"* என்றாள்.

"சரி, இப்ப பண்ணதுக்கு என்ன தண்டனை குடுக்கலாம்" என்று அவர் கேட்க திருதிருவென விழித்தனர் இருவரும்.

சங்கவி, 'என்ன தண்டனையா இருக்கும்?' என்று ஆவலுடன் எதிர்பார்த்தாள்.

சினேகா அமைதியாக நிற்க, சரண்யா தான் கெஞ்சிக் கொண்டிருந்தாள். அவள் பேசியதை காதில் வாங்காமல் சினேகாவை நோக்கி, "நீ கடைசி பென்ச்ல உக்காரனும் தானே ஆசப்பட்ட, இன்னும் 1 வாரத்துக்கு கடைசி பென்ச்ல நின்னுட்டு தான் இருக்கனும் என்னோட பீரியட்ல" என்றார்.

பின் சரண்யாவை பார்த்து, "அவளுக்கு உதவி பண்ணீல்ல, நீ ஒரு வாரத்துக்கு முதல் பென்ச்ல யாருக்கும் மறைக்காம, குனிஞ்சு தான் இருக்கனும்" என்று சொல்லி விட்டு போய் விட்டார்.

சங்கவியால் சிரிப்பை அடக்க முடியவில்லை. "நீ கூட பரவால்ல, அந்த பொண்ணு தான் பாவம்" என்றாள் சினேகாவிடம். "இதெல்லாம் கம்மி, இது மாதிரி இன்னும் நெறைய இருக்கு" என்றாள் சினேகா.

சிறிது நேரம் சிரித்து முடித்த சங்கவி, "நான் ஒன்னு சொன்னா தப்பா நெனைக்க மாட்டியே?" என்று கேட்டாள்.

"சொல்லுங்க அக்கா, நான் எதுவும் நெனைக்க மாட்டேன்" என்று சினேகா சொல்லவும், "இந்த காலத்துல யாரையும் நம்பாத, முக்கியமா ப்ரெண்ட்ஸ நம்பாத, உன்ன பத்தி எல்லாத்தையும் ப்ரெண்ட்ஸ் கிட்ட சொல்லாத" என்றாள். பேசும் போதே அவள் முகம் மாறி, கண்கள் கலங்கின

சினேகாவுக்கு என்ன சொல்வதென்றே தெரியவில்லை. 'இந்த அக்கா ஏன் இப்படி சொல்றாங்கனு தெரில. ஆனால் இவங்கள கண்டிப்பா யாரோ ஏமாத்தி இருக்காங்க' என்று நினைத்து கொண்டாள்.

'இவங்கள பத்தி தெரிஞ்சிக்கனும், ஆனால் நான் கேட்டா சொல்லுவாங்களானு தான் தெரில' என்று சிந்தனையில் ஆழ்ந்தாள் சினேகா.

பாகம் - 4

சினேகா அமைதியாக இருப்பதைப் பார்த்த சங்கவி, "நான் சொன்னத வெச்சி, என்ன எதாவது தப்பா நெனச்சிட்டியா சினேகா?" என்று கேட்டாள்.

"அப்படிலாம் இல்லக்கா, ஆனா நீங்க சொல்றத பாக்கும் போது, உங்களுக்கு எதோ ஒரு எக்ஸ்பீரியன்ஸ் இருக்க மாதிரி இருக்கு. நீங்க சொன்ன அட்வைஸ, நான் அக்செப்ட் பண்ணிக்கிறேன். ஆனா ரீசன் சொல்லி சொன்னிங்கன்னா பரவால்ல, உங்க பெர்சனல் எதுவும் கேட்க கூடாதுன்னு தான் நெனச்சேன். பட் நீங்க இப்படி சொல்லும் போது கேக்கணும்னு தோனுச்சி. விருப்பம் இருந்தா, சொல்லலாம்னு நெனச்சா சொல்லுங்க. விருப்பம் இல்லைனா பரவால்ல, நான் எதுவும் தப்பா பேசியிருந்தா சாரி" என்று நிறுத்தி விட்டு சங்கவியின் முகத்தைப் பார்த்தாள்.

அவள் மைண்ட் வாய்ஸ், 'ஒரு ஃப்ளோவுல நீ பாட்டுக்கு பேசிட்டியே, உனக்கு இது தேவையா, முன்ன மாதிரி மொறச்சி பாத்தா கூட பரவால்ல, அடிச்சா என்ன பண்றது?' என்று திட்ட, 'ஒன்னும் பண்ண முடியாது, எவ்ளோ அடிச்சாலும் வலிக்காத மாதிரியே நடிக்க வேண்டியது' தான் என்று நினைத்துக் கொண்டாள்.

ஆனால் சங்கவியிடம் எந்த ரியாக்ஷனும் இல்லை. சில நிமிடங்கள் அமைதியாக இருந்தவள், சினேகாவை பார்த்தவாறு திரும்பினாள். சினேகா ஆர்வமாக, அவள் என்ன சொல்ல போகிறாள் என்று பார்க்க, பேசத் தொடங்கினாள் சங்கவி.

"உன்கிட்ட பேசுற மாதிரி, இதுவரைக்கும் நான் யார்

கிட்டயும் பேசுனது இல்ல, என்ன பத்தி உனக்கு என்ன தெரியனும்?" என்று கேட்டாள்.

"உங்கள பத்திலாம் நான் கேக்கல அக்கா, நீங்க ஏன் ப்ரெண்ட்ஸ நம்பாதன்னு சொன்னிங்கன்னு தான் கேட்டேன்?" என்று சொல்ல விரக்தியாக சிரித்தாள் சங்கவி.

அவளின் இந்த தோற்றம், சினேகாவை அச்சுறுத்தியது. 'இப்ப நாம என்ன கேட்டுட்டோம், ஏன் இப்படி மாறிடுச்சி இவங்க முகம்?' என்று சிந்தனையில் இறங்கி விட்டாள்.

அவளை சங்கவி கூப்பிடுவது கூட தெரியாமல் அவள் யோசித்து கொண்டிருக்க, சங்கவி அவள் தோளில் வேகமாக தட்டினாள்.
லேசான வலியில் 'ஷே...' என்று விழித்தவளிடம் "என்னாச்சி?" என்று சங்கவி கேட்க, "ஒண்ணுமில்ல, நீங்க சொல்லுங்க அக்கா" என்றாள்.

"நீ கேட்ட கேள்விக்கு என்னால பதில் சொல்லாம இருக்க முடியும், ஆனால் என்னன்னு தெரில, உன்கிட்ட சொல்லனும்னு தோனுது" என்று சங்கவி கூறியதும், 'ஓவர் பில்டப்பா இருக்கே' என்று நினைத்தாள் சினேகா.
சங்கவியின் நினைவுகள் பின்னோக்கி சுழன்றது.

விழுப்புரம் மாவட்டம் அண்ணியூர் பகுதியை சேர்ந்தவர்கள் அருள்ராஜன் மற்றும் மீனாம்பிகை தம்பதியினர். அருள்ராஜன், விழுப்புரம் தலைமை தபால் நிலையத்தில் வேலை செய்கிறார். மீனாம்பிகை இல்லத்தரசி. இவர்களின் மகள்கள் சங்கவி, சங்கீதா.

இவர்கள் இல்லம் மிகவும் ரம்மியமானது. முன்வாசல், அதைத் தாண்டி, நுழைவு வாயிலின் இருபுறமும் சற்று அகண்ட திண்ணை, உள்ளே சென்றதும் வலப்புறம்

கொஞ்சம் பெரிய சமையல் அறை. அதற்கு அடுத்தபடியாக விசாலமான பூஜை அறை, அடுத்ததாக ஸ்டோர் ரூம்.

இதே போல, இடப்புறம் மூன்று அறைகள். முதலில் உள்ளது, அருள் - மீனா இருவரின் அறை, அடுத்த இரண்டும் பிள்ளைகளுக்கு என்று ஒதுக்கி இருந்தனர். ஆனால் சகோதரிகள் இருவரும் ஒரே அறையில் இருந்து கொண்டதால், ஒரு அறை பயன்படுத்தப் படாமல் இருக்கிறது. இதில்லாமல், பின் வாசலின் இருபுறமும் இரண்டு அறைகள், விருந்தினர் வந்தால் தங்கிக் கொள்ள என்று இருந்தது.

பின் வாசல் தான் அக்கா தங்கைக்கு பிடித்த இடம். ஒருபுறம் மாமரம் மறுபுறம் வேப்ப மரம் என்று இரண்டும் ஊஞ்சலுடன் காட்சி அளிக்கும். ஊஞ்சல் சங்கீதாவின் உபயம். தந்தையிடம் அடம் பிடித்து கெஞ்சி கூத்தாடி வாங்கியது.

மரங்களை விட்டு சிலஅடி தொலைவில் இருக்கிறது தாமரைக் குளம். செந்தாமரை மலர்களால் அலங்கரிக்கப்பட்டு இருந்தது அந்த குளம். பள்ளி முடிந்து வந்து , உடை மாற்றியதும் இருவரும் வரும் இடம் இதுதான். குளத்தை வேடிக்கை பார்த்துக் கொண்டு, பள்ளியில் நடந்த அன்றைய கதைகளை பேசியவாறு ஊஞ்சல் ஆடுவது இருவருக்கும் பிடித்த பொழுதுபோக்கு.

அருள்ராஜன் மிகவும் கண்டிப்பானவர், மகள்களிடம் மலையளவு பாசம் இருந்தாலும் அதை வெளிக்காட்டிக் கொள்ள மாட்டார். ஏனென்றால் அவருக்கு அன்பைக் கூட கண்டிப்பாக தான் காட்ட தெரியும். அவரிடம் தைரியமாக பேசுவது சங்கீதா மட்டும் தான், அதுவும் எப்போதாவது தான். மீனாம்பிகை ஆரம்பித்தில் அன்பாக இருந்தவர், பிள்ளைகள் வயதுக்கு வந்த பின்பு பாசத்தை விட, ஒருவித

சந்தேக கண்ணோடு தான் மகள்களை பார்ப்பார். அவர் வளர்ந்த விதம் அப்படி.

வயசுக்கு வந்த பிள்ளைங்க மேல எப்பவும் ஒரு கண்ணு வெச்சு, கவனமா பாத்துக்கணும் என்று அவருக்கு போதிக்கப்பட, கவனம் நாளடைவில் சந்தேகமாக மாறிவிட்டது. அதற்கு மற்றொரு காரணம் பிள்ளைகளின் அழகு.

அருள்ராஜன் களையாக இல்லாவிட்டாலும் மாநிறத்திற்கும் சற்று கூடுதலான நிறம், மீனாம்பிகை களையான முகம் கொண்டிருந்தாலும் நிறம் குறைவு. இப்படி இருக்கும் போது, பிள்ளைகள், யாராவது ஒருவரைப் போல இருப்பார்கள் என்று அனைவரும் எதிர்பார்க்க, தந்தையின் நிறத்தையும் தாயின் அழகையும் கொண்டு தேவதைப் பிஞ்சுகளாக பூமியில் கால்பதித்தனர் இருவரும்.

இவர்கள் வீட்டில் எந்த ஒரு முடிவையும் அருள்ராஜன் தான் எடுப்பார். அதை ஏற்று கொள்ளாமல் வாதம் செய்வார் மீனாம்பிகை. சுற்றி இருப்பவர்களும் உறவினர்களும் மீனாம்பிகை தான் வீட்டில் உள்ளவர்களை மிரட்டி கொண்டு இருக்கிறார் என்று நினைத்து கொண்டு இருக்கிறார்கள். ஆனால் உண்மை என்னவென்றால், எவ்வளவு வாதம் செய்தாலும், அருள்ராஜன் முடிவு தான் இறுதியாக இருக்கும்.

தன்னுடைய விருப்பத்தை கேட்காவிட்டாலும், வாதம் செய்வதில் மீனாம்பிகைக்கு திருப்தி, அதேபோல தான் அருளுக்கும். எப்படியும் அவள் சொல்வதை நாம் செய்ய போவதில்லை, பேசவாவது செய்யட்டுமே என்று விட்டு விடுவார்.

அதற்காக, அருள்ராஜன் ஆணாதிக்கம் நிறைந்தவரல்ல. திருமணம் ஆன புதிதில், மனைவியிடம் கலந்து விட்டு தான் எதுவும் செய்வார். ஆனால் மற்றவர்கள் பற்றி எதுவும் சிந்திக்காமல், ஒருவித சுயநலம் கலந்ததாக ஒவ்வொரு முறையும் அவர் ஆலோசனை இருக்க, கொஞ்சம் கொஞ்சமாக முடிவு எடுக்கும் அதிகாரத்தை தன்வசமாக்கிக் கொண்டார்.

தன் கருத்தை, ஏற்றுக் கொள்வதில்லை என்ற வருத்தமும் ஆற்றாமையும் மீனாம்பிகைக்கு எப்பொழுதும் இருக்கும். என்றாவது ஒரு நாள், தான் முடிவு எடுக்க மற்றவர்கள் கட்டுப்பட வேண்டும் என்று அவருக்கு மனதில் ஒரு எதிர்பார்ப்பு உண்டு. ஆனால் அப்படி முடிவு எடுத்த பிறகு, பிற்காலத்தில் தானே வருத்தப்பட போகிறோம் என்று பாவம் அவருக்கு தெரியாது.

பிள்ளைகள் இருவரும் பெற்றோரின் குணமறிந்து நடந்து கொள்வதில் வல்லவர்கள். சங்கவி பிறந்து, 5 வருடம் கழித்து பிறந்தவள் தான் சங்கீதா. இவருக்கும் ஒருவர் மீது ஒருவருக்கு பாசம் அதிகம். ஆனால் அது செயலில் மட்டுமே வெளிப்படும்.
இவர்களுக்குள் சண்டை கூட வராது. அப்படி வந்தாலும் அது 5 நிமிடம் கூட நீடிக்காது.

ஒன்பதாம் வகுப்பு படிக்கும் போது சங்கவி பூப்பெய்தாள். பள்ளியில் இருந்து அருள்ராஜனுக்கு தகவல் போக, உடனே அலுவலகத்திற்கு. விடுப்பு சொல்லி விட்டு பள்ளிக்கு விரைந்தார். தலைமை ஆசிரியரிடம் சொல்லி விட்டு சங்கவியை அழைத்து போக எத்தனிக்க, நானும் வரேன் என்று அழ ஆரம்பித்தாள் சங்கீதா.

முதல் மாதவிடாயில் முகம் வெளிறி, துப்பட்டாவால் முக்காடு போட்டிருந்த சங்கவியை பார்த்து, அவளுக்கு

ஏதோ ஆகிவிட்டது என்று பயந்து, தன்னையும் கூட்டி செல்ல சொல்லி பிடிவாதமாக நின்று அழுதவளை எதுவும் சொல்ல முடியாமல் அவளின் வகுப்பு ஆசிரியரிடமும் அனுமதி வாங்கி, இருவரையும் அழைத்துக் கொண்டு கிளம்பினார்.

வீட்டிற்கு வந்ததும், அக்கம்பக்கத்தினர் அனைவரையும் அழைத்து சங்கவிக்கு நீராட்டி, காலியாக இருந்த மற்றொரு அறையில் அமர வைத்தனர். அந்த அறையை ஏற்கனவே சுத்தம் செய்து வைத்திருந்தார் மீனாம்பிகை. அக்காவுக்கு என்னாச்சி என்று கேட்ட சங்கீதாவிடம், அவளுக்கு ஒன்னும் இல்ல, பெரிய மனுசி ஆகிட்டா என்று சொல்லி சென்றனர் கூடியிருந்த பெண்கள்.

அமைதியாக அமர்ந்து இருந்தவளிடம் வந்த மீனாம்பிகை, அவளுக்கு அறிவுரை என்ற பெயரில் மிரட்ட ஆரம்பித்தார். ஸ்கூலுக்குப் போனா, நேரா வீட்டுக்கு தான் வரனும், வழியில யார் கூடவும் பேச கூடாது, முக்கியமா பசங்க கூட பேசவே கூடாது, அவங்களா வந்து பேசுனா கூட திரும்பிப் பார்க்காம வரனும் என பல கட்டளைகள் பிறந்தன. இவை அனைத்தும் ஒரு பெண் தெரிந்து கொள்ள வேண்டியது அவசியம் தான். ஆனால் அன்பாக சொல்லாமல் மிரட்டும் வகையில் அவர் சொன்ன விதம் தான், பெண்ணவளை தாயிடம் இருந்து மனதளவில் சற்று விலக வைத்தது.

அவர் பேசுகையில் அருள்ராஜன் வீட்டில் இல்லை, சங்கவிக்கு தேவையான பொருட்கள் வாங்க வெளியே சென்றிருந்தார். அவர் இருந்திருந்தால் மீனாம்பிகையை கண்டித்து, சங்கவிக்கு ஆதரவாக பேசி இருப்பார்.

ஏற்கனவே சற்று பயத்தில் இருந்தவள், தாயின் பேச்சில், மேலும் கலங்கி, சாந்தமாக அப்படியே தரையில் சரிந்து, ஏதேதோ யோசித்தவள் அப்படியே உறங்கி விட்டாள்.

நீராட்டி முடிக்கும் வரை அருகில் இருந்த சங்கீதா, பின்பு விளையாட சென்றவள் மாலை தான் வீடு திரும்பினாள்.

தூங்கி கொண்டு இருந்த தமக்கையை எழுப்பி, அக்கா வா நீயும் நானும் வெளயாடலாம் என்று அழைக்க, இவள் பதில் சொல்லும் முன்பே அடுக்களையில் இருந்து மீனாம்பிகையின் குரல் வந்தது. இனிமே அவள விளையாடலாம் கூப்பிடாத, அவ இன்னும் சின்னப் பொண்ணு இல்ல சரியா...? என்றதும் முகம் வாட, ஊஞ்சலுக்கு போய் விட்டாள் சங்கீதா.

சிறிது நேரம் கழித்து சங்கவியின் தோழிகள் பட்டாளம் வந்தனர். இவர்கள் 5 பேர். சங்கவி, லலிதா, பவித்ரா, சாருலதா, கீர்த்தனா. எப்போதும் குழுவாக தான் சுற்றிக் கொண்டு இருப்பார்கள். இதில் சங்கவியும் சாருலதாவும் ஒன்றாம் வகுப்பில் இருந்து தோழிகள். மற்ற மூவரும் ஆறாம் வகுப்பில் இவர்களுடன் சேர்ந்தவர்கள்.

ஐவரின் வீடும் வெவ்வேறு இடங்களில் இருப்பதால், பள்ளி நேரத்தில் மட்டும் நட்பை வளர்த்தார்கள். யார் வீட்டிற்கும் யாரும் சென்றதில்லை. சாரு, சங்கவி இருவருக்கும் ஒருவர் வீடு மற்றவருக்கு தெரியும். அதனால் டியூசன் கட் அடித்து விட்டு, சாருவை இழுத்து கொண்டு சங்கவியை பார்க்க வந்திருந்தார்கள். பவித்ரா, கீர்த்தனா இருவரும் கணக்கு மற்றும் அறிவியல் பாடத்திற்கு டியூசன் போகிறார்கள்.

தோழிகளைப் பார்த்ததும் முகம் மலர, வாங்கடி, வீட்டுக்கு போகாம நேரா இங்க தான் வரிங்க போல என்றாள். ஆமா, நீ ஃபுல் மேக்கப் போட்டு இருக்கறத பாக்க தான் வந்தோம் என்ற கீர்த்தனாவிடம் அப்ப டியூசனுக்கு போகலயா என்று கேட்டாள். அதற்கு பவித்ரா, எங்களுக்கு சொல்லி குடுத்து டையர்டு ஆயிட்டேன்னு டியூசன் சார் சொன்னாரு. சரி

பாவம்னு, அவருக்கு இன்னைக்கு லீவு குடுத்துட்டோம் என்றாள்.

இவர்களின் ரகளையில் சிரித்த சங்கவிக்கு நெட்டி முறித்த சாரு, இப்பதான் பார்க்க அழகா இருக்கு, நாங்க வரும் போது ஏன் மொகத்துல சார்ஜ் லோவா இருந்தது என்று கேட்க, சங்கவி உட்பட அனைவரும் அவளை ஆச்சரியமாக பார்த்தனர்.

இதுதான் சாரு, சங்கவியைப் பற்றி முழுதாக இவளுக்கு மட்டும் தான் தெரியும். சங்கவியின் குணத்தை அவ்வளவு சீக்கிரம் யாரும் கணிக்க முடியாது. மற்றவர்களை பொறுத்தவரை, சங்கவி குழந்தைத்தனம் கொண்டவள், எல்லாரிடமும் அன்பாக பேசுவாள். தங்கையின் மீது அதீத பாசம் வைத்திருப்பவள், தோழிகளுக்காக எதையும் செய்ய கூடியவள்.

ஆனால் எல்லாவற்றையும் தாண்டி, ஒரு அழுத்தம் மற்றும் கடுமை அவள் கண்களில் எப்போதும் இருக்கும். அதை தேவை ஏற்பட்டால் தவிர வெளியே காட்டிக் கொள்ள மாட்டாள். சாரு அளவுக்கு இல்லாவிட்டாலும், ஓரளவு சங்கவியை தெரிந்த இன்னொரு நபர் சங்கீதா.

சங்கவி, தன்னுடன் வகுப்பில் உடன்படிக்கும் ஆண்களிடம் கூட அதிகம் பேச மாட்டாள். அப்படி பேசினாலும், அது படிப்பு பற்றி தான் இருக்கும். வீண்பேச்சு பேச வருபவர்களிடம் ஒரு வார்த்தை கூட பேச மாட்டாள், ஆனால் அவள் பார்வை, அடுத்த முறை இவளைப் பார்க்கும் போது நான்கடி தள்ளி நடக்க வைக்கும்.

அப்படிப்பட்ட அவளிடம் வந்து, பசங்க கூட பேசாதே என்று மீனாம்பிகை சொன்னதை தான் அவளால் ஜீரணிக்க முடியவில்லை. தன் அன்னை தன்னை புரிந்து கொண்டது

அவ்வளவு தானா என்ற கழிவிரக்கம் தான் அவளை வாட்டியது.

முகத்தை வைத்தே தன்னை புரிந்து கொண்ட சாருவை, எப்போதும் போல இன்றும் பெருமையாக பார்த்தாள் சங்கவி. இவர்களை மாறி மாறி பார்த்த மற்ற மூவரும், எம்மா ரெண்டு பேரும் பொங்குனது போதும், எங்களுக்கு பசிக்குது என்றனர்.

ஐவரும் இந்த விஷயத்தில் மட்டும் ஒன்று போல இருப்பார்கள். பள்ளி முடிந்து வந்ததும் சாப்பிட வேண்டும் கண்டிப்பாக. இவர்களின் சத்தம் கேட்டு உள்ளே வந்த சங்கீதா, வாங்க அக்காஸ் என்றவாறு அன்னையிடம் சென்றவள் எல்லாருக்கும் காபி போட சொல்லி விட்டு, திண்பண்டங்களை எடுத்து வைத்தாள்.

பின் வெளியே வந்து, அக்காக்களா, ஒரு சின்ன புள்ள வேல செய்யறாளே, உதவி பண்ணலாம்னு யாருக்காவது தோணுதா என்று கத்த, அடியே குட்டி வாலு, என்னடி செய்யனும் இப்ப என்றபடி வந்தனர் லலிதாவும் பவித்ராவும். பெருசா ஒன்னும் இல்ல, நீங்க கொறிக்க ஸ்னாக்ஸ் எடுத்து வெச்சேன், அத நான் எடுத்துட்டு வந்துருவேன், அம்மா காபி போட்டதும் எடுத்துட்டு வாங்க, என்னால தூக்க முடியாது, சிந்திரும் என்றாள்.

பெருமையாக அவளைப் பார்த்தனர் இருவரும். நாம பேசிட்டு இருந்தது கூட இவளுக்கு தெரியாது, ஆனா நம்மள பாத்ததும் பொறுப்பா சாப்பிட எடுத்து வெக்கறாளேன்னு பரிவாய் பார்த்தார்கள். இவர்களின் பார்வையை புரிந்து கொண்ட சிறியவள், எனக்கு அவ்ளோ சீனெல்லாம் இல்ல. சங்கவிக்கா மதியம் சாப்பிடாம தூங்கிருச்சி. உங்க கூட இருந்தா கொஞ்சம் அதிகமா சாப்பிடும், அதான்...

சங்கீதாவின் பேச்சைக் கேட்டு இருவரும் அவளைப் பொய்யாய் முறைக்க, நமட்டுச் சிரிப்புடன் அவர்களைப் பார்த்தாள் சிறுமி. இங்கே சங்கவியின் அறையில் சாருவும் கீர்த்தனாவும் அவள் கவலையின் காரணத்தை விசாரித்துக் கொண்டிருந்தார்கள். தயங்கி கொண்டே தாயின் பேச்சை அவள் கூற, அவர்களுக்கும் வருத்தம் தான். ஆனால் இவள் முன்பு காட்டி கொள்ள கூடாது என்று நினைத்து இருவரும் அமைதியாக, சாரு தான் பேசினாள்.

அம்மா நல்லதுக்கு தான் சொல்றாங்க, ஆனா சொல்ல தெரியாம சொல்லிட்டாங்க, நீ எதுவும் நெனைக்காத. நல்லதாவே யோசி, அவங்க ஏன் உன்ன தப்பா நினைக்க போறாங்க என்று பேச்சை மாற்றினாள். பேசிக் கொண்டிருக்கும் போதே சங்கீதாவுடன் மற்ற இருவரும் காபி, ஸ்நாக்ஸ் சகிதம் வந்தார்கள்.

எல்லாரும் பேசிக் கொண்டே சாப்பிடத் தொடங்க, சங்கீதாவை யாரும் கண்டு கொள்ளவில்லை. சிறிது நேரம் கழித்து அவள் புறம் திரும்பிய சாரு, தன் கையில் இருந்த பிஸ்கட்டை அவளிடம் கொடுத்து சாப்பிட சொன்னாள். அதை வாங்கியவாறே மற்ற அனைவரையும் நோட்டம் விட்டவள், யாராவது என்ன சாப்பிட சொன்னிங்களா, என் சாருக்கா தான் பெஸ்ட், நீங்கள்லாம் வேஸ்ட் என்றதும் சங்கவியின் முகம் வாடி விட்டது.

அவளைப் பார்த்த சங்கீதா, அய்யோ அக்கா, ரொம்ப பீல் பண்ணாத, சும்மா தான் சொன்னேன். நீ மதியம் சாப்பிடல, இவங்க கூட இருக்கும் போது நல்லா சாப்பிடுவன்னு தான் எல்லாருக்கும் குடுத்தேன், இல்லன்னா இவங்களுக்கு நான் ஏன் தரப்போறேன். இதெல்லாம் எனக்கே பத்தாது என்று மற்றவர்களைப் பார்த்தவாறு பழிப்பு காட்ட, அவர்கள் இவளை பொய்யாக துரத்த, விடு ஜூட் என்று மறுபடியும்

ஊஞ்சலாட ஓடி விட்டாள்.

சங்கவிக்கு இப்போது தான் மனம் லேசானது. துரத்துவது போல பாசாங்கு காட்டியவர்கள், மீண்டும் அறைக்கு வரும் போது சங்கவி மலர்ந்த முகத்துடன் இருந்தாள். எல்லோரும் மறுபடியும் கதை பேசி சிரிக்க, தோழிகள் இருந்த அறையை கோபம் கலந்த வெறுப்போடு பார்த்துக் கொண்டு இருந்தது இரு கண்கள்.....

பாகம் - 5

சங்கவி, தோழிகளுடன் சிரித்து பேசிக் கொண்டிருக்க, அவர்களை அடக்கி வைத்த கோபத்தோடு பார்த்தார் மீனாம்பிகை. ஆனால் அதை அவரால் வெளிக்காட்ட முடியவில்லை. காரணம் சங்கீதா.

அருள்ராஜனின் பல அறிவுரைகளில் முக்கியமான ஒன்று, ஒருவரைப் பற்றி மற்றொருவரிடம் குறை சொல்ல கூடாது. எந்த விஷயத்தையும் சம்பந்தப்பட்டவரிடம் நேரடியாக தான் தெரிவிக்க வேண்டும். புறம் சொல்லுதல் கூடவே கூடாது. மீறியதாக தெரிந்தால், அவரின் கடுமையான முகத்தை பார்க்க நேரிடும். அதை தனக்கு சாதகமாக பயன்படுத்திக் கொண்ட மீனாம்பிகை, என்ன செய்தாலும், எப்படியும் தன்னிடம் தான் சொல்வார்கள். கணவனிடம் விசயம் எதுவும் போகாது என்று நினைத்து கொண்டிருக்க, அவர் நினைப்பை பொய்யாக்கியவள் தான் சங்கீதா.

அருள்ராஜனை பொறுத்த வரை, பிள்ளைகளிடம் யாராவது ஒருவர் கண்டிப்பாக இருப்பது தான் நல்லது என்று நினைத்தவர் அதை மனைவியிடமும் கூறினார். இருவரும் பெண் குழந்தைகள் என்பதாலும், இயல்பிலேயே அவர் கொஞ்சம் நேர்த்தியாக இருப்பதை விரும்புபவர் என்பதாலும், தன்னை விட தாயிடம் நெருக்கமாக இருப்பார்கள் என்று நினைத்து அவர் பிள்ளைகளிடம் பாசத்தை வெளிப்படுத்தாமல் சற்று ஒதுங்கி தான் இருப்பார். ஆனால் அதை தவறு என்று அவர் உணர்ந்து கொள்ள, காலத்திடம் பெரிய விலை கொடுக்க வேண்டி இருக்கும் என்பது அவருக்கு தெரியவில்லை.

பிள்ளைகள் சிறியவர்கள், கணவரிடம் புகார் செய்தாலும், இவர்கள் பேச்சு எடுபடாது என்று இருவரையும் கண்டிப்பு

என்ற பெயரில் கடுப்பாக்கியவரை, நாசூக்காக மாட்டி விடுவாள் சங்கீதா.

இப்படித்தான் சென்ற ஆண்டு, இவர்கள் வீட்டிற்கு இரண்டு வீடு தள்ளியிருந்த நந்தகுமார் என்ற சங்கவியுடன் படிக்கும் பையன் அவளைப் பார்க்க வந்தான். வழக்கம் போல, சகோதரிகள் இருவரும் பின்புறம் ஊஞ்சலாடி கொண்டிருக்க, மீனாம்பிகையை அழைத்து, ஆன்ட்டி சங்கவி இல்லையா என்று கேட்டான்.

அவனை முறைத்து பார்த்தவர், "யாருடா உனக்கு ஆன்ட்டி, யாரு சொல்லிக் குடுத்து இப்படி கூப்பிடுற.." என்று கேட்க, வந்தவனுக்கு பயத்தில் முகம் வெளிறி விட்டது. அவனை மேலும் முறைத்துக் கொண்டே, "எம்பொண்ண எதுக்கு நீ கேக்கற" என்று கேட்டாள்.

அவனோ தயங்கி கொண்டு, "இல்ல ஆன்....., இல்ல, நான் இன்னிக்கு லீவு. அதான் சங்கவி கிட்ட என்ன பாடம் நடத்துனாங்க, என்ன ஹோம் வொர்க்னு கேக்க வந்தேன்" என்றான். "ஏன், உன்கூட என் பொண்ணு மட்டும் தான் படிக்கறாளா..?" என்று மறுபடியும் கேட்க, முகம் வாட திரும்பி செல்ல போனவனை பின்னிருந்து அழைத்தாள் சங்கீதா.

அவளை பின்னால் திரும்பிப் பார்த்த மீனா, ஒரு நொடி அதிர்ந்து மீண்டும் இயல்பானவர், உள்ளே சென்று விட்டார்.

"ஹாய் நந்துண்ணா, அக்காவ பாக்க வந்தியா"
" ம்ம்ம், நான் இன்னிக்கு லீவு, அதான், சங்கவி டைரி வாங்கிட்டு வரியா, ஹோம் வொர்க் பாத்துட்டு தரேன்"
" இருண்ணா, அக்காவ வர சொல்றேன்" என்று கிளம்பியவள் மீண்டும் அவன்புறம் திரும்பி

" ஆமா, ஏன் லீவு, இன்னிக்கு எதாவது டெஸ்ட் இருந்துச்சா, கட் அடிக்க லீவ் போட்டியா" என்று கிண்டலாக கேட்க, லேசாக சிரித்தவன்
"எனக்கு பீவர் பாப்பா,அதான்" என்றான். சங்கவி, "சரி இருங்க, அக்காவ கூட்டிட்டு வரேன்..." என்று பின்புறம் சென்றாள்.

விளையாடி கொண்டு இருந்தவளுக்கு தாகம் எடுக்க, தண்ணீர் குடிக்க உள்ளே வந்தவள், வாசலில் சத்தம் கேட்டு, வெளியே வந்தாள் சங்கீதா. அவள் வரும்போது தான் மீனாம்பிகை பேச ஆரம்பித்தார். அவர் பேசியதை எல்லாம் கேட்டுவிட்டு தான், கிளம்பிய நந்துவை நிறுத்தி பேசினாள்.

பின் சங்கவி வந்ததும், இரண்டு நிமிடங்களில் வந்த வேலையை முடித்து விட்டு அவசர அவசரமாக கிளம்பி விட்டான் நந்தகுமார்.

சிறிது நேரம் கழித்து வந்த அருள், காபி குடித்தவாறு அமர்ந்திருக்க, சங்கவி அறையில் படித்து கொண்டு இருந்தாள். அப்போது அவர் அருகில் சென்றவள், யதார்த்தமாக பேசுவது போல ஆரம்பித்து, அப்பா உங்களுக்கு எங்க மேல பாசமே இல்ல என்றாள் சங்கீதா.

புரியாமல் பார்த்தவரிடம், அம்மாவுக்கு எங்க மேல எவ்ளோ அக்கறை தெரியுமா என்று பெருமையாக பேசுவது போல, மாலை நடந்ததை ஒன்று விடாமல் சொல்லி முடித்து விட்டு, என் வேலை முடிந்தது என்று அக்காவிடம் சென்று படிக்க அமர்ந்து விட்டாள்.

அவள் சென்றதும் மனைவியை அவர் பார்த்த பார்வையில், மீனா கலங்கி விட்டார். அறைக்கு வர சொல்லி விட்டு, அவர் முன்னே செல்ல, தயங்கிக் கொண்டு பின்சென்றார் மீனாம்பிகை.

அவள் உள்ளே சென்றதும் சிறிது நேரம் எதுவும் பேசாமல் மீனாம்பிகையை உற்றுப் பார்த்தவர், அடுத்த நொடி, பொரிய தொடங்கினார். "என்ன மீனா உனக்கு பிரச்சனை, மொதல்ல நம்ம பொண்ணுங்கள நாம நம்பணும். அப்படியே உனக்கு சங்கவி மேல எதாவது சந்தேகம் இருந்தா, அத அவகிட்ட தான கேக்கணும்...? படிக்கறத பத்தி பேச வந்த பையன் கிட்ட நீ பேசுன பேச்சு சரியா...? இனிமே அவன் நம்ம பொண்ண தான, தப்பா நெனைப்பான். சங்கீதா சொன்னத பாத்தா, நீ பேசுன எதுவும் சங்கவிக்கு தெரியலன்னு தெரியுது. நம்ம பொண்ணுங்க, எது நடந்தாலும் நம்ம கிட்ட வந்து சொல்ற நம்பிக்கைய நாம தரணும், நம்மளே சந்தேகப்பட கூடாது. நீ பேசுனது தெரிஞ்சா, சங்கவி, உன்கிட்ட எதாவது சொல்லுவாளா...? சங்கவிய விடு, இப்ப நீ நடந்துகிட்டத பாசம், அக்கறைன்னு நெனைக்கற சங்கீதா, கொஞ்சம் வெவரம் தெரிய ஆரமிச்சதும், உன் கிட்ட கூட நெருங்க மாட்டா. என் பொண்ணுங்கள நான் நம்பறேன், கொஞ்சமாது அம்மா மாதிரி பொறுப்பா இருக்க பாரு. திரும்ப இந்த மாதிரி எதாச்சும் கேள்வி பட்டேன்னா நல்லா இருக்காது... " என்று சொல்லிவிட்டு வெளியே சென்றார்.

அவர் இவ்வளவு பேசியும், மீனாவுக்கு எதாவது புரிய வேண்டுமே...? தன் பாட்டில் புலம்பினாள். "இப்ப நான் என்ன பண்ணிட்டேன். இந்தப் பேச்சு பேசறாரு... பொம்பள புள்ளய தேடி ஒரு பையன் வந்தா திட்டாம, விருந்து வெச்சா அனுப்புவாங்க..? பிள்ளைங்க கிட்ட எப்படி இருக்கனும்னு இவருக்கு தெரில, என்ன குத்தம் சொல்ல வந்துட்டாரு..."

ஆனால் இதில் ஆச்சரியம் என்னவென்றால் சங்கீதா மீது அவருக்கு கொஞ்சம் கூட அன்று சந்தேகம் இல்லை. ஏதோ தெரியாமல், தன்னை பெருமையாக பேசுவதாக நினைத்து

சொல்லி விட்டாள் என்று தான் நினைத்தார். ஆனால் இதே போல மீண்டும் மீண்டும் நடக்க, அவள் வேண்டுமென்று தான் செய்கிறாள் என்று புரிந்து கொண்டார்.

எனவே, சங்கீதாவை கண்டால் மட்டும், அவர் தன் கண்டிப்பை (🤔🤔) வேறு எதாவது ஒரு வகையில் காட்ட ஆரம்பித்தார். ஆனால் இதைப் பற்றி சங்கீதாவிடம் கேட்கவில்லை. தான் கேட்டு, அதையும் கணவரிடம் சொல்லி விட்டால் என்ன செய்வது என்று அமைதியாக இருந்து வந்தார்.

சங்கீதாவை பற்றி யோசித்த மீனா, அமைதியாக, சங்கவியின் தோழிகளைப் பார்த்து கொண்டு இருந்தார். சிறிது நேரத்தில் அனைவரும் பேசி முடித்து, மீனாம்பிகையிடம் கிளம்புவதாக சொல்லிவிட்டு வெளியே வந்தனர்.

சட்டென லலிதா "அய்யய்யோ, மறந்துட்டமே" என்றாள். "என்னத்தடி மறந்த...?" என்று மற்றவர்கள் கேட்க, "நீ ஒரு நிமிஷம் வா.." என சாருவின் கையைப் பிடித்து இழுத்து கொண்டு சங்கவி அறையை நோக்கி சென்றாள்.
சாரு, "எதுக்குடி இப்படி இழுத்துட்டுப் போற"
லலிதா "ஆச தான், உன்ன இழுத்துட்டுப் போயி, நா என்ன கல்யாணமா பண்ண முடியும்"
சாரு, " ஆமாமா, அப்படின்னா நீ ஏன் உன் மாமா பையன கூட்டிட்டு போயி கல்யாணம் பண்ணிக்க கூடாது..?"
லலிதா " எனக்கும் அந்த ஐடியா இருக்கு, ஆனா எனக்கொரு டவுட்டு "

சாரு " என்ன, வீட்டுலயே கட்டி வெக்க போறாங்க, அப்பறம் ஏன் இழுத்துட்டுப் போகணுன்னா..? இல்லன்னா இப்ப கல்யாணம் பண்ணா, சைல்டு மேரேஜ் கேஸ் ஆயிடும்னா...?"

லலிதா " அதில்லடி, இந்த குமரன் பையன் வரவர என்ன கண்டுக்கவே மாட்றான், ஆனா நம்மள தான் வாட்ச் பண்றான். எனக்கென்னவோ, அவன் நம்ம செட்ல, வேற யாரையோ சைட் அடிக்கற மாதிரி இருக்கு, சீக்கிரம் கண்டு படிக்கிறேன்.."

லலிதா சாதாரணமாக சொல்லி விட்டு சங்கவியின் அறைக்குள் நுழைந்து கொண்டாள். ஆனால் சாரு தான் அதே இடத்தில், கால்கள் நகராமல் நின்று விட்டாள். பின்ன, குமரன் சைட் அடிப்பது இவளைத் தானே.

சிறிது நேரத்தில் நிதானித்தவள் உள்ளே செல்ல லலிதா சொல்லிக் கொண்டிருந்ததை கேட்டு அதிர்ந்து நின்றாள். பின் திரும்பி சங்கவியைப் பார்க்க, அவளும் அப்படித்தான் இருந்தாள்.

லலிதா சொன்னது இதைத்தான்.
"ஹே சங்கவி, வந்த விசயத்த மறந்துட்டு போறோம் பாரு. நாளைக்கு கிளாஸ்ல இருக்க உன்னோட புக், கைடு எல்லாம் சங்கீதா கிட்ட குடுத்து அனுப்பறோம். 15 நாள் தான் இருக்கு எக்ஸாம்க்கு. அதனால கிளாஸ் டீச்சர் உன்ன நல்லா படிக்க சொன்னாங்க. டெய்லி நடத்தற பாடத்த எல்லாம், இங்க பக்கத்துல நந்து இருக்கான்ல, அவன்கிட்ட நோட்ஸ் வாங்கி எழுதி படிக்க சொன்னாங்க "

இப்ப தான் சமாதானம் பண்ணேன், அதுக்குள்ளயா என்று தலையில் கை வைத்தாள் சாரு. சுற்றும் முற்றும் பார்த்தவள் " நல்ல வேல, சங்கவி அம்மா இங்க இல்ல.. " என்று ஆசுவாசமானாள்.

இவள... என்று மனதில் லலிதாவை திட்டியவள், "இல்ல லலி, நந்து நோட்ஸ் லாம் ஒழுங்கா எழுதுவானான்னு தெரில, நம்மளே எக்ஸ்ட்ரா ஒரு காபி எழுதி டெய்லி

சங்கீதா கிட்ட குடுத்து விட்றலாம்" என்றவளை நன்றியோடு சங்கவி பார்த்தாள்.

லலிதா "லூசாடி நீ, நம்ம எப்படி கிளாஸ்ல எழுத முடியும், நந்தகுமார் கிட்ட வாங்குனா, இவ ஈவ்னிங்ல அத பாத்து காபி பண்ணிக்கிட்டு பகல்ல படிப்பால்ல.. "

சாரு " கரெக்ட்டு தான், ஆனா அவன் எழுதறது சங்கவிக்கு புரியணுமே.. நம்ம எழுதி குடுத்தா அவ படிக்க ஈசியா இருக்கும்ல.. அதான் சொன்னேன். அதுமில்லாம, தமிழ விட்டுட்டு மத்த நாலு சப்ஜெக்ட்டும் ஆளுக்கு ஒருத்தரா எழுதுனா நமக்கும் ஈசி தான்... தமிழ் மட்டும், கைடு வெச்சி நீயே படிச்சிப்பல்ல டி.." என்று சங்கவியை கேட்டாள்...

சங்கவி வேகமாக, ஆமாம் என்று தலையாட்ட, இருவரையும் பார்த்த லலிதா, எதுவோ சரியில்லை என்று மனதில் குறித்துக் கொண்டாள்.
பின் சங்கவியிடம் "சரிடி நாங்க கெளம்பறோம், முடிஞ்சா அப்பப்போ வரோம்.." என்று விட்டு இருவரும் வெளியே வந்தனர்.

அங்கே வெளியே திண்ணையில் அருள்ராஜன் பவித்ரா, கீர்த்தனாவுடன் பேசிக் கொண்டிருந்தார். யோசனையில் இருந்த லலிதா, சட்டென அவரிடம் போய், "அப்பா, வீட்டுக்கு ஒரு போன் பண்ணனும்" என்று கேட்டாள்.

அவர் ஏனென்று கேட்க, "இல்லப்பா, இவங்க ரெண்டு பேரும் இன்னைக்கு டியூசன் லீவு போட்ருக்காங்க, அதான் அப்படியே எல்லாரும் ஒன்னா இங்க பக்கத்துல இருக்க பார்க் போலாம்னு... வீட்டுல சொல்லிட்டு போறோம் பா" என்று கேட்க.. சற்று யோசித்து விட்டு, "சரி, நீங்க கெளம்புங்க, நான் உங்க எல்லார் வீட்லயும் சொல்லிடறேன். ஆனால் சீக்கிரம் வீட்டுக்கு போயிடுங்க.."

என்று அனுப்பி வைத்தார்.

பவித்ரா, "என்னடி திடீர்னு..? "
கீர்த்தனா "எப்பயும் படி படி ன்னு உசுர வாங்குவ, நீயா இப்ப பார்க் போலாம்னு முடிவெடுத்த...? நம்ப முடியலயே..." 🤔🤔

லலிதா "சும்மா தான், அங்க போயி பேசிக்கலாம்.. "
அவள் அமைதியாக சொன்னதில் மற்றவர்கள் எதுவும் கேட்காமல் வந்தனர்.
சாரு தான், இவர்களை கவனிக்காமல் லலிதா சொன்னதை யோசித்துக் கொண்டு இருந்தாள். மனம், அவனைப் பற்றி சிந்தித்தது.

குமரனை அவளுக்கும் பிடிக்கும். ஆனால் எந்த விதமான அன்பு என்று கேட்டால், அவளுக்கே தெரியாது.

லலிதா, 5ம் வகுப்பு வரை, திண்டுக்கல்லில் அவள் வீட்டிற்கு அருகில் இருந்த தொடக்க பள்ளியில் தான் படித்தாள். பின் அவள் தந்தை, பூபதியை விழுப்புரத்திற்கு பணிமாற்றம் செய்ய, லலிதாவின் அம்மா லீலாவதியின் அண்ணன் சபாபதி உதவியுடன் இங்கு குடிபெயர்ந்தனர்.

லலிதாவும் குமரனும், இருவயது வித்தியாசம் இருந்தாலும் சிறுவயதில் இருந்தே நல்ல நட்புடன் பழகி வந்தார்கள். அதனால் தான், குமரன் படிக்கும் பள்ளியில் லலிதாவையும் சேர்த்தார்கள்.

முதல்நாள் ஒருவித பயத்தில் இருந்தவளை "என்ன லல்லி, இதுக்கு போயி பயப்படற. யாராச்சும் உன்ன எதாது சொன்னா, நான் குமரனோட அத்த பொண்ணுன்னு சொல்லு, சரியா...?" என்று என்னென்னவோ சொல்லி, சமாதானப் படுத்தி கூட்டி வந்தான்.

ஸ்கூல் நல்லா பழகற வரைக்கும், தினமும் கிளாஸ் ரூமுக்கு நீ தான் கூட்டிட்டு வந்து விடனும் என்ற கண்டிஷனுடன் அவனோடு வந்தாள் லலிதா. அவளை வகுப்பில் விட வரும்போது தான் சாரு, சங்கவியை பார்த்தான்.

முதல் இரண்டு நாட்கள் எப்போதும் போல இருந்தவனுக்கு, எங்கு சென்றாலும் இரட்டையர் போல சுற்றும் இவர்கள் இருவர் மீதும் ஈர்ப்பு தோன்ற, பின்பு தினமும் இவர்கள் மீது கவனம் செலுத்தினான். சங்கவியிடம் சிஸ்டர் ஃபீலிங் தோன்றிய அவனுக்கு சாருவை அப்படி நினைக்க தோன்றவில்லை. அந்த வயதில் அவனுக்கு காரணமும் தெரியவில்லை.

அதற்கு ஏற்றார் போல, இரண்டே வாரத்தில் "இவங்க ரெண்டு பேரும் இனிமே என்னோட பெஸ்ட் பிரண்ட்ஸ்" என்று சாரு, சங்கவியை குமரனிடம் அறிமுகம் செய்து வைத்தாள் லலிதா.
பின் அவர்களிடமும் "இது குமரன், 8வது படிக்கறான். என்னோட மாமா பையன்" என்று அறிமுகம் செய்ய, அவள் மாமா பையன் என்றதில், ஏனென்றே தெரியாமல் லலிதாவின் மீது கோபம் வந்தது குமரனுக்கு.

நாட்கள் அப்படியே நகர, அதற்கு பிறகு இவர்களுடன் சேர்ந்தவர்கள் தான் பவித்ராவும் கீர்த்தனாவும். இருவர் மூவராகி, மூவர் ஐவராகிய பின்னர் இவர்கள் நட்பு வளர்ந்து கொண்டே போனது.

குமரன் தினமும் இரண்டு முறையாவது, எதாவது காரணத்துடன் லலிதாவின் வகுப்பில் நிற்பான். அது ஏனென்றே அவனும் சிந்திக்கவில்லை, ஐவர் கூட்டமும் இதை பெரிதாக எடுத்துக் கொள்ளவில்லை.

சாரு சென்ற வருட கோடை விடுமுறையின் போது பெரியவள் ஆக, அவளைப் பார்க்க போக வேண்டும் என்று லீலாவதியுடன் மல்லுக்கு நின்றாள் லலிதா.
லீலா, "தனியா உன்ன அனுப்ப முடியாது, உங்க அப்பா வரவும் சாயங்காலம் கூட்டிட்டு போறேன் "
லலிதா, "சாயங்காலம் போனா, நீ கொஞ்ச நேரத்துல திரும்ப கூட்டிட்டு வந்துருவ. இப்ப போனா, நான் அவகூட கொஞ்ச நேரம் வெளயாடுவேன்ல.." என்று இருவரும் பேசிக் கொண்டிருக்க, அப்போது தான் அங்கு வந்தான் குமரன்...

*10*ம் வகுப்பு தேர்வு எழுதியிருந்தான். குமரன்,"என்ன லல்லி, அத்தகிட்ட என்ன சண்ட..."
லலிதா, "குமரா, சாரு, ஏஜ் அட்டன் பண்ணிட்டா. அவ வீட்டுக்கு போகணும்னு கேட்டா, இந்த அம்மா விட மாட்டேங்குது.." என்று அவனிடம் புகார் செய்து விட்டு அன்னையிடம் திரும்பி "நீயா விட்டா நல்லது. இல்லன்னா உம்பேச்ச மீறி நான் ஓடிட்டேன்ற கெட்ட பேரு எனக்கு வந்துரும்.." என்று கூற, சத்தமாக சிரித்தனர் மற்ற இருவரும்.

இருவரையும் முறைத்து விட்டு, "என்ன சிரிப்பு.." என்று கேட்க
லீலாவதி, "இவ செஞ்சாலும் செய்வா. நீ இவ ஓடாம பாத்துக்க குமரா.."
லலிதா,"ஆமாமா, இவன்கிட்ட போயி சொல்ற பாரு. இவன் பேருலயே ரன்ன வெச்சிருக்கான்.
எனக்கென்னவோ, இவன் தான் எனக்கு முன்னால ஓடப் போறான்னு தோனுது, பாத்துக்க..."

உண்மையில் அவன் அந்த நிலையில் தான் இருந்தான். ஏற்கனவே அவனுக்கு சாருவை பார்க்க வேண்டும் போல இருக்க, இப்போது லலிதா சொன்ன செய்தியில், அவளை உடனே பார்க்க தோன்றியது அவனுக்கு. அதனால்,

லலிதாவின் கிண்டல் பேச்சை அவன் கவனிக்கவில்லை.

லீலாவதி, "உன்ன விட வயசுல பெரியவன், ஒழுங்கா மரியாதையா பேசு...."

லலிதா, "இவனுக்கு, இந்த மரியாத போதும்.."
குமரன், "பரவால்ல, பேசட்டும் விடுங்கத்த. சாரு வீட்டுக்கு நான் வேணா கூட போகவா அத்த.."
அவர் பதில் சொல்லும் முன்பே
லலிதா, "என் செல்லம் குமரா நீ, வா வா சீக்கிரம் கெளம்பலாம்..." என்க,
லீலாவதியின் பதிலுக்காக காத்திருந்தான் குமரன்.

சற்று யோசித்து விட்டு, "சரி, போயிட்டு வாங்க, போகும் போது பூவும் ஸ்வீட்டும் வாங்கிட்டு போங்க.." என்று பீரோவில் இருந்து பணம் எடுத்து கொடுத்தார்...
இருவரும் சைக்கிளில் கிளம்பினர். வழியில் லீலாவதி சொன்னது போல, பூ மற்றும் ஸ்வீட் வாங்கி கொண்டார்கள்.

இவர்கள் இருவரும் சாரு வீட்டை அடையும் போது, அங்கு இவர்களுக்கு முன்பே சங்கவி, சங்கீதாவுடன் இருந்தாள். வீட்டில் ஒவ்வொருவரும் ஒரு வேலையில் இருக்க, சங்கவி சாருவின் அம்மா பூங்கொடிக்கு அடுப்படியில் உதவி செய்து கொண்டிருந்தாள். சங்கீதா, சாருவின் தம்பி மணிகண்டனுடன் விளையாடிக் கொண்டிருந்தாள்.

சங்கவியைப் பார்த்ததும் லலிதாவும் அடுப்படிக்கு சென்று விட்டாள். அதற்கு மேல் பொறுமை இழந்த குமரன், சங்கீதாவை அழைத்து, சாரு இருந்த அறைக்கு கூட்டிப் போக சொன்னான். அவள் அறையை காட்டிவிட்டு விளையாட ஓடிவிட, குமரன் அறைக்குள் நுழைந்தான்.

அங்கு வேறுசில தோழிகளுடன் பல்லாங்குழி விளையாடிக் கொண்டிருந்த சாருவைக் கண்டவன் சிலையாக நின்று விட்டான்.....

பாகம் - 6

சாருவின் அறைக்குள் நுழைந்த குமரன், மெய்மறந்து அவளைப் பார்த்து கொண்டிருந்தான். அவளை இந்த மூன்று வருடமாக சீருடையில் மட்டும் தான் பார்த்திருக்கிறான். பிறந்தநாள் அன்று கூட சீருடையில் தான் வருவாள்.

ஆண்டுவிழா சமயம் மட்டும் கலர் டிரஸ்ஸில் வருவாள், அதுவும் மிக சாதாரண உடையாக தான் இருக்கும். காரணம் வறுமை. சாரு 5ம் வகுப்பு படிக்கும் போது, விபத்தில் அவள் தந்தை இறந்துவிட்டார். அதில் மனதில் முடங்கியவளை சங்கவியின் நட்பு மட்டுமே தேற்றும் என்று தான், சங்கவி படிக்கும் பள்ளியில் சிரமப்பட்டு படிக்க வைக்கிறார் அவள் அன்னை.

அப்படி இருக்க, இன்று, சந்தன கலர் தாவணி, மெரூன் கலர் பாவாடை, ஜாக்கெட், அதே கலரில் கை நிறைய வளையல், மருதாணி பூசிய கைகள், தலைக்கு குளித்து, கூந்தல் காற்றில் பறக்க, தலை நிறைய பூ, கால்களில் சன்னமான கொலுசு, கழுத்தில் மெல்லிய தங்க செயின், மஞ்சள் பூசிய முகத்தில் சிறிய வட்ட வடிவ ஸ்டிக்கர் பொட்டு என தேவதைக்கும் மேலாக தெரிந்தாள், அவன் கண்களுக்கு...

விளையாட்டு ஆர்வத்தில், சாரு இவனை கவனிக்கவில்லை. ஆனால் குமரனோ, சாருவை மட்டும் தான் பார்த்துக் கொண்டிருந்தான். அப்போது சங்கவியுடன் அங்கு வந்த லலிதா, "எனக்கு அப்பவே தெரியும் டா, என்னடா நம்ம மாமா பையன், நாமளா எதாவது கேட்டாலே முறுக்கிட்டு போவான், இன்னைக்கு அதிசயமா, நம்ம கேக்காமலே 'எனி ஹெல்ப்' போர்ட தொங்கவிட்டுக்கிட்டு வரானேன்னு நெனச்சேன். இப்ப

தான தெரியுது.." என்று சொல்ல, அப்போது தான் நிமிர்ந்த சாரு, லலிதாவை பார்த்து சினேகமாக சிரித்து விட்டு, குமரனை பார்த்து லேசாக அதிர்ந்தாள்.

அவள் முகத்தைப் பார்த்து, புரிந்த கொண்ட லலிதா, "எங்கம்மா என்ன தனியா அனுப்ப மாட்டேன்னு சொல்லி, இந்த டம்மி பீஸ போய், எனக்கு பாடிகார்டா அனுப்பி, என்ன அசிங்கப் படுத்திட்டாங்கடி..." என்று அவளுக்கு விளக்கம் சொன்னவாறு புலம்பினாள்.

அவள் விளக்கத்தில் கடுப்பான குமரன், "யாருடி டம்மி பீஸ், நீ தான் காமெடி பீஸ். என்னமோ பெரிய விஞ்ஞானி மாதிரி, அப்பவே தெரியும், இப்பவே தெரியும்னு சொன்ன. என்ன தெரியும் உனக்கு.." என்று கேட்டுவிட்டு, அவள் சொன்ன பதிலில், ஏன்டா குமரா அந்த கேள்விய கேட்ட, என தன்னையே நொந்து கொண்டான். இவர்கள் பேசிக்கொண்டு இருக்கும் போதே, சாருவுடன் விளையாடிக் கொண்டிருந்த பெண்கள் கிளம்பி விட்டார்கள்.

லலிதா, "பின்ன, ஃபங்ஷன் நடக்கற வீட்டுல, பொண்ணுங்க இருப்பாங்க, சைட் அடிக்கலாம்னு தான வந்த... இவ்ளோ நேரம், அந்த வேலய தான செஞ்ச...?" என்று கேட்டாள்.
சுற்றும் முற்றும் பார்த்தவன், லலிதாவின் தலையில் கொட்டி, "நல்ல வேல, அந்த பொண்ணுங்க போயிட்டாங்க, இல்லன்னா என்ன கேவலமா நெனச்சிருப்பாங்க.."
என்று பேசியவனின் அடிமனமோ, சாரு முன்னாடி, இந்த பிசாசு, நான் சைட் அடிக்கிறேன்னு சொல்லிட்டாளே.. அவ என்ன பத்தி தப்பா நெனச்சிருவாளோ என்று அலறிக் கொண்டிருந்தான்.

லலிதா, "சரி சரி, வெளிய போடா அயோக்ய ராஸ்கல்.." என்று வடிவேலு பாணியில் சொன்னாள்.
சங்கவி, சாரு இருவரும் ஒரே நேரத்தில் "ஏய் லலி.." என்று கத்த, குமரனோ, என்ன இவ, பொசுக்குன்னு இப்படி சொல்லிட்டாளே என்று பேந்த பேந்த முழித்தான்...

லலிதா, "ஏன்டி நீங்க ரெண்டு பேரும் இப்படி கத்தறிங்க, அவனுக்கு மான ரோசம் லாம் இல்ல. நான் பேசறதுக்கு எல்லாம் பீல் பண்ண மாட்டான்.." என்றவள் குமரனை பார்த்து, "நீ இன்னும் கௌம்பலயா, கேர்ள்ஸ் நாங்க ஆயிரம் பேசுவோம். உனக்கு இங்க என்ன வேல..? போ போ, காத்து வரட்டும்..." என்றாள்.

இதுக்கு மேல இங்க நின்னா, நமக்கு தான் அசிங்கம் என்று நினைத்து, லலிதாவை முறைத்துக் கொண்டே, கையில் இருந்த கவரை சாருவிடம் நீட்டினான்.

சாரு, "இதெல்லாம் எதுக்கு, பரவால்ல, உங்களுக்கு எதுக்கு வீண் செலவு.."

குமரன் பதில் சொல்லும் முன்பே
லலிதா, "ரொம்ப பீல் பண்ணாதடி, அவன் ஒண்ணும், அவனோட செலவுல வாங்கிட்டு வரல. அம்மா தான் இதெல்லாம் வாங்கிட்டு போங்கன்னு சொல்லி காசு குடுத்தாங்க..." என்க,
இதுக்கு மேல வாய திறந்தா, நம்ம மானம் கப்பல் ஏறி, கண்டம் தாண்டி போயி டாடா காட்டும் என்று அமைதியானான்.

ஆனால் அதற்கும் லலிதா, "நான் சொன்னேன்ல, அவனுக்கு ரோசம் லாம் இல்ல, என்ன சொன்னாலும் எதும் நெனைக்க மாட்டான்னு.."
என்று சொல்லி சிரிக்க...

'இவள சைக்கிள்ல வெச்சி, இத்தன கிலோ மீட்டர் மாங்கு மாங்குனு மிதிச்சி கூட்டிட்டு வந்ததுக்கு, அவளால என்ன பண்ண முடியுமோ, அத பண்ணிட்டா, டோடல் டேமேஜ்..' என்று நினைத்துக் கொண்டு வெளியே வந்தான்...

அவன் போகும் வரை காத்திருந்து, அதன்பின் அவன் முகம் போன போக்கை நினைத்து தோழிகள் மூவரும் சிரித்துக் கொண்டனர்....

வெளியே வந்தவன், சங்கீதாவுடன் விளையாடும் மணிகண்டனை வேடிக்கை பார்த்தவாறு நின்று விட்டான். சிறிது நேரம் கழித்து அங்கு வந்த பூங்கொடி, அவன் நின்று கொண்டு இருப்பதை பார்த்து, அவனிடம் வந்தார்.

பூங்கொடி, "ஏன் தம்பி, நின்னுட்டு இருக்க, வந்து உக்காரு, டீயா காபியா.."
குமரன், "இல்ல ஆன்ட்டி பரவால்ல, எதுவும் வேணாம்..."
பூங்கொடி, "இவங்க இப்போதைக்கு, பேசி முடிச்சுட்டு வர மாட்டாங்க. அதுவரைக்கும் நின்னுட்டே இருக்க போறியா..?"
திருதிருவென விழித்தான் குமரன்..
பூங்கொடி, "இப்ப முழிச்சி என்ன பண்றது, கூட வரும் போது யோசிச்சி இருக்கணும்.." என்று கிண்டல் செய்து விட்டு,"சரி, இப்ப சொல்லு, டீயா காபியா.."
குமரன், "எதா இருந்தாலும் ஓகே ஆன்ட்டி..."
பூங்கொடி, "நா எடுத்துட்டு வர்றேன், நீ இங்க வந்து உக்காந்து டிவி பாரு.." என்று டிவி ஆன் செய்து, ஃபேன் போட்டுவிட்டு ரிமோட்டையும் அவன் கையில் கொடுத்துவிட்டு நகர்ந்தார்...

ஏனோ அவன் மனம், அவரை மீனாம்பிகையுடன் ஒப்பிட்டு பார்த்தது. இவனுக்கு எப்படி அவர தெரியும்னு தான யோசிக்கறிங்க..

நந்தகுமாருக்கு முன்னாடியே, அவரிடம் வாங்கி கட்டி கொண்டவன் ஆயிற்றே...

நந்து திட்டு வாங்குனதுக்கு ஒரு மாதம் முன்பு......
(ப்ளாஷ்பேக்ல ப்ளாஷ்பேக்)

பள்ளி முடிந்து தோழிகள் வெளியே வர, அவர்களுடன் எப்போதும் லலிதாவுடன் வருவது போல குமரனும் வந்தான், சங்கீதா காய்ச்சலால் மருத்துவமனையில் இருந்தாள்...

கீர்த்தனா, " இப்ப எப்படி இருக்கு பாப்பாவுக்கு"
சாரு, "எப்படி வீட்டுக்கு விடுவாங்க.."
சங்கவி, "பரவால்லடி, பீவர் இப்ப கொறஞ்சிடுச்சி, ஆனா வீக்கா இருக்காளாம், இன்னைக்கு குளுக்கோஸ் போடுவாங்கனு அப்பா சொன்னாரு... நாளைக்கு ஒரு தடவ செக் பண்ணிட்டு அனுப்புவாங்க.."
லலிதா, "விடுடி, வருத்தப் படாத, அவ இருந்தா எங்களுக்கும் ஜாலியா இருக்கும். இப்ப பாரு, இந்த உம்மனாம் மூஞ்சி கூடலாம் நம்ம போக வேண்டி இருக்கு.." என்று சங்கவியை சமாதானம் செய்ய, குமரனை வம்பிழுத்தாள்...

அவனுக்கும் அது புரிந்தது, கலகலப்பாக இல்லாவிட்டாலும், எப்போதும் அவளிடம் இருக்கும் புன்னகை இந்த நான்கு நாட்களாக இல்லை.. எனவே "யாருடி உம்மனாம் மூஞ்சி, நீதான் ரெட்டவால் கொரங்கு.."

"நீதாண்டா கருங்கொரங்கு"
" நீ தாண்டி கொரில்லா"
மாற்றி மாற்றி இவர்கள் திட்டிக் கொண்டு இருக்க,

சாரு தான் சங்கவியிடம் சீரியசாக "ஏன்டி, அப்ப இத்தன நாளா, நம்ம கொரங்கு இனத்தோடவா ப்ரெண்ட்ஸிப் வெச்சிருந்தோம்.."
என்று கேட்க, லலிதா சாருவை அடிக்க துரத்த, குமரன் லலிதாவை துரத்தினான்.

சிறிது தூரம் ஓடிவிட்டு, திரும்பிய லலிதா, இவன் யார தொரத்தறான் என்று சந்தேகப்பட்டு நின்றாள்
"ஆமா, இப்ப நீ யார தொரத்திட்டு வர"
" உன்ன தான்.. "
" என்னயா, நான் என்னடா பண்ணேன்"
" நீ தான, முதல்ல என்ன வம்பிழுத்த"
"டேய், அவ நம்ம ரெண்டு பேரையும் தான் அசிங்கப் படுத்துனா. நியாயமா நீயும் என்கூட சேந்து அவள தொரத்தனும், அத விட்டுட்டு என்ன அடிக்க வர.. லூசாடா நீ..? "
அவள் பேச்சில் மேலும் கடுப்பாகி,
" அவ சொன்னா தான், ஆனா நீ தான ஆரமிச்ச, இல்லனா அவ ஏன் உன்கூட என்னையும் சேத்து சொல்லப் போறா.. நீ தான் லூசு.."

அதில் கோபம் வந்த லலிதா, குமரனை அடிக்க, அதற்குள் அவளிடம் வந்த சாரு லலிதாவை அடிக்க, நம்மள யாரு அடிக்கறா என்று திரும்பினாள். சாருவை கண்டு அதிர்ந்து, "நீயேண்டி அடிக்கற" என்று கேட்டாள்.
அடிப்பதை நிறுத்தாமல், "நீ என்ன அடிக்க துரத்திட்டு வந்தல்ல, அதான்.." இந்த கேப்பில் குமரனும் சேர்ந்து அவளை தலையில் கொட்டிக் கொண்டே இருந்தான்.

அவனை நிமிர்ந்து பார்த்து,
" நீயுமாடா.."
"இப்ப நீ என்ன அடிச்சல்ல..."
"அது சரி, துரத்திட்டு போனதுக்கே இவ அடிக்கும் போது,

அடி வாங்குனவன் நீ அடிக்கலாம், அடி.."
"அவ்ளோ நல்லவ இல்லயே நீ.."
என்று சொல்லிக் கொண்டே இருவரும் அடிக்க...
திடீரென அடி அதிகமாக விழுவது போல இருக்க, நிமிர்ந்து பார்த்த லலிதா திகைத்தாள்...

பவித்ராவும் கீர்த்தனாவும் அவளை அடித்து கொண்டிருந்தார்கள்.
"ஏன்டி, இவங்க அடிக்க மொக்கையாவாது ஒரு காரணம் இருக்கு. நீங்க ஏன் அடிக்கறிங்க.."
"இல்லடி, கூட்டு சேந்து யாரையாவது அடிக்கனும்னு ரொம்ப நாள் ஆசை, அதான் கெடச்ச வாய்ப்ப மிஸ் பண்ண வேணாம்னு வந்தோம்.."
'அடிப்பாவிகளா' என்று புலம்பியபடி சங்கவியைப் பார்க்க, அவள் மணிகண்டனுடன், சிரித்தபடி வேடிக்கை பார்த்துக் கொண்டிருந்தாள்.

இவள சிரிக்க வைக்க எவ்ளோ அடி வாங்க வேண்டி இருக்கு, என்று நினைத்து, என்ன காப்பாத்தேன் என்ற ரீதியில், அவளைப் பார்த்தாள். அவளின் எண்ணம் புரிந்த சங்கவி, வேகமாக அங்கு வந்து, "விடுங்கடி அவள, பாவம் எவ்ளோ தான் அடிப்பிங்க. அண்ணா நீங்களும் தான்.." என்று குமரனின் கையைப் பிடித்து தடுத்தாள்..

இந்த காட்சியை தான், சங்கவியை கூட்டி செல்ல வந்த மீனாம்பிகை பார்த்தார்... குமரன் மீது அவ்வளவு கோபம் அவருக்கு.. அதனால், குமரனை கண்டிக்க (🤔🤔) எண்ணி, வேறு ஒருவனை அழைத்து, குமரனை அழைத்து வரச் சொன்னார்.

நம்மள யாரு வர சொல்லிருப்பா என்று யோசித்துக் கொண்டு வந்தவனுக்கு மீனாம்பிகை யாரென்றே தெரியாது. எப்போதும், அருள்ராஜன் தான் வருவார்

பிள்ளைகளை அழைத்து செல்ல..

அன்று சங்கீதாவுக்கு மருந்து வாங்க, ஹாஸ்பிடல் பில் கட்ட என்று வேலைகள் இருந்ததால், சங்கவியை அழைத்து வர மீனாவை அனுப்பி வைத்தார்.

குமரன் அருகில் வந்ததும், "யாருடா நீ, என் பொண்ணு கூட உனக்கு என்ன பேச்சு.." என்று கேட்க, குமரனுக்கு தலையும் புரியவில்லை, வாலும் புரியவில்லை...

"ஆன்ட்டி, யாரு நீங்க, உங்க பொண்ணு யாரு.. எனக்கு ஒன்னும் புரியல.."
"சங்கவி, என்னோட பொண்ணு.."
"ஓ, சாரி ஆன்ட்டி, நான் உங்கள பாத்ததில்ல, நான் லலிதாவோட மாமா பையன் தான்.. சங்கீதா நல்லா இருக்காளா..?"
என்று இயல்பாக கேட்டான்..

அவரோ மேலும் முறைத்து விட்டு, "லலிதாவுக்கு மாமா பையன்னா, அவளோட நிறுத்திக்க.. என் பொண்ணுகிட்ட பேசற வேல வெச்சிக்காத.." என்று மேலும் கொஞ்சம் அர்ச்சனை செய்து விட்டு, சங்கவியை அழைத்துக் கொண்டு கிளம்பினார்...

அதையெல்லாம் இப்போது நினைத்தவனுக்கு, பூங்கொடி ஆச்சரியமாக தெரிந்தார். சாருவைப் பார்க்க ஒரு வேகத்தில் வந்து விட்டானே தவிர, அவள் வீட்டில் என்ன சொல்வார்களோ என்று தயங்கி கொண்டு தான் வந்தான்..

யோசனையில் இருந்தவன் முன்பு, டேபிளில் ஒரு தட்டில் சாப்பாடும், அருகில் சிறிய தட்டில் பொறியலும், தண்ணீரும் வைக்கப்பட, நிமிர்ந்து பார்த்தான்.. பூங்கொடி தான் நின்றிருந்தார்..

"பசியோட இருந்த மாதிரி இருந்தது, அதான், சாப்பிடு பா.." குமரனுக்கு கண்ணெல்லாம் கலங்கி விட்டது. உண்மையில் அவன் காலையில் சாப்பிடவில்லை. லலிதா வீட்டில் சாப்பிடலாம் என்று வந்தவன், சாரு வீட்டிற்கு என்றதும் பசியை மறந்து உடனே கிளம்பி விட்டான். தான் கேட்காமல், பசியறிந்து சாப்பாடு கொடுத்ததும், தாயின் நினைவு வந்தது அவனுக்கு...

என்ன நினைத்தானோ, சட்டென்று அவரிடம், "எனக்கு அம்மா இல்ல, நான் உங்கள அம்மான்னு கூப்பிடலாமா..."என்று கேட்டான்..

ஒரு நொடி அதிர்ந்து விட்டு, "அதுக்கென்ன பா, தாராளமா கூப்பிடு" என்றார். குமரனுக்கு இரண்டு வயது இருக்கும் போதே, அவன் அம்மா இறந்து விட்டார். அப்போது தான் லலிதா பிறந்து ஒரு மாதம் ஆகி இருந்தது.. மனைவியின் பிரிவுத் துயரில் குழந்தையை சமாளிக்க முடியாமல் சபாபதி திண்டாட, லீலாவதி தான் அவனை வளர்த்தார்..

அவன் இன்னும் ஏதோ யோசனையில் இருப்பதைக் கண்டு, " சாப்பிடு தம்பி, இனிமே நீயும் எனக்கு சாரு மாதிரி தான், உன் பேரென்ன, என்ன படிக்கற..?" என்று கேட்க, நெஞ்சு வலியே வந்து விட்டது குமரனுக்கு...

'சொந்த செலவுல சூனியம் வெச்சிக்கிட்டனே, இவங்க வேற, நானும் சாருவும் ஒன்னுனு சொல்லிட்டாங்களே.. இதுக்கு மேல மாத்தி கூப்பிடவும் முடியாது. சாருவ நான் எப்படி பாக்கறேன், ஏன் புடிச்சிருக்குன்னு தெரிலதான்.. ஆனா இவங்க சொல்றதயும் ஏத்துக்க முடியலயே' என்று மனதில் புலம்பியவன், பூங்கொடியிடம், "என் பேர், குமரன், 10வது பரிட்சை எழுதிருக்கேன் அம்மா.." என்று சொல்ல, அந்த அம்மா மட்டும் திக்கித் திணறி வந்தது...

"நீ லலிதாவுக்கு...."
"மாமா பையன் மா.."
"ஓ.. சரிப்பா.. அப்பறம் அடுத்து என்ன பண்ண போற..
என்ன க்ரூப் எடுக்கலாம்னு இருக்க..?"
"பர்ஸ்ட் க்ரூப் இல்லன்னா செகண்ட் க்ரூப் எடுக்கலாம்னு
இருக்கேன் மா, ரிசல்ட் வந்தா தான் தெரியும்.."

அப்போது யதார்த்தமாக வெளியே வந்த லலிதா இதை
கேட்டு அதிர்ந்து,
அவனிடம் வந்தாள்...
"டேய், இப்ப என்ன சொன்ன..?"
"ஏன் லலிதா, என்னாச்சி...?"
"ஒண்ணும் இல்லம்மா, மாமா கேட்டதுக்கு, பிராக்டிகல்
நாலெட்ஜ் தான் படிப்புக்கு முக்கியம். அதனால நான்
டிப்ளமா தான் படிக்க போறேன்னு, நாலு மாசமா
சொல்லிட்டு இருந்தான். இப்ப +1 படிக்கறத பத்தி
பேசறானே, அதான் கேட்டேன்.."
அவனே இந்த முடிவை, சாருவை பார்த்த பிறகு தானே
எடுத்தான்..
"அதெல்லாம் ஒண்ணும் இல்ல, +1, +2 படிக்கலாம்னு
தோனுச்சி, அதான்.. உனக்கு என்ன...? "
என்று இயல்பாக கேட்டவாறு சாப்பிட்டு முடித்தான்..

மேலும் சிறிது நேரம் இருந்துவிட்டு, வீட்டிற்கு
கிளம்பினார்கள். சில நாட்கள் கழித்து, அவனுக்கு ரிசல்ட்
வந்தது, நல்ல மதிப்பெண் வாங்கியிருந்தான்...

சபாபதியிடம் நண்பர்களை பார்த்து விட்டு வருவதாக
சொல்லி விட்டு, லலிதா இல்லாமல், சாருவின் வீட்டிற்கு
வந்தான்...

சாருவை பார்க்க வேண்டும் என்று தோன்றியது அவனுக்கு,

அதேசமயம் பூங்கொடியிடம் ரிசல்ட் வந்ததையும் சொல்ல வேண்டும் என்று தான், தனியாக வந்தான்...

வந்தவனை பூங்கொடி அன்பாக உள்ளே அழைக்க, சாரு அதிர்ந்து பார்த்தாள். உள்ளே வந்ததும், சட்டென்று அவர் காலில் விழுந்து, ரிசல்டை சொல்ல, "ரொம்ப சந்தோஷம் பா, நல்லா இரு, எந்திரி..." என்று அவனை எழுப்பிவிட்டு, சாருவிடம் திரும்பி, "நீ தம்பி கூட, பேசிட்டு இரு, நான் எதாவது ஸ்வீட் பண்ணி எடுத்துட்டு வர்றேன், குமரா, நீ சாப்பிட்டு தான் போகனும்.." என்றவாறு அடுப்படிக்கு போனார்.

அவர் போனதும் சாருவிடம் வந்தவன், கையில் சாக்லெட்டை கொடுத்தான். தேங்ஸ் என்றபடி வாங்கியவள், வாழ்த்துக்கள் சொல்ல, சிறுசிரிப்புடன் ஏற்றுக் கொண்டான்...

பின் சட்டென்று அவளிடம், "உன்ன எனக்கு ரொம்ப பிடிச்சிருக்கு சாரு.. ஏன்னு தெரில, இதுக்கு என்ன பேருன்னும் எனக்கு தெரில.." என்று சொல்லிவிட்டு, அவளைப் பார்த்த நாள் முதல், இன்று வரை, அவளைப் பற்றிய தன் உணர்வுகளை ஒன்று விடாமல் சொல்லிவிட்டு, எதுவும் நடக்காதது போல, போய் அமர்ந்து கொண்டான்..

அதற்கு முன்பு வரை,
யாருக்கும் தெரியாமல் பார்த்தவன், அன்றிலிருந்து அவளுக்கு மட்டும் தெரியும் வகையில் தைரியமாக பார்த்துக் கொண்டு இருந்தான்...

இதில் இவர்கள் இருவரும், அறியாத விசயம் என்னவென்றால், சங்கவிக்கும் லலிதாவுக்கும் இது தெரியும்... ஆனால், சங்கவிக்கு தெரியும் என்று லலிதாவுக்கோ, லலிதாவுக்கு தெரியும் என்று சங்கவிக்கோ

தெரியாது...

சாரு, குமரனைப் பற்றி யோசித்து கொண்டிருக்க, தோழிகள் அனைவரும் பார்க் உள்ளே வந்து அமர்ந்தார்கள்... அவள் முகத்தைப் பார்த்து புரிந்து கொண்ட லலிதா... " உன் பஞ்சாயத்த அப்பறம் பேசலாம், இப்ப சங்கவிக்கு என்ன பிரச்சனைனு சொல்லு.." என்று கேட்க.. புரியாமல் விழித்தவளிடம், "எதுக்கு அவ்ளோ டென்சன் ஆனிங்க ரெண்டு பேரும் நான் பேசும்போது..?" என்று கேட்டாள்...

சாரு அமைதியாக இருக்க, என்னவென்று கேட்ட மற்றவர்களிடம், சங்கவி அறையில் நடந்ததை சொன்னாள். இப்போது கீர்த்தனாவும் சாருவை அர்த்தத்துடன் பார்த்தாள்.. அவள் பார்வையை வைத்தே அவளுக்கு ஏதோ தெரியும் என்று புரிந்த பவித்ரா, "என்னடி ஆச்சு..?" என்று கேட்டாள்.

சிறிது நேரம் அமைதியாக இருந்துவிட்டு, மீனாம்பிகை பேசியதை சொல்லி முடித்தாள்... யாருக்கும் எதுவும் பேசத் தோன்றாமல் அனைவரும் அமைதியாக இருக்க, லலிதா, "அப்ப அன்னைக்கு, குமரன அவங்க திட்டிட்டு தான் இருந்துருப்பாங்க.." என்று சொன்னாள்.

மற்ற இருவரும் புரியாமல் பார்க்க, சாரு அதிர்ந்து பார்த்தாள், குமரனை ஏன் அவங்க திட்டனும் என்று..
பவித்ரா, "என்னைக்கு டி.."
லலிதா, "சங்கீதா காய்ச்சல்னு லீவ் போட்டு இருந்தால்ல, அன்னைக்கு தான்.. "
கீர்த்தனா, "சரி, அவங்க ஏன் திட்டுனாங்க அண்ணன.."
பவித்ரா, "எல்லாரும் ஒன்னா தான இருந்தோம், உனக்கு எப்படி தெரியும்.."

(கீர்த்தனாவும் சங்கவியும் குமரனை அண்ணன் என்று தான்

அழைப்பார்கள். பவித்ராவும் லலிதாவும் பேர் சொல்லி அழைக்க, சாரு மட்டும் எதுவும் இல்லாமல் வாங்க, போங்க என்பதோடு நிறுத்திக் கொள்வாள்..)

லலிதா, "சரியா தெரில டி, நம்ம அடிச்சுகிட்டு இருக்கும் போது, ஒரு சின்னப் பையன் வந்து இவன கூட்டிட்டு போனான். கொஞ்ச நேரம் கழிச்சு திரும்பி பார்க்கும் போது, சங்கவி அம்மா கூட பேசிட்டு இருந்தான், அப்ப எனக்கு எதுவும் பெருசா தெரில, அப்புறம், அவங்க சங்கவிய கூட்டிட்டு போயி கொஞ்ச நேரம் ஆனதுக்கப்பறம் தான் வந்தான். ஆனா நம்ம அன்னைக்கு அடிச்சிகிட்டு வெளையாடிட்டு இருந்தோம்ல, அத பாத்துருப்பாங்கனு நெனைக்கறேன்"

பவித்ரா, "அதுல என்ன இருக்கு, எல்லாரும் தான, இருந்தோம்..?"
லலிதா, "எனக்கும் எதுவும் புரியலடி.."
சாரு, "அவரு உன்கிட்ட, சங்கவி அம்மா பேசுனத பத்தி எதுவும் சொல்லலயா..?"

திரும்பி அவளை ஒரு பார்வைப் பார்த்தாள் லலிதா.. அந்த பார்வையில் என்ன இருக்கிறது என்று சாருவால் கண்டுபிடிக்க முடியவில்லை..

லலிதா "அவன் சந்தோசப்படற விசயம் மட்டும் தான் மத்தவங்க கிட்ட சொல்லுவான். வருத்தப்படறத நம்மளா தான் கண்டுபுடிக்கனும், அவனா யார் கிட்டயும் சொல்ல மாட்டான்.."

தோழிகள் நால்வரும் சிறிது நேரம் எதுவும் பேசிக் கொள்ளவில்லை..
கீர்த்தனா, "அப்பா கிட்ட சொல்லலாமா, அம்மா கிட்ட அவரு பேசுவாருல்ல.."

சாரு, "இல்ல, அது நடக்காது.."
லலிதா, "ஏன்டி, அப்பா நல்லா தான பேசுவாரு குமரன் கிட்ட கூட.."
சாரு, "அதான் சொல்றேன், அவரைப் பத்தி எனக்கு தெரியும். ஒருத்தர பத்தி அவங்களுக்கு தெரியாம இன்னொருத்தர் கிட்ட பேசறது, அவருக்கு புடிக்காது.. அதுமில்லாம, இது நடந்து ரொம்ப நாள் ஆகுது இப்ப சொன்னா, நம்மள தான் தப்பா நெனைப்பாரு.."
பவித்ரா, "அப்ப என்ன தான்டி பண்றது, சங்கவி பாவம், எவ்ளோ பீல் பண்ணுவா.."
சாரு, "ஒரே வழி தான் இருக்கு, ஆனா சரியா வருமான்னு, யோசிச்சிட்டு நாளைக்கு சொல்றேன்.."

என்று பேசி முடித்து அனைவரும் கிளம்ப, ஒரு ஜோடி காதுகள் இவர்களின் உரையாடலை ஆர்வமாக கேட்டுக் கொண்டிருந்தது...

பாகம் - 7

தோழிகள் நால்வரும், சங்கவியை பற்றி பேசி முடித்து விட்டு, அவரவர் வீடுகளுக்கு கிளம்பினார்கள்...

ஆனால் அந்தப் பேச்சு தான், பிற்காலத்தில் அவளிடம் இருந்து, தங்களை பிரிப்பது மட்டும் அல்லாமல், அவள் வாழ்வையும் சீரழிக்கும் என்று பாவம் அவர்களுக்குத் தெரியவில்லை..

வீட்டிற்கு வந்ததும், ஒவ்வொருவரும் ஒவ்வொரு மனநிலையில், சங்கவியை பற்றி மட்டுமே யோசித்து கொண்டிருந்தார்கள். லலிதா, குமரனை பார்க்க போக வேண்டும் என்று பூபதியிடம் கேட்க, லீலாவதி வந்து, அவள் தலையில் கொட்டி, "இன்னும் ரெண்டு வாரத்துல பரிட்சைய வெச்சிக்கிட்டு கொஞ்சமாது படிக்கற எண்ணம் இருக்கா...? சங்கவிய பாக்க போறேன்னு சொல்லிட்டு, ஊர சுத்திட்டு இப்ப தான வந்த.. அங்க போனா அவனையும் படிக்க விடமாட்ட, ஒழுங்கா உள்ள போயி படி.." என்று சொன்னார்..

தீவிரமாக யோசித்து விட்டு, பூபதியின் அருகில் சென்றவள், "அப்பா, இந்த அம்மா ரொம்ப மோசம். நான் எது கேட்டாலும் திட்டுது, அடிக்குது.. வேற அம்மாவுக்கு எதாவது வாய்ப்பு இருக்கா..."

பூபதி, "நானும் அதபத்தி யோசிச்சிட்டு தான்டா இருக்கேன். கூடிய சீக்கிரம் உனக்கு நல்ல முடிவு சொல்றேன்.."
லீலாவதி, "அடப்பாவி மனுசா, உனக்கு இந்த எண்ணம் வேற இருக்கா.. உன் மொகரக் கட்டைக்கு நான் கெடச்சதே பெருசு, இதுல இன்னொருத்தி வேற கேக்குதா.. இதுக்கு

மேல உன்கூட ஒரு நிமிஷம் கூட இருக்க மாட்டேன்..." என்று கோபமாக உள்ளே சென்றார்.

பூபதி பின்னால் சென்று அவரை சமாதானப்படுத்தும் முயற்சியில் இருக்க, சில நிமிடம் கழித்து, அங்கு சென்ற லலிதா, "மா, ரெடியா, சீக்கிரம் கெளம்பு.." என்று சொன்னாள்.

பூபதி, லீலாவதி இருவரும் ஒரே நேரத்தில், "ஏய்.." என்று கத்தினார்கள்.
பூபதி, "லலி, என்ன பேசற, வரவர வாய் அதிகமாயிடுச்சி உனக்கு.. அம்மா கிட்ட சாரி கேளு.."
லீலாவதி, "யோவ், நடிக்காத.. அவ கூட சேந்துகிட்டு நீயும் தான பேசுன, இப்ப என்னமோ அவள திட்ற மாதிரி ஆக்டிங் குடுக்கற..."

லலிதா, "எம்மா, நீங்க ரெண்டு பேரும் தான், ஓவர் பெர்பார்மன்ஸ் பண்றிங்க.. நீ, அப்பாவ விட்டுட்டு போயிடுவ, இத நாங்க நம்பணும்..? அப்புறம், டியர் டாடி, அம்மா போறது கூட இருக்கட்டும், அவங்க கெளம்பும் போதே கால்ல விழுந்து சரண்டர் ஆயிட மாட்ட நீ.. ரொம்ப பண்றீங்க நீங்க, உங்க ரெண்டு பேருக்கும் அரேன்ஞ்டு மேரேஜ்னு சொன்னா, யாரும் நம்ப மாட்டாங்க, அவ்ளோ ரொமான்ஸ்.."

சின்னப் பொண்ணு கண்டு புடிக்கற அளவுக்கா நம்ம ரொமான்ஸ் வெளிய தெரியுது என்று பூபதி சிந்திக்க, லலிதா "ரொம்ப ஓப்பனா தெரியுதுப்பா.." என்று சொன்னதும் அசடு வழிய வெளியே போனார்...

மனதில் சொல்வதாக நினைத்து, 'ச்ச, டோடல் பிளான் வேஸ்ட்' என்று லலிதா புலம்ப.. என்னடி பிளான் என்று லீலாவதி கேட்டார்..

லலிதா, "இல்ல, நீ கோவமா மாமா வீட்டுக்கு போவ, அப்புடியே நானும் உன் பின்னாடி வந்தரலாம்னு பாத்தேன்.. ரெண்டு பேரும் சேர்ந்து என்னை ஏமாத்திட்டிங்க...?"

சிறிது நேரம், மகளை உற்று பார்த்து விட்டு, "என்ன பிரச்சனை.." என்று கேட்டார்... முகத்தை பார்த்தே கண்டு பிடித்த தாயை எண்ணி மகிழ்ந்து விட்டு, "அது பிரச்சனையான்னே தெரிலம்மா, நாளைக்கு குமரன் கிட்ட பேசுனா தான் தெரியும், பேசிட்டு சொல்றேன்.." என்று சொல்லி விட்டு, படிக்க போனாள்...

சாருவின் நிலைமை அதை விட மோசம்.. அவளுக்கு உடனே குமரனிடம் பேச வேண்டும் போல இருந்தது.. விடிவதற்காக காத்திருந்தாள்...

மறுநாள் காலை, எப்போதும் போல, லலிதாவை பள்ளிக்கு அழைத்துச் செல்ல குமரன் வந்தான்.. போகும் வழியில் தனியாக பேசிக் கொள்ளலாம் என்று அமைதியாக கிளம்பினாள்..

எதுவாக இருந்தாலும், பேசி முடித்து விட்டு அவர்களே சொல்லட்டும் என்று லீலாவதி எதுவும் கேட்கவில்லை.

பாதி தூரம் வரை, இருவரும் எதுவும் பேசாமல் வர, பின், குமரன் தான் பேசினான்.. "சங்கவி எத்தன நாள் லீவ்.."
"தெரில, சங்கீதா கிட்ட தான் கேக்கணும்.."
" சடங்குலாம் வெச்சா, நெறைய நாள் லீவ் போடற மாதிரி இருக்கும், எக்ஸாம் வேற வருது.."
" சடங்கு பத்தி நாங்க இருக்கற வரைக்கும் எதுவும் பேசல, சங்கீதா வரட்டும், கேக்கலாம்.. ஆமா நீ ஏன் நேத்து வரல, சங்கவிய பாக்க...?"
ஒரு நொடி திகைத்து நின்றவன், பின்

" எல்லாரும் போய்ட்டா, வீட்டுக்கு யாரு சொல்றது, பவியும், கீர்த்தியும் அவங்க பக்கத்து வீட்டு பொண்ணு கிட்ட சொல்லி விட்டுட்டாங்க, சாருவுக்கு அவ தம்பி, உனக்கு...? அதான், நான் அத்த கிட்ட சொல்லனும்னு வரல.. இன்னொரு நாள் போலாம்.."
"ஓ.. அப்ப அதனால தான் நீ வரலயா..?"
"ஆமா.. ஆனா, அத ஏன் நீ நம்பாத மாதிரியே கேக்கற..? "
" எனக்கு, நீ என்கிட்ட பொய் சொல்ற மாதிரி இருக்கு, அதான் கேட்டேன்.."
" நான் ஏன், உன்கிட்ட பொய் சொல்லனும்.."
" அதையும் நீதான் சொல்லனும்.."
"ஏய், லூசாடி நீ, ஏன் இப்படி புரியாத மாதிரி பேசற.."
" நீ என்கிட்ட இதுவரைக்கும், ரெண்டு விசயம் சொல்லாம விட்டுருக்க.. ஆனா, அது ரெண்டுமே, நீ சொல்லாமலே எனக்கு தெரியும்... அதுல ஒண்ணு, நீயா சொல்ற வரைக்கும் நான் வெயிட் பண்ணுவேன்.. இன்னொன்னு, நீ லன்ச்ல சொல்ற.. மதியம் சீக்கிரம் சாப்டுட்டு, நாங்க எப்பவும் சாப்பிடற எடத்துக்கு வா.."
"என்னடி சொல்ற, எனக்கு எதுவும் புரியல.."
"நீ வா, அப்பறம் பேசிக்கலாம்.."

இவர்கள் இருவரும் பேசிக் கொண்டே, கிட்டத்தட்ட பள்ளியை நெருங்கும் நேரத்தில், சாரு மணிகண்டனுடன் அவர்களோடு சேர்ந்து கொண்டாள்...
சாரு எப்படி குமரனுடன் பேசுவது என்று, அவனை திரும்பி பார்த்தபடியே நடந்தாள்..

எப்போதும் போல அவன் தன்னை பார்ப்பான் என்று சாரு அவனை பார்த்து கொண்டே வர, லலிதா பேசியதில் குழப்பத்தில் இருந்தவன், இவள் வந்ததை கூட உணரவில்லை..

லலிதா, சாருவிடம்.. "ஏன்டி, ஏதோ வழி இருக்கு,

யோசிச்சிட்டு வரேன்னு சொன்னியே, யோசிச்சியா.." என்று கேட்க, அது அவள் காதில் விழவே இல்லை..

பதில் வராததால், அவளைப் பார்த்த லலிதா, அவள் பார்வை புரிந்து, மணிகண்டனுடன் பேசியவாறு முன்னே சென்று விட்டாள்..

அதை கூட கவனிக்கவில்லை சாரு.. பின் தம்பியிடம், ஏதோ சொல்ல திரும்பியவள், அவன் இல்லை என்று சுற்றிலும் பார்த்தாள்..

அவனும் லலிதாவும் ஒன்றாக செல்வதை பார்த்து விட்டு, தைரியத்தை வரவழைத்துக் கொண்டு குமரனை அழைத்தாள்.. அவன் இன்னும் லலிதா பேசியதில் இருந்து வெளியே வரவில்லை..

பின், கையில் இருந்த நோட்டால், அவனை அடிக்க, இவளை முறைத்தவாறு திரும்பி, "இப்ப எதுக்கு அடிச்ச..?" என்று கேட்டான்..
"கூப்பிட்டுக் கிட்டே இருக்கேன், காது கேக்கலயா.."
"நான் கொஞ்சம் யோசிச்சிட்டு இருந்தேன், அதான் கவனிக்கல.."
" என்ன யோசிச்சிட்டு இருந்திங்க..?"
"ஒண்ணும் இல்ல விடு, லலிதா எங்க போனா..?"
" அவ முன்னாடி போறா... "
"ஓ.. சரி நீ எதுக்கு கூப்ட... "
"நான் ஒன்னு கேப்பேன், உண்மைய சொல்லனும்.. " என்று கேட்க..
குமரன் தான் விழித்தான்....
' சண்ட போட்டுக்கிட்டே வரவ, சைலன்ட்டா பேசிட்டு போறா.. நாமளா பேசுனா கூட எண்ணி எண்ணி பேசறவ, அவளா வந்து பேசறா..'
என்ன நடக்குது இங்க... 🤔 🤔 🤔

"என்ன... கேளு லதா.. "
" எல்லார் மாதிரியும் சாருன்னு சொல்லுங்கன்னு எத்தன தடவ சொல்றது.."
"எல்லார மாதிரியும் என்னால கூப்பிட முடியாது, நான் இப்படி தான் சொல்லுவேன்னு நானும் எத்தன தடவ சொல்றது.."
" உங்கள திருத்தவே முடியாது.."
" டிரை பண்ணாத.. இப்ப என்ன கேக்கனுமோ அத கேளு.."
" சங்கவி அம்மாவ உங்களுக்கு தெரியுமா.."
'என்ன, இன்னைக்கு சங்கவி டாபிக்காவே இருக்கு' என்று நினைத்து கொண்டு
"தெரியும், ஏன் கேக்குற.. "
" எப்படி தெரியும்.."
" ஏன் கேக்குற, என்ன பிரச்சனை இப்ப.."
" கேக்கற கேள்விக்கு, உண்மையான பதில மட்டும் சொல்லுங்க.."
"சங்கவிய கூட்டிட்டு போக, ஒரு நாள் வந்தாங்கல்ல, அப்ப தான் பாத்தேன்..."
"பேசுனீங்களா அன்னைக்கு..?"

'எதுக்கு இப்ப இவ, என்கொயிரி கமிஷன் வெக்கறா' என்று யோசித்துக் கொண்டே...
" இல்லையே.. ஏன் கேக்குற.."
" உண்மைய சொல்லனும்னு சொல்லி தான் கேக்க ஆரமிச்சேன்.."

'ஒரே கேள்வி மயமா இருக்கே..'
"இப்ப என்ன தெரியனும் உனக்கு, ஏன் இப்படி எல்லாரும் புரியாத மாதிரியே பேசறீங்க இன்னைக்கு..?"

"ஏன், லலிதாவும் கேள்வி கேட்டாளா..."
"உனக்கு எப்படி தெரியும்..?" என்று கேட்க, அவள் அதற்கு

பதில் சொல்லாமல்,
"இன்னும் ரெண்டு பேரும் கேப்பாங்க.. அது சரி, லல்லி கேள்வி மட்டும் தான் கேட்டாளா.. வேற எதுவும் சொல்லலயா.."
" ஏன், என்னாச்சி.. எதாவது பிரச்னையா..?"
"மொதல்ல, அவ என்ன சொன்னான்னு சொல்லுங்க, அப்புறம் சொல்றேன்.."

அவன், லலிதா பேசியதை சொல்ல, சாரு, "அப்ப, அவ கிட்டயும் உண்மைய பேசல.. என்கிட்டயாவது நடந்தத சொல்லனும் அப்படினும் உங்களுக்கு தோணல.. "
"நீங்க ரெண்டு பேரும் பேசறது, எனக்கு எதுவுமே புரியல, நான் எந்த உண்மைய சொல்லனும். ஆனா....
சங்கவி வீட்டுல, யாராவது எதாவது சொன்னாங்களா.."
என்று பதறி கேட்டான்...

உண்மையில் அவனுக்கு மீனாம்பிகை திட்டியது பெரிய விசயமாத் தோன்றவில்லை. அதனால் தான், அதைப் பற்றி கேட்க என்ன இருக்கிறது என்று நினைத்து, அதை சொல்லவில்லை..

அவன் சொல்லாமல் இருக்க மற்றொரு காரணம் சபாபதி.. தந்தை போல இல்லாமல் நண்பர்களாகவும் இருப்பதால், அவரிடம் எதையும் அவன் மறைத்தது இல்லை.. அன்று வீட்டிற்கு சென்றதும் அவரிடம் சொல்லி விட்டான்..

அவர் தான், "இது சின்ன விஷயம், பொண்ணு இருக்கற வீட்டுல, பெத்தவங்க, இப்படி தான் இருப்பாங்க.. சங்கவி உன்ன அண்ணனா நெனச்சி பேசறது தெரிஞ்சிருக்காது.. அதான்.. இத பத்தி இனிமே யோசிக்காத, லலிதா கிட்ட எதுவும் சொல்லாத, சரியா?" என்று சொன்னார்....

ஆனால் குமரனுக்கு தெரியாதது என்னவென்றால், அடுத்த

நாளே சபாபதி அருள்ராஜனை சந்தித்து, நடந்ததை சொல்லி, "உங்க மனைவிய பத்தி நான் எதுவும் சொல்ல வரல சார்.. ஆனா என் பையன் நல்லவன், தப்பானவன் இல்ல.. நான் அவன அப்படி வளக்கல, அவனோட அத்த பொண்ண கூட, தங்கச்சி மாதிரி தான் பாப்பான்.." என்று சொல்ல, அருள்ராஜன், "நீங்க இவ்ளோ பேசவே தேவை இல்ல, குமரன பத்தி எனக்கும் தெரியும்.. அவ பேசுனதுக்கு நான் மன்னிப்பு கேட்டுக்கறேன்" என்று சொன்னார்...

கோபம் வந்தாலும், எதுவாக இருந்தாலும் பொறுமையாக பேசிக் கொள்ளலாம் என்று அருள்ராஜன் அமைதியாக இருந்து விட்டார்.. ஆனால் மறுபடியும் சங்கீதா மூலம் நந்தகுமாரை திட்டியதை அறிந்ததும், கோபம் அதிகரிக்க, அதனால் தான் அன்று மீனாம்பிகை திட்டு வாங்கினார்...

சாரு எதுவும் சொல்லாமல் அவனைப் பார்த்து விட்டு, "ப்ரேயருக்கு டைம் ஆச்சி.. மதியம் சீக்கிரம் சாப்பிட்டு வாங்க.." என்று சொல்லி விட்டு, அவள் வகுப்புக்குள் நுழைந்தாள்...

உள்ளே நுழைந்தவளை மற்ற மூவரும் ஆர்வமாக பார்த்தார்கள்.. சாரு லலிதாவிடம் சென்று, "ஏன்டி விட்டுட்டு வந்த.." என்று கேட்க, அவள் பதில் சொல்லாமல் சாருவை ஒரு பார்வைப் பார்த்தாள்...

அந்த பார்வையில் சாரு அமைதியானாள்.. பின் மற்ற மூவரும், "என்ன சொன்னான்" என்று கேட்க, சாரு புரியாமல் பார்த்தாள்..

கீர்த்தனா, "குமரன் அண்ணா கிட்ட, சங்கவி அம்மா பேசுனத பத்தி கேட்டியா இல்லயா.."
சாரு, "இவ கிட்ட சொன்னத தான், என் கிட்டயும் சொன்னாங்க.. " என்று லலிதாவை காட்டினாள்...

லலிதா, "நானும் அவனும் பேசுனது உனக்கு எப்படி தெரியும்"
சாரு, "அவங்க தான் சொன்னாங்க"
என்று இருவரின் தனிப்பட்ட பேச்சை தவிர்த்து, மற்றவற்றை சொன்னாள்...

கீர்த்தனா, "அப்போ, அண்ணாவ சங்கவி அம்மா திட்டலயா.."
பவித்ரா, "பைத்தியம், அவன் தான் பேசவே இல்லன்னு சொல்லிருக்கானே, அப்பறம் ஏன் திட்டு வாங்கிருக்க போறான்.."

சாரு, "இல்லடி, அவங்க சொன்னது பொய்.." என்று சொன்னதும், பவி, கீர்த்தி இருவரும் 'எப்படி' என்பது போல பார்க்க, லலிதா மட்டும் "எத வெச்சி அப்படி சொல்ற.." என்று கேட்டாள்..

சாரு, "அவ்ளோ நேரம் நல்லா தான் பேசுனாங்க.. ஆனா சங்கவி அம்மா பத்தி கேட்டதும், பயந்துட்டு பேசற மாதிரி இருந்துச்சி, அத வெச்சி தான் சொன்னேன்.."
கீர்த்தனா, "என்னடி, என்னென்னவோ பேசுறிங்க, எனக்கு ஒன்னும் புரியல.."

சாரு, "மதியம் வர சொல்லிருக்கோம், அப்ப பேசிக்கலாம்.." என்று சொல்ல, அப்போதைக்கு பேச்சை நிறுத்தினார்கள்.. மதிய உணவு நேரம் வந்ததும் தோழிகள் நால்வரும் விரைவாக சாப்பிட்டு விட்டு காத்திருந்தார்கள்...

ஆனால், குமரனுக்கு முன்பு, சங்கீதா அவர்களை நோக்கி வர, பவித்ரா "பாப்பா ஏன்டி இப்ப வரா.. அவகிட்ட ஈவ்னிங் பேசிக்கலாம், இப்ப எதாவது சொல்லி அவள அனுப்பிரலாம்" என்றாள்...

சாரு, "நான் தான், அவள வர சொல்லி, மணி கிட்ட சொல்லிவிட்டேன்.."
கீர்த்தி " எதுக்கு டி.."
சாரு, "நான் சொன்னன்ல, ஒரு வழி இருக்குன்னு, அந்த வழியே இவ தான்..."

இப்போது, குமரனுக்காக ஐந்து பேரும் காத்திருக்க, சிறிது நேரத்தில் அவர்களை நோக்கி வந்தவன் அவர்களோடு சங்கீதாவும் இருப்பதை கண்டு அதிர்ந்தான்...
' காலைல ரெண்டு பேரும் பேசுனதே சரி இல்ல, மதியம் நாலு பேர சமாளிக்கனுமே அப்படின்னு நெனச்சி வந்தா, இங்க, அஞ்சு பேரா இருக்காங்க... நம்மள வெச்சி, என்ன ஏழரைய கூட்ட போறாங்கன்னு தெரிலயே... சரி, எதா இருந்தாலும் சமாளிப்போம்' என்று தனக்குத் தானே சொல்லிக் கொண்டு, அவர்களிடம் சென்றான்....

பாகம் - 8

குமரன் வந்ததும், ஒவ்வொருவரும் ஒவ்வொரு மாதிரி அவனைப் பார்க்க...
'நம்ம கிட்ட பெருசா எதிர்ப்பாக்கறாங்க போலயே.. என்னவா இருக்கும்' என்று அவன் யோசிக்க.. கீர்த்தி, "அண்ணா, என்கிட்ட கூட சொல்ல மாட்டிங்களா.." என்று கேட்டாள்..

அவன், 'என்ன கேக்கறா இவ' என்று யோசிக்கையிலேயே.. பவி, "இரேன்டி, அதுக்கு தான வந்துருக்கான், சொல்லுவான்.. வெயிட் பண்ணு.." என்று சொல்லி விட்டு, குமரனை ஆர்வமாகப் பார்த்தாள்..

குமரன், 'கன்பார்ம்' என்று மனதில் நினைத்துக் கொண்டு, "ஹெச்.எம் ரூம் வரைக்கும் போயிட்டு வரேன்... எங்கயும் போகாம இங்கயே இருங்க.." என்று குழந்தையிடம் பேசுவது போல சொன்னான்..

லலிதா அவனை முறைத்துக் கொண்டே, "எதுக்குடா இப்ப அங்க போற"
குமரன், "ஒரே நாள்ல நாலு பேருக்கு மர கழண்டுருக்கு.. காலைல நீங்க ரெண்டு பேரும் லூசு மாதிரி பேசுனீங்க., மதியத்துக்குள்ள இதுங்களயும் லூசாக்கி கூட்டிட்டு வந்து இருக்கிங்க... இப்படியே விட்டா என்னாகுறது.. அதான் அடுத்த கட்ட நடவடிக்கை எடுக்கலாம்னு..." என்று சொல்லி முடிப்பதற்குள் நால்வரும் வெறியாய் அவனை அடிக்க வந்தார்கள்...

சுலபமாக அவர்களைத் தடுத்தவன், "என்ன பேசனுமோ, நேரா பேசுங்க... என்ன ஆச்சி, எதாவது சண்டையா சங்கவி வீட்டுல..?" என்று கேட்டான்..

மற்ற மூவரும் அமைதியாக இருக்க, கீர்த்தி தான், சங்கவி வீட்டில் நடந்தது, பார்க்கில் பேசியது என எல்லாவற்றையும் சொன்னாள்...

குமரன், பொறுமையாக கேட்டுக் கொண்டிருக்க, சங்கீதாவுக்கும் எதுவும் தெரியாது என்பதால், அவளும் ஆச்சரியமாக கேட்டாள்..

குமரன், "சரி, அதுக்கு என்ன இப்ப.."
சாரு, "என்ன இப்படி கேக்கறீங்க.."
குமரன், "வேற எப்படி கேக்கணும்னு சொல்ற..?"
கீர்த்தி, "அண்ணா, அன்னைக்கு, சங்கவி அம்மா உங்கள திட்டுனாங்களா இல்லயா..."
குமரன், "ஆமா, திட்டுனாங்க... "

சாரு, லலிதா இருவரும் குமரனை தீயாய் முறைக்க..
குமரன், "இப்ப எதுக்கு ரெண்டு பேரும், இவ்ளோ பாசமா பாக்கறிங்க.." என்று கேட்டான்..

" காலைல கேட்டப்ப ஏன் சொல்லல" என்று சாரு கேட்க, சங்கீதாவோ ஒன்றும் புரியாமல், "அம்மா எதுக்கு அண்ணா, உங்கள திட்டுனாங்க... "
என்று கேட்டாள்...

இருவருக்கும் பதிலாக, அவன் அன்று நடந்ததை முழுவதும், சபாபதியிடம் பேசியது வரை சொல்லி முடித்தான்..

தோழிகள் நால்வரும் அமைதியாக இருக்க, சங்கீதாவிடம் இருந்து விசும்பல் சத்தம் கேட்டு, திரும்பி பார்த்தார்கள்..

குமரன்," ஹே, இப்ப எதுக்கு பாப்பா நீ அழுகற..?

சங்கீதா," என்கிட்ட யாராவது பேசுனாலும், அம்மா இப்படி தான திட்டுவாங்க..?"
குமரன்,"லூசு மாதிரி பேசாதடா, அப்பாவுக்கு தான் என்ன தெரியும், அம்மாக்கு என்ன பத்தி தெரியாது தான.. அதான் அப்படி பேசிட்டாங்க.. தப்பா நெனைக்காத அவங்கள.."

சாரு, "இப்ப என்ன சொல்ல வரிங்க..?"
குமரன்," ஒன்னும் இல்லாத விஷயத்துக்கு, வயசுக்கு மீறி, ஓவரா ரியாக்ட் பண்றிங்க நீங்க.. அன்னைக்கு நாம லலிதாவ அடிக்கும் போது, அவ நம்மள தடுக்க வந்தால்ல, அத வெளிய இருந்து யாரு பாத்தாலும் தப்பாக தான் தெரியும்.. ஏன், நீங்க யாருமே உங்க அம்மா கிட்ட திட்டு வாங்கினது இல்லயா... இதுக்கு போயி ஏன் இவ்ளோ யோசிக்கறிங்க..?"

சங்கீதா," சரிண்ணா, அப்ப நந்து அண்ணாவ ஏன் திட்டுனாங்க...?"
குமரன்," நந்து யாரு..? "

மற்ற மூவரும் விழிக்க, சாரு நிதானமாக," எங்க கிளாஸ் பையன் தான், சங்கவி வீட்டுக்கு கொஞ்சம் தள்ளி தான் அவன் வீடு"

கீர்த்தி, "நந்துவ அம்மா ஏன்டாம்மா திட்டுனாங்க?"
சங்கீதா நடந்ததை சொன்னாள்..

லலிதா சாருவிடம் "உனக்கு தெரியுமா" என்று கேட்க, "தெரியும் " என்றதோடு நிறுத்தி விட்டு, குமரனை ஆழ்ந்து பார்த்தாள்...

அவனும் சளைக்காமல், "இப்ப மட்டும் என்ன, ஒரு பையன், ஒரு பொண்ண பாக்க வீட்டுக்கு போனா, அக்கம் பக்கத்துல இருக்கறவங்க, எதாவது சொல்லுவாங்கன்னு நெனச்சு, அப்படி பேசிருப்பாங்க.." என்று சொன்னான்..

அனைவரும் அவனை கோபமாக பார்க்க, "இப்பயும் சொல்றேன்.. சின்ன விஷயத்துக்கு, உங்க வயசுக்கு மீறி நீங்க யோசிக்கறிங்க.. ஒழுங்கா படிக்கற வேலய மட்டும் பாருங்க.. பெரியவங்க நல்லதுக்கு தான் சொல்லுவாங்க... "

சாரு," லலிதா, பேசி முடிச்சிட்டாருன்னா கெளம்ப சொல்லு, நமக்கு வேல இருக்கு"
குமரன், "ஏய், என்ன கொழுப்பா உனக்கு.. "

லலிதா," நீ அப்பறமா வந்து இவ கூட சண்ட போடு, இப்ப கெளம்பு.. 10 நிமிசம் தான் இருக்கு, கிளாஸ் ஆரம்பிக்க.."

குமரன், "தேவ இல்லாம எதுவும் பண்ணிட்டு இருக்காதிங்க.. நீங்க இவ்ளோ பயப்படற அளவுக்கு, இதுல எதுவும் இல்ல.. நான் அவ்ளோ தான் சொல்லுவேன், போயி படிக்கற வேலய பாருங்க" என்று சொல்லி விட்டு, அவன் கிளம்பி விட்டான்...

கீர்த்தி," அண்ணன் சொல்றது கரெக்ட்டு தான, நாம தான் ரொம்ப பயப்படறமோ...? "
சாரு," உன் அண்ணன் கூடவே கெளம்பு நீயும் " என்று முறைத்துக் கொண்டு சொல்ல, வாயை மூடிக் கொண்டாள் கீர்த்தனா...

லலிதா," பாப்பாவ எதுக்குடி வர சொன்ன.."
பவி, "இது கூடவா தெரில, நந்துவ திட்டுனப்ப, அப்பா கிட்ட, நேக்கா அம்மாவ மாட்டி விட்டால்ல, அது மாதிரி, சங்கவி கிட்ட பேசுனதயும் அப்பா கிட்ட சொல்லத்தான்..."

சாருவை கேள்வியாக பார்த்தாள் சங்கீதா..
சாரு, "சங்கீ, இப்ப எல்லாரும் பேசுனத, கேட்ட தான..?"
அவள், 'ஆம்' என்று தலை ஆட்டினாள்..

சாரு," நீ அப்பா கிட்ட, எதுவும் சொல்ல வேண்டாம், ஆனா முடிஞ்ச அளவு, அக்கா கூடயே இரு.. டெய்லி ஸ்கூல் முடிச்சிட்டு வெயிட் பண்ணு, நாங்க நோட்ஸ் எழுதிட்டு வந்து தரோம்.."
என்று சொல்ல, அவள் சரி என்று தலையாட்டி விட்டு கிளம்பினாள்..

லலிதா, "இத தான், பெரிய யோசனை, அப்படின்னு சொன்னியா.."
பவி," அட போடி, நான் உன்கிட்ட பெருசா எதிர்ப்பாத்தேன்.. "

சாரு," நமக்கு கோவம் வந்தாலும், குமரன் சொன்னது ஓரளவு சரி தான்.. ஆனா, சங்கவிக்கு இது வருத்தமா இருக்கு. சங்கவி அம்மா, பசங்க கூட பேச கூடாதுன்னு தான சொல்றாங்க.. நம்ம சங்கவி தான், பேச சொன்னா கூட பேச மாட்டாளே... அதனால இப்போதைக்கு இத நாம விடுவோம். சங்கீதா கூட இருந்தா, அவங்களும் பேச மாட்டாங்க.. அதான்... அப்புறம் நந்து, குமரன அவங்க திட்டுனது எதுவும் சங்கவிக்கு யாரும் சொல்ல கூடாது, சரியா..?" என்று சொல்லி முடித்தாள்...

பவி," சங்கீதா சொல்லிட்டா... ?"
சாரு," அவ சொல்ல மாட்டா.. பேருக்கு தான் அவ தங்கச்சி.. ஆனா, அவ தான் சங்கவிக்கு அக்கா மாதிரி, ரொம்ப பாசம் அவ மேல.. அதனால கண்டிப்பா சொல்ல மாட்டா.. "

பேசி முடித்ததும், அனைவரும் வகுப்புக்கு சென்று விட்டார்கள்...

பள்ளி முடிந்ததும், சங்கீதா நால்வரையும் பார்த்து, அவர்கள் கொடுத்த நோட்டை வாங்கி கொண்டு வீட்டுக்கு கிளம்ப, அருள்ராஜன் வந்து அவளை அழைத்து சென்றார்...

இப்படியே இரண்டு நாள் போக, மீனாம்பிகையின் ஒன்று விட்ட பெரியம்மா முறையான மாதேஸ்வரி, தன் மகன் குணாவுடன் இவர்கள் வீட்டில் நுழைந்தார்....

இவர்கள் இருவரால் தன் மகள்கள் இருவரும் கண்ணீர் விடப் போவது தெரியாமல், இன்முகத்துடன் வரவேற்றார் அருள்ராஜன்....

பாகம் - 9

அருள்ராஜன், வழக்கம் போல சங்கீதாவை பள்ளியில் விட்டு விட்டு, வீட்டிற்கு வரவும், மீனாம்பிகையின் பெரியம்மா மாதேஸ்வரி வரவும் சரியாக இருந்தது..

"வாங்க அத்தை, வாடா குணா.. எப்படி இருக்கிங்க..?"
"நல்லா இருக்கோம் மாப்ள, நீங்க சவுக்கியமா..?"

மீனாம்பிகைக்கு குரல் கொடுத்தவாறு, உள்ளே அழைத்துச் சென்றார்..

"என்ன குணா வேல எல்லாம் எப்படி போகுது..?"
" நல்லா போகுது மாமா, ரெண்டு மாசம் சம்பளம் வாங்கிட்டேன்.."
"எங்க மாப்ள... பஸ்ல போயிட்டு வரவே நேரம் சரியா இருக்கு, மத்த நேரமும் எப்ப பாரு ஊர சுத்திட்டு இருக்கான்..."

இவர்கள் பேசிக்கொண்டு இருக்கும் போது வந்த மீனா, "வாம்மா.. வாடா குணா... நானே இன்னைக்கு உனக்கு போன் பண்ணி தகவல் சொல்லனும்னு நெனச்சேன்.. நீயே வந்துட்ட.."

"என்ன தகவல் மீனா...?"
"சங்கவி பெரிய மனுஷி ஆயிட்டாம்மா, ரெண்டு நாளைக்கு முன்னாடி.."
"அட, பரவால்லயே... நல்ல வேளைல தான் வந்துருக்கேன்... ஆமா, என் பேத்தி எங்கடி.."
"வாம்மா காட்டறேன்.."

இருவரையும் மீனாம்பிகை சங்கவி அறைக்கு அழைத்துச் சென்று காட்ட, மாதேஸ்வரி அவளுக்கு நெட்டி முறித்தார்... ஏனோ, பார்த்தவுடனே அவர்கள் இருவரும் வந்தது பிடிக்கவில்லை சங்கவிக்கு... ஏன் வந்தார்கள் என்று இருந்தது..

" பெரியவளானதும் ஒரு தனி களை வந்துடுச்சி என் பேத்திக்கு... சடங்கு முடிவு பண்ணிட்டீகளா.. "

"இன்னும் இல்லம்மா, இனிமே தான் அதபத்தி பேசனும்.. அதுக்கு தான் இன்னைக்கு உனக்கு போன் பண்ணனும்னு நெனச்சேன்.. உன்ன விட்டா எனக்கும் வேற யாரு இருக்கா.. தாய்மாமனா குணா தான முன்ன நிக்கனும்..."

" நீ ஏன்டி வெசனப்படற, நான் எதுக்கு இருக்கேன்.. எல்லாம் நான் பாத்துக்கறேன்.."

மாதேஸ்வரியின் முன்கதை சுருக்கம்...

(மீனாவின் தாய் புவனேஸ்வரியும், மாதேஸ்வரியும் உடன் பிறந்தவர்கள்.. கீழ் நடுத்தர வர்க்கத்தை சேர்ந்த இவர்களின் பெற்றோர், மாதேஸ்வரியை கட்டிட தொழிலாளி சேது ராமனுக்கு திருமணம் செய்து கொடுத்து விட்டு, இரண்டு வருடம் கழித்து புவனேஸ்வரியை மாவு மில்லில் வேலை பார்க்கும் மூர்த்திக்கு கொடுத்தார்கள்....

கட்டிக் கொடுத்ததோடு கடமை முடிந்தது என்று ஒருவர் பின் ஒருவராக பெற்றோர் இறந்து விட, சகோதரிகள் இருவருமே ஒருவருக்கொருவர் சொந்தம் என்று ஆனார்கள்...

கடுமையாக உழைத்த மூர்த்தி கொஞ்சம் கொஞ்சமாக

முன்னேற, சேது ராமன் அதே வேலையைச் செய்து வந்தார்..

திருமணம் ஆகி நான்காவது மாதமே புவனேஸ்வரி உண்டாக, தான் இன்னும் கர்ப்பம் தரிக்கவில்லை என்று மாதேஸ்வரிக்கு மன உளைச்சல் அதிகமானது..

மீனாம்பிகை பிறந்து ஒரு வருடத்தில், தொழிலில் முன்னேறி சொந்தமாக வீடு வாங்கி விட்டார் மூர்த்தி.. இதை எல்லாம் கண்கூடாக பார்த்த மாதேஸ்வரிக்கு தங்கையை கண்டு பொறாமையாக இருந்தது.. அதன் பிறகு தான், அவர் குணம் முற்றிலும் மாறியது..

பணம் தான் பிரதானம், அதற்கு என்ன வேண்டுமானாலும் செய்யலாம் என்ற முடிவுக்கு வந்து விட்டாள் மாதேஸ்வரி..

அந்த நேரத்தில் தொழில் முதலீட்டிற்காக வங்கியில் கடன் வாங்கிய ஐந்து லட்ச ரூபாயை வீட்டிற்கு கொண்டு வந்தார் மூர்த்தி....

புவனேஸ்வரி குழந்தையோடு கோவிலுக்கு சென்ற நேரம், மாதேஸ்வரி தங்கை வீட்டுக்கு வந்தாள்.. மூர்த்தி, தொழிலை விரிவு செய்ய, தன் தொழில் நண்பரிடம் பணம் கொடுப்பதற்காக வீட்டில் இருந்தார்...

வீட்டில் பணம் இருப்பதை தெரிந்து கொண்டவள், மூர்த்தி அசந்த நேரம் களவாடி விட்டு கணவனோடு வெளியூருக்கு சென்று விட்டாள்..

பணம் தொலைந்தது தெரிந்ததும், என்ன நடந்தது, எப்படி காணாமல் போனது என்று புரியாமல் கணவன் மனைவி இருவரும் திகைக்க, ஒரு வாரத்தில் தூக்கத்திலேயே இறந்து விட்டார் மூர்த்தி...

காலையில் கண்விழித்ததும், கணவன் இறந்த அதிர்ச்சியில் புவனேஸ்வரி பித்துபிடித்தது போல கத்த ஆரம்பிக்க, அருகில் இருந்தவர்கள் வந்து இறுதி சடங்கு செய்ய ஏற்பாடு செய்தனர்...

தகவல் அறிந்ததும், சற்று பதட்டமாகவே மாதேஸ்வரி கிளம்பி வர, அவள் கண்டது தங்கை கணவனோடு சேர்த்து தங்கையின் உடலையும் தான்...

ஆம், கத்திக் கொண்டே இருந்த புவனேஸ்வரி, கணவன் மார்பிலேயே உயிரை விட்டிருந்தாள்... லேசாக எழுந்த குற்ற உணர்வை, அப்படியே உள்ளேயே அழுத்தி வைத்துக் கொண்டு, வெளியில் இயல்பாக காட்டிக் கொண்டாள்...

2 வயது குழந்தையான மீனாவை, உறவினர்கள் மாதேஸ்வரியிடம் ஒப்படைத்தனர்..

மூர்த்தி வாங்கிய கடனுக்கு வீடு, வங்கியால் ஏலம் விடப்பட்டது.. கடன் போக மீதமுள்ள தொகை மீனா திருமண வயதில் அவளுக்கு கிடைக்கும் வகையில் மீனாவின் பேரில் வங்கியில் போடப் பட்டது..

அந்த பணம், தனக்கு கிடைக்க தான், மீனாவை வளர்த்தாள்.. மீனாவுக்கு பத்து வயது இருக்கும் போது குணா பிறந்தான்... இரண்டு ஆண்டுகளுக்கு முன்பு, சேதுராமன் காலமானார்..

மீனாவின் பதினாறாவது வயதில், திருமணத்தை எளிமையாக முடித்ததும் , வங்கியில் இருந்த பணமும் மாதேஸ்வரி கைக்கு வந்து விட்டது...

குணாவைப் பற்றி போக போக தெரிந்து கொள்ளலாம்...)

நேராக அருள்ராஜனிடம் வந்த மாதேஸ்வரி, " மாப்ள,

சடங்கு எப்ப வெக்கலாம்னு இருக்கீக.."
"சடங்கு நடத்தனுமான்னு யோசிக்கறேன் அத்த.."
"என்ன இப்படி சொல்றீக.."
"இல்லிங்கத்த, பிள்ளைங்களுக்கு பரிட்சை வர போவுது, அதான் சும்மா, பக்கத்துல இருக்கிறவங்கள வெச்சி வீட்டுக்கு அழைக்கலாம்னு பார்க்கறேன்.."

"என்ன மாப்ள, சடங்குன்னா எதுக்குனு தெரியுமா.. நாள பின்ன, இந்த வீட்டுல வயசு பொண்ணு இருக்குன்னு பெரியவங்க வீட்டுக்கு வந்து பொண்ணு கேக்கணும், இளவட்ட பசங்க இங்க வராம ஒதுங்கி போகனும்... இன்னும் எவ்ளோ இருக்கு.. வேணும்னா பரிட்சை முடிஞ்சி சடங்கு வச்சிக்கலாம், புள்ளைய பரிட்சைக்கு எம்மவ கூட்டிட்டு போவட்டும் பள்ளிக்கூடத்துக்கு..."
என்று பேச, ஒருமனதாக ஒத்துக் கொண்டார் அருள்ராஜன்....

மீனாவால் நம்பவே முடியவில்லை, தன் முடிவை கணவன் மாற்றிக் கொண்டதை..

சங்கவி தான் பாவம் திண்டாடினாள்..
பள்ளி முடிந்ததும் வீட்டுக்கு வந்த சங்கீதா, வீட்டின் வித்தியாசம் உணர்ந்து, கை கால்களை சுத்தம் செய்து கொண்டு சங்கவி அறைக்குள் நுழைந்தாள்..

"அக்கா, என்ன வீடு ஒரு மாதிரி இருக்கு..."
"சொல்றேன், அப்பா எங்க..?"
"கடைக்கு போனாரு, ஏங்க்கா..?"
"பாட்டி வந்துருக்காங்க பாப்பா.."

"எந்த பாட்டி, அந்த ஓட்டவாயி கெழவியா.." என்றாள் பீதியாக..
"ஹ்ம்ம்ம், ஆமா.."
"போச்சி, இது தூங்கும் போது கூட எதாவது பேசிக்கிட்டே

இருக்குமே.. எத்தன நாள் இருக்குமாம்.."

" தெரில, அது தனியா வரல.."
" பின்ன.. அந்த கரடியும் வந்துருக்கா கெழவி கூட.."
"ஆமா டா, சடங்கு பத்திலாம் அப்பா கிட்ட பேசுனாங்க.. அப்பாவும், எக்ஸாம் முடிச்சிட்டு வெக்கலாம்னு சொல்லிட்டாரு.."
"இந்த கெழவிய என்ன தான் பண்றது.. சரி, இப்ப எங்க அதுங்க.. போயி பேசலனா, அத வெச்சி ஒரு வாரம் பேசும் அந்த கெழவி..."

" சரி, போயி பாத்துட்டு வா... பின்னாடி மரத்தடிக்கு தான் போனாங்க... சாரு நோட் குடுத்தாளா.."
"இருக்கு, தரேன் இரு.."
நோட்டைக் கொடுத்து விட்டு, உடைமாற்றிக் கொண்டு பின்புறம் சென்றாள் சங்கீதா..

சகோதரிகள் இருவருக்கும் மாதேஸ்வரியை பிடிக்காது.. விடுமுறை நாட்களில் இரண்டு முறை சென்றவர்கள், பின் ஆர்வம் காட்டாததால், அருள்ராஜனும் அவர்களை அனுப்பவில்லை..

" ஏய் கெழவி, வந்துட்டியா என் உயிர வாங்க.. எப்ப கௌம்பற ஊருக்கு.."
"அடி வாயாடி கழுத.. வந்ததும் வராததுமா என்ன வெரட்டப் பாக்கற.."
"நீ இருந்து மட்டும் என்ன பண்ண போற கெழவி.."
மீனா, "ஏய் மரியாதையா பேசுடி.."
"விடு மீனா, சின்னப் புள்ள தான.. பேசிட்டு போறா.."

மேலும் கொஞ்சம் அரட்டை அடித்து விட்டு, படிக்க சென்றாள் சங்கீதா..

இரவு சாப்பிடும் போது...

அருள்ராஜன், "ஆபிஸ்க்கு லீவு போட்ருக்கியா குணா.. எத்தனை நாள்..?"
"ஆமா மாமா, எத்தனை நாளைக்குன்னு அம்மா தான் சொல்லனும்.."
"என்னாச்சி அத்த.."
"அது ஒன்னும் இல்ல மாப்ள, இவன் பஸ்ல அலயறது எனக்கு சரியாப் படல.. அதான் இங்கயே ஒரு வீட்ட வாடகைக்கு பாத்துட்டு, வந்தரலாம்னு பாக்கறேன்.. அதுக்கு தான் உங்கள பாக்க வந்தேன்..."

"அதுக்கென்ன அத்த, பாத்துரலாம், வீடு எப்டி வேணும்னு மட்டும் சொல்லுங்க.." என்றார்.
"நாங்க ரெண்டு பேரு தான மாப்ள, அதுக்கேத்தாப்ல இருந்தா போதும்.."

" சரிங்கத்த, நாளைக்கே விசாரிக்கறேன்..." என்று விட்டு அவர் செல்ல, ஒவ்வொருவராக தூங்க போனார்கள்...

சங்கவி அறையில்...
" என்னடா சொல்ற, நம்ம ஊரிலயே இருக்க போறாங்களா..?"
"ஆமாக்கா, அதுவும் அப்பா வீடு பாக்க போறாராம்.. பக்கத்துலயே பாத்துட்டாருன்னா.. அவ்ளோ தான், கெழவி நம்ம உயிர வாங்கிடும்.. "

இருவரும் புலம்பி விட்டு, சிறிது நேரத்தில் தூங்கி விட்டார்கள்...

மறுநாள் காலை பள்ளியில்....

" சாருக்கா.. எக்ஸாம் முடிச்சிட்டு சடங்கு வெச்சிக்கலாம்னு

அப்பா முடிவு பண்ணிட்டாங்க கா.."

பவித்ரா, "என்னமோ நான் அப்பா கிட்ட பேசிட்டேன், அப்பா வேணாம்னு சொல்லிட்டாருன்னு சொன்ன.."

சங்கீதா, "அப்டித்தான் சொன்னாரு கா, ஆனா அந்த கெழவி தான் அப்பா கிட்ட பேசி இப்படி பண்ணிருச்சி.."
கீர்த்தி, "எனக்கு ஒரு டவுட்டு டி.."
லலிதா," என்னடி..."

கீர்த்தி," இல்லடி, குமரன் அண்ணன் சொன்ன மாதிரி, நாம கொஞ்சம் ஓவரா தான் போறமோ.."
பவித்ரா," ஏன்டி இப்படி கேக்கற..?"

கீர்த்தி," பின்ன என்னடி, சடங்கு வெக்கறதெல்லாம் ஒரு மேட்டரா..? இதுக்கு ஏன் இவ்ளோ பேசறோம்.."

சாரு, "லலி, அவள ஓங்கி ஒரு அறை விடுடி..? "
கீர்த்தி, "என்னடி, நான் இப்ப என்ன தப்பா கேட்டுட்டேன்.."

லலிதா," பின்ன என்ன பிசாசே, இங்க சடங்கு ஒண்ணும் பிரச்சனை இல்ல.. அந்த பாட்டியும் குணா கொரங்கும் தான் பிரச்சனை... சங்கவிக்கு அவங்கள புடிக்காது, அதனால தான்... எப்படியும் சடங்குக்கு இவன்தான மாமா மொற செய்யனும்... அத அவாய்ட் பண்ண தான், சங்கீதா கிட்ட சொல்லி அப்பா கிட்ட பேச வெச்சி, கஷ்டப்பட்டு நிறுத்த பாத்தோம்.. ஆனா மூக்கு வேர்த்த மாதிரி வந்துட்டாங்க ரெண்டு பேரும்.."

கீர்த்தி," ஏன்டி, அவன் தப்பானவனா.."
பவித்ரா," அதான.. சங்கவிக்கு புடிக்காதுன்னு தெரியும் ஏன் புடிக்காது..?"

சாரு," அவன் நடத்தை சரியில்ல டி.."
பவி, " ஏன்டி, தப்பானவனா, சங்கவி கிட்ட எதுவும் தப்பா நடந்துக்கிட்டானா.."

லலிதா," அதெல்லாம் இல்ல பவி, நம்ம சங்கவி தான், பசங்க பேச வந்தாலே வேற பக்கம் போவாளே.. "
கீர்த்தி," அப்ப வேற என்னடி பண்ணான்..?"

சாரு," சொல்றேன், ஆனா நீ பயப்பட கூடாது.."
பவி,"ஓவர் பில்டப் கொடுக்கறிங்கடி நீங்க.. ஒழுங்கா சொல்லுங்க.."

சாரு, "இவங்க ரெண்டு பேரும் ஒரு தடவ ஊருக்கு போனப்ப, அந்த குணா, ஒரு சின்ன பொண்ணு பின்னாடி சுத்திட்டு இருந்தானாம், அப்ப அவன் ஸ்கூல் கூட முடிக்கல.."

கீர்த்தி," லவ் பண்ணிருப்பானோ.. "

லலிதா அவளை முறைத்து விட்டு, "அவ இன்னும் சொல்லி முடிக்கல.." என்று கோபமாக சொன்னாள்...

கீர்த்தி, "ஹிஹிஹி.. சாரி.."

சாரு," அவன் லவ்வெல்லாம் பண்ணலடி, அது கொஞ்சம் வசதியான பொண்ணு போல.. சுத்தற மாதிரி சுத்தி, அந்த பொண்ணு அசந்த நேரம், அவ கழுத்துல இருந்த செயின அறுத்துட்டு வந்துட்டானாம்.. அது பாவம் பயந்த பொண்ணு, யாரு கிட்டயும் சொல்ல கூடாது, வீட்டுல கேட்டா, தொலஞ்சிருச்சின்னு சொல்லனும்னு மெரட்டி விட்ருக்கான்.. அதுவும் பாவம் பயந்து அழுதுகிட்டு, அமைதியா போயிருச்சாம்.."

பவி, கீர்த்தி இருவரும் ஒரே நேரத்தில், "அய்யய்யோ... " என்று கத்தினார்கள்..

லலிதா, "அத நம்ம சங்கவி பாத்துட்டு அந்த பாட்டிக் கிட்ட சொல்லிருக்கா, அதுக்கு அந்த கெழவி, 'ஆம்பள பையன், எப்படி வேணா இருப்பான், எவ்ளோ தைரியம் இருந்தா பொட்டக் கழுத நீ, அவன குத்தஞ் சொல்லுவ' அப்படின்னு சொல்லிருக்கு..."

பவியும், கீர்த்தியும் குணமே இல்லாத குணாவை பற்றியும், கண்டிக்காமல் அவனை தூண்டி விடும் மாதேஸ்வரியைப் பற்றியும் அறிந்து, அரண்டு தான் போனார்கள்...

லலிதா, "சரி விடுங்க, எக்ஸாம் முடிஞ்சதும் சடங்கு.. அத முடிச்சிட்டு கௌம்பிருவாங்க.. அதுக்கப்புறம், தோ, இவ சடங்குக்கு தான் வருவான்.. பாத்துக்கலாம்.." என்று சங்கீதாவைப் பார்த்தபடி சொன்னாள்...

சங்கீதா " இல்லக்கா, இனிமே அவங்க இந்த ஊருல தான் இருக்க போறாங்க"

இரவு வீட்டில் நடந்த உரையாடலை சொல்ல, மற்ற மூவரும் "என்னாது, இங்கயே வீடு எடுத்து வராங்களா" என்று அலர... பாவம் கீர்த்திக்கு தான் மயக்கம் வந்து விட்டது...

பாகம் - 10

குணா இனிமேல் இதே ஊரில் தான் இருக்கப் போகிறான் என்று கேட்டதும் மயங்கி சரிந்தாள் கீர்த்தி..

பவித்ராவும் சாருவும் அவள் முகத்தில் தண்ணீர் தெளித்து, அவளை எழுப்பும் முயற்சியில் இருக்க, லலிதாவும் சங்கீதாவும் ஓரமாக நின்று அவளைப் பார்த்து சிரித்துக் கொண்டு இருந்தார்கள்...

என்ன நடந்தால் எனக்கென்ன என்ற ரீதியில் அமைதியாக நின்று கொண்டு இருந்தான் மணிகண்டன்..

சாரு, "ஏன்டி சிரிக்கற..?"
லலிதா, "நீ தான் அப்பவே அவகிட்ட சொன்னல்ல.. பயப்பட கூடாதுன்னு..
பெரிய போலீஸ்காரி மாதிரி கேள்வி கேட்டா.. இப்ப பாரு, போலீஸ் கிட்ட அடி வாங்குன மாதிரி விழுந்து கெடக்கறா.."

சாரு, "அவ கிட்ட சொல்லாமயே இருந்துருக்கலாம்.."
லலிதா, "அவளா தான, 'எனக்கொரு உண்மை தெரிஞ்சாகனும்' அப்படின்னு கேட்டா.."

இவர்கள் பேசிக்கொண்டு இருக்கும் போது, கண் விழித்தாள் கீர்த்தனா..
அவளைப் பார்த்து மறுபடியும், நக்கலாக சிரித்தாள் லலிதா...

கீர்த்தி, " ஏன்டி சிரிக்கற.. சங்கவி பாவம் பயப்படுவால்ல.. அத நெனச்சி தான் பயந்துட்டேன்.."
சாரு," ஓ.. அப்படியா.. உனக்கு நம்ம சங்கவி மேல

அம்பூ..ட்டு பாசமா..?"

கீர்த்தி, "இல்லயா பின்ன.."
சாரு, லலிதா இருவரும் சேர்ந்து அவளைப் பார்த்து, "தூ..."
என துப்பினார்கள்..

பவித்ரா எங்கோ பார்த்துக் கொண்டு அமைதியாக நிற்க,
சாரு லலிதாவிடம், "இவ ஏன்டி இப்பிடி நிக்கறா.."

லலிதா," புரியலயா உனக்கு.."
சாரு," என்னடி...? "
லலிதா," கீர்த்தி ஓப்பனா பயந்தத ஒத்துக்கிட்டா, இவ
வலிக்காத மாதிரியே நடிக்கறா.. அவ்ளோ தான்
வித்தியாசம்.."
பவி, "ஏன்டி, உங்க ரெண்டு பேருக்கும் பயம் இல்லயா?
எங்கள மட்டும் கிண்டல் பண்றிங்க.."

சாரு," எங்களுக்கு எதுக்கு பயம்..? சங்கவியும் சங்கீதாவும்
தான் பயந்து இருக்காங்க.. நம்ம கொஞ்சம் அவங்களுக்கு
தைரியமா பேசலாம்னு பாத்தா, நீங்களே இப்படி பயந்து
சாகறிங்க.."

சங்கீதா, "சாருக்கா, எனக்கு ஒன்னும் அந்த கொரங்க பாத்தா
பயம் இல்ல.. அக்காவுக்கு தான் பயம்.. எனக்கு அந்த
கெழவி தான் பிரச்சனை, நொய் நொய்னு திட்டிக்கிட்டே
கெடக்கும்.."

சங்கீதா பயம் இல்லை என்று சொன்னதும் சாரு, லலிதா
இருவரும் பவி, கீர்த்தியை பார்த்து," தூ...." என
துப்பினார்கள்...

லலிதா, "சின்ன புள்ள, பயமில்லனு சொல்லுது, வெக்கமா
இல்ல உங்க ரெண்டு பேருக்கும்.."

கீர்த்தி, "வெக்கம் வரலடி, பயம் தான் வருது.." 😕😕

சாரு," அட பயந்தாங்கொள்ளி பிசாசே, ஏன்டி இப்படி..?"
பவி, "பிசாசா பொறந்து இருந்தா பயம் வராது, சின்னப் பொண்ணால்ல பொறந்துட்டோம்.."

லலிதா," சின்னப் பொண்ணுன்னு சங்கீதா சொன்னா பரவால்ல, எரும மாடு மாதிரி வளந்துட்டு, நீ சொல்ல கூடாது.. " என்று சொல்லி விட்டு, சங்கீதாவிடம் திரும்பி, "பாப்பா, இனிமே பவி, கீர்த்தி ரெண்டு பேரும் உனக்கு தங்கச்சிங்க... ஃபிஸிக்கலி அக்கா.. பட் மென்டலி தங்கச்சி.. ஓகே.." என்று கேட்டாள்...

அவளை முறைத்த கீர்த்தி சாருவைப் பார்த்து ," சரி இப்ப என்னடி பண்றது.. "
சாரு," ஒன்னும் பண்ண முடியாது.. "
பவி," என்னடி இப்படி சொல்ற"

லலிதா," வேற எப்படிங்க சொல்லனும்.."
கீர்த்தி," எனக்கு ஒரு சூப்பர் ஐடியா தோனுதுடி"
லலிதா," நீ மொதல்ல சொல்லு, அது எப்படிப்பட்ட ஐடியான்னு நாங்க முடிவு பண்றோம்"

கீர்த்தி," சங்கவி அப்பா கிட்ட அந்த குணாவ பத்தி சொல்லிட்டா என்ன.."
சாரு, "நீ எந்த ஆணியும் புடுங்க வேணாம்.."
லலிதா," ஏன்டி, அப்பா கிட்ட சொன்னா,
அவன இங்க இருக்க விடாம, பண்ணிருவாரு தான.. "

சாரு, சங்கீதா இருவரும் அர்த்தத்துடன் பார்த்துக் கொண்டார்கள்...

சங்கீதா, "நம்ப மாட்டாரு அக்கா... "

பவி," ஏன் பாப்பா... "
லலிதா," தங்கம், நீ இப்ப 'ஏன் பாப்பா' னு கேக்க கூடாது.. 'ஏன் அக்கா' னு கேக்கணும்... "

பவித்ரா லலிதாவை முறைக்க,
சங்கீதா," அப்பாவ பொறுத்த வரைக்கும் அந்த கொரங்கு ரொம்பபபப நல்லவன்.. அவ்ளோ ஏன், இவ்ளோ நேரம் அவன பத்தி கேட்டிங்கல்ல.. இப்ப அது இங்க வந்து, நீங்க அத பாத்திங்கன்னா, நாங்க உங்க கிட்ட பொய் சொன்னோம்னு சொல்லுவிங்க.. அந்த அளவுக்கு வெளிய நடிக்கும், அந்த கொரங்கு..."

சாரு, "நம்மளால முடிஞ்சது ஒன்னே ஒன்னு தான்.. "
கீர்த்தி," என்னடி...? "

சாரு," சங்கவி அப்பா, ரொம்ப கோவக்காரர், அடிக்கடி அடிதடி சண்டைக்கு எல்லாம் போவாராம்.. அவருக்கு கல்யாணம் ஆனதுக்கு அப்பறமா தான், நிறுத்துனாராம்.. சோ, அவன் ஏதாவது பண்ணும் போது, நாம அத அவருக்கு தெரியர மாதிரி பண்ணா போதும்.. அவரே பழய ஃபார்முக்கு வந்து வெரட்டி விட்ருவாரு.."

சங்கீதா," உங்களுக்கு எப்படி தெரியும்"
சாரு," எங்க அம்மா ஒரு தடவ சொன்னாங்க.. "

பவித்ரா," அப்ப ஓகே... எப்படியும் அந்த நல்லவன் ஏதாவது பண்ணுவான்.. அத அப்பாக்கு தெரியர மாதிரி பண்ணிட்டா, அவரே தொரத்தி விட்ருவாரு.. "

ஆனால் பள்ளிச் சிறுமிகள் கையில் சிக்கும் அளவு, அவன் முட்டாள் இல்லை என்று பாவம் இவர்களுக்கு தெரியவில்லை..

நாட்கள் அப்படியே வேகமாக நகர, பரிட்சை வந்து விட்டது.. பரிட்சை முடிந்து மூன்றாவது நாள் சடங்கு...

சடங்கு சம்பந்தமாக அருள் வெளியே அலைவதால், மீனாவே பிள்ளைகளை பள்ளிக்கு அழைத்துச் சென்று வந்தார்.
கடைசி பரிட்சைக்கு மட்டும் அருள், தான் செல்வதாக சொல்லி விட்டார்..

பரிட்சை முடிந்து எல்லோரும் வெளியே வர, அருள் தயாராக காத்திருந்தார்.. எல்லோரும் அவரை நோக்கி சென்றனர். குமரன் மட்டும் கொஞ்ச நாளாக இவர்களை விட்டு விலகிப் போகிறான்...

சடங்குக்கு எல்லோரையும் அழைத்து விட்டு அவர் திரும்ப, சங்கீதா, "அப்பா அண்ணன வர சொல்லவே இல்ல...?" என்று கேட்டாள்.

பின்பே ஞாபகம் வந்தவராக, "குமரன் எங்கம்மா லலிதா..? " என்றார்.
லலிதா, "அவன் பிரண்ட்ஸ் கூட பேசிட்டு வருவான் பா"

அருள், "நான் வர சொன்னதா சொல்லிடுமா மறக்காம.. "
லலிதா, "கண்டிப்பா சொல்றேன் பா.. "

பின் எல்லோரிடமும் தலையசைத்து விட்டு, பிள்ளைகளை அழைத்துக் கொண்டு கிளம்பினார் அருள்... தோழிகள் பேசிக் கொண்டே நடந்தார்கள்.

லலிதா, "இன்னைக்கு உங்க ரெண்டு பேருக்கும் டியூசன் இல்ல தான..
பவி, "இல்லடி, ஏன் கேக்கற..."
லலிதா," ஒன்னுமில்ல சும்மா பேசிட்டே நடக்க தான்..

டியூசன் இருந்தா, ரெண்டு பேரும் ரெக்கை இல்லாம பறப்பிங்களே.. அதான் கேட்டேன்.."

சாரு," என்ன கிஃப்ட் டி வாங்கறது.. "
கீர்த்தி," லைட் எரியற மாதிரி, டால் இருக்கும்ல அது வாங்கலாமா.."
லலிதா," உன் நொண்ணன் கிட்ட சொல்லி, உன்ன பால்வாடில சேத்து விட சொல்றேன்.. அங்க போயி நீ இது மாதிரி, விதவிதமா பாரு... "

கீர்த்தி அவளை முறைத்து விட்டு அமைதியானாள்....

பவி," ஹே, எனக்கு ஒரு ஐடியா டி.."
சாரு," என்னடி... "
பவி," சங்கவிக்கு ஹிஸ்டாரிக்கல் புக்ஸ் ரொம்ப புடிக்கும்ல, அது மாதிரி ஒரு புக் வாங்கலாமா.. "
லலிதா, "ஹை, ஐடியா நல்லாருக்கே.."

கீர்த்தி, "பரவால்ல பவி உனக்கு கூட மூளை வேல செய்யுது" என்று அவளை கலாய்க்க முயற்சி செய்தாள்.. முயற்சி மட்டும் தான் செய்தாள்.. 😂😂

லலிதா, "பல் இருக்கறவ பக்கோடா என்ன, பறக்கறத புடிச்சு கூட சாப்புடுவா, உனக்கு தான் அதெல்லாம் இல்லயே... நீ ஏன் செல்லம் அத பத்தி எல்லாம் பேசற.."

கீர்த்தி," போங்கடி, நீங்க மட்டும் எப்ப பார்த்தாலும் என்ன கிண்டல் பண்றிங்க, நான் கிண்டல் பண்ண ட்ரை பண்ணா கூட விட மாட்டேங்கறிங்க..."

சாரு," ஏன்னா நீ அதுக்குன்னே கடவுள் உருவாக்குன பீஸ் டி..."

இவர்கள் பேசிக்கொண்டு இருக்கும் போது, குமரன் இவர்களோடு வந்து சேர்ந்தான்

லலிதா," டேய், சங்கவி அப்பா உன்ன சடங்குக்கு வர சொன்னாரு டா.. வெள்ளிக்கிழமை சடங்கு.."

குமரன்," ஹ்ம்ம்ம் சரி.. என்ன பேசிட்டு இருந்திங்க எல்லாரும்.. "
பவி," சங்கவிக்கு என்ன கிப்ட் வாங்கலாம்னு தான்.."
குமரன், "முடிவு பண்ணியாச்சா"
கீர்த்தி, "ம்ம்ம்ம் பண்ணியாச்சு அண்ணா, ஹிஸ்டாரிக்கல் புக் எதாவது வாங்கலாம்னு.."

குமரன்," சூப்பர்.. கல்கி, சாண்டில்யன்....." என்று ஆரம்பிக்க
லலிதா," யாருடா இவங்க.. " என்றாள்..
குமரன்," ஹ்ம்ம்,செத்துப் போன நம்ம எள்ளு தாத்தாங்க.."
லலிதா," டேய் கொழுப்பா.."

குமரன்," இது யாரு குடுத்த ஐடியா"
பவி," நான் தான், ஏன் குமரா..? "
குமரன்," எம்மா தாயே, உனக்காவது நான் சொன்ன பேருலாம் யாருன்னு தெரியுமா.."
பவி, "தெரிலயே.. ஒருவேள ஹிஸ்டாரிக்கல் கதைல வர ராஜாக்கள் பேரா.." 🤔🤔

குமரன், "ஆமாமா... கல்கி ஒரு நாட்டுக்கு ராஜா, சாண்டில்யன் ஒரு நாட்டுக்கு ராஜா.. ரெண்டு பேரும் சண்ட போடற கதை தான் ஹிஸ்டாஆஆரிக்கல் கத..."

கீர்த்தி, பவித்ரா, லலிதா மூவரும் "ஓஓஓ....." என்று சீரியசாக கேட்க, குமரன் தலையில் அடித்துக் கொண்டான்..

அதுவரை அமைதியாக இருந்த சாரு சிரிப்பை

கட்டுப்படுத்த முடியாமல் திண்டாடினாள்...

குமரனுக்கு தெரியும், சாருவுக்கும் இது போன்ற கதைகள் பிடிக்கும் என்று.. அதுவும் பொன்னியின் செல்வன் கதை என்றால் அவ்வளவு பிரியம் அவளுக்கு...

தான் இருப்பதால் தான், அவள் பேசாமல் அமைதி காக்கிறாள் என்று உணர்ந்து தான், கண்டு கொள்ளாதது போல இருந்தான்..

சாருவை தவிர, மற்ற மூவரின் தலையில், நன்றாக கொட்டி விட்டு, "கல்கி, சாண்டில்யன் எல்லாம் எழுத்தாளர்கள்.. வரலாற்று கதைகள் எழுதறவங்க.." என்று புளி, விம் பார், சாம்பல் எல்லாம் போட்டு விளக்கினான்...

அடுத்து, என்ன புத்தகம் வாங்கலாம் என்று யோசித்தார்கள்.. இவர்கள் நால்வரோடு குமரனும் பணம் தருவதாக சொன்னதால், சிவகாமியின் சபதம் வாங்கலாம் என்று முடிவானது..

பவித்ரா, கீர்த்தனா இருவரும் ஒன்றாகவும் சாரு, லலிதா, குமரன், மணிகண்டன் நால்வரும் ஒன்றாகவும் சங்கவி வீட்டிற்கு செல்வதாக முடிவானது..

வெள்ளிக்கிழமை காலை....

லலிதா, அலங்காரம் செய்து கொண்டு இருக்க, கவர் செய்யப்பட்ட புத்தகத்தோடு உள்ளே வந்தான் குமரன்...

லலிதா, "வாடா, கவர் பண்ணியே வாங்கிட்டு வந்துட்டியா.. சூப்பர் டா.."
குமரன், "லலி, நான் ஒன்னு சொன்னா தப்பா நெனைக்க மாட்டியே.."

லலிதா, "என்னடா.. சொல்லு.."

குமரன், "நான் வரல, நீ மட்டும் போயிட்டு வா.. நான் உன்ன ல... சாரு வீட்டுல விடறேன்.. அம்மா, சாரு, மணி கூட நீ போயிட்டு வா.."

லலிதா, "ஏன்டா, என்னாச்சி .."
குமரன்," சும்மா தான்.. ஏற்கனவே அவங்கம்மா என்ன திட்டிருக்காங்க.. இன்னிக்கு சொந்தக்காரங்க எல்லாம் இருப்பாங்க.. நீங்க போனா யாரும் எதும் சொல்ல மாட்டாங்க.. மணியும் சின்னப் பையன்... ஆனா நா வந்தா சரியா இருக்காது.. யாராவது எதாவது பேசுவாங்க.. அதான்... "

லலிதா எதுவும் பேசாமல், அவனை ஆழ்ந்து ஒரு பார்வைப் பார்த்தாள்.. பின் எதுவும் பேசாமல் அவன் கையில் இருந்த புத்தகத்தை பிடுங்கிக் கொண்டு முன்னே நடந்தாள்...

சோகமான ஒரு பெருமூச்சுடன், அவள் பின்னே இவனும் நடந்தான்.. பூபதி, லீலாவதி இருவரிடமும் சொல்லிக் கொண்டு சாரு வீட்டுக்கு கிளம்பினார்கள்...

சாரு வீட்டை அடைந்ததும், பூங்கொடி அவர்களை அன்பாக அழைக்க, சாரு குமரனை வெற்றுப் பார்வை பார்த்தாள்..

ஆனால் குமரன், அவளை ஆர்வமாகப் பார்த்தான்.. எளிமையான சுடிதாரில் ஒப்பனை இல்லாமல் பேரழகாக தெரிந்தாள் அவனுக்கு..

சாரு, லலிதாவை கைப்பிடித்து உள்ளே அழைத்துச் செல்ல, அவள் மறையும் வரை அவளைப் பார்த்து விட்டு, அவர்கள் உள்ளே சென்றதும் மணிகண்டனுடன் பேச

தொடங்கினான்...

லலிதா சாருவிடம் குமரன் வரவில்லை என்று சொன்னதைச் சொல்ல, வருத்தம் இருந்தாலும், எதுவும் சொல்லாமல் மௌனம் காத்தாள்...

சில நிமிடங்களில் தயாராகி வெளியே வந்தார்கள் இருவரும்.. பின் அனைவரும் கிளம்ப, அவர்களை அனுப்பி விட்டு குமரன் கிளம்பினான்...

சங்கவி வீட்டுக்கு வந்ததும், அருள்ராஜன், இன்முகத்துடன் அவர்களை வரவேற்றார்.. பின் பூங்கொடி சங்கவிக்கு அலங்காரம் செய்ய சென்றுவிட்டார்.. சங்கீதா, அக்கா பக்கத்திலேயே இருந்துவிட, மணிகண்டன் கிப்ட் புத்தகத்துடன் வழக்கம் போல் அமைதியாக அமர்ந்து விட்டான்....

தோழிகள் இருவரும் பவி, கீர்த்திக்காக திண்ணையில் காத்திருந்தார்கள்.. அரைமணி நேரத்தில் அவர்கள் இருவரும் வர, வந்தவர்களைப் பார்த்து சாருவும் லலிதாவும் "ஆஆஆ...' வென்று வாயைப் பிளந்தார்கள்...

சில வினாடிகள் தான்.... பின் இருவரும் வயிற்றைப் பிடித்துக் கொண்டு விழுந்து விழுந்து சிரித்தார்கள்....

பாகம் - 11

பவித்ராவும் கீர்த்தனாவும் வந்த கோலத்தைப் பார்த்து, சாரு, லலிதா இருவரும் வயிற்றைப் பிடித்துக் கொண்டு சிரித்தார்கள்...

எப்போதும் டீஸன்சி பார்க்கும் பவி, கலர் கலராக, மேட்ச்சிங்கில் பாசிமணி போட்டுக் கொண்டு வந்திருந்தாள்.. சிம்பிளாக மெலிதான தங்க செயின், தோடு என போட்டிருக்கும் கீர்த்தி, பார்த்தாலே கவரிங் என்று தெரியும் வகையில், பளபளவென மின்னும் செயின் மற்றும் தோடு அணிந்து வந்திருந்தாள்..

லலிதா, "என்னடி இது கோலம்..?"
சாரு, "பவி, இவளே பரவால்ல.. நீ வர வழில யாராவது காட்டுவாசிங்க இதெல்லாம் வித்துட்டு வந்தாங்களா.. மொத்தமா வாங்கிட்டு வந்துட்டியா..?"

பவித்ராவும் கீர்த்தனாவும் ஒருவரை ஒருவர் பார்த்துக் கொண்டு, இவர்களைப் பார்த்து முறைத்தனர்...
பவித்ரா, "என்னடி சிரிப்பு உங்களுக்கு"
கீர்த்தி, "அதான, எதுக்குடி இப்ப இளிச்சிக்கிட்டு இருக்கிங்க...?"

லலிதா, "நீ வாடி தங்கம் இங்க.." என்று கீர்த்தியை அருகே அழைத்து, "என் பட்டுக்குட்டிக்கு ஸ்கின் அலர்ஜி இருக்கே.. எப்படி இன்னிக்கு கவரிங் எல்லாம் போட்டுட்டு வந்துருக்கு.. உங்க கோல்டு செயின், தோடு எல்லாம் எங்க செல்லம்..?"

சாரு, "பவி மேடம், நீங்க இங்க வாங்க.. நீங்க தான் ரொம்ப டீசன்ட் ஆச்சே.. எப்பவும் நீட்டா இருக்கனும்னு

சொல்லுவிங்க.. மல்டி கலர்ல வேற யாராவது போட்ருந்து பாத்தாலே, கிண்டல் பண்ணுவிங்க.. இப்ப நீங்க எப்படி இந்த மாதிரி வந்திங்க..? அதுலயும் ஹைலைட் என்ன தெரியுமா? தோ, இந்த பஞ்சு மிட்டாய் கலர் தோடு தான்டி.."

லலிதா, "ரெண்டு நாளா தேடித் தேடி வாங்குனிங்களா இதெல்லாம்..?"

இருவரும் மறுபடியும், முதலில் இருந்து சிரிக்க, பாவமாக பார்த்தார்கள் பவியும் கீர்த்தியும்..

பவி, "ஏன்டி சிரிக்கறிங்க.. எதோ இன்னிக்கு டிரெஸ்க்கு மேட்ச்சா போடனும்னு தோனுச்சி, அதான் போட்டேன்.. அதுக்கு என்ன இப்ப.."

கோரஸாக, "ஓ.. அப்புடியா....." என்றனர் சாருவும் லலிதாவும்... பின் கீர்த்தி புறம் திரும்பிய லலிதா, "செல்லாக் குட்டி, நீங்க ஏன் இப்படி கௌம்பி வந்துருக்கிங்க.."

கீர்த்தி, "வந்தனா (அவள் அக்கா) என் செயினும் தோடும் இன்னிக்கு ஒரு நாள் வேணும்னு கேட்டா.. அதான், இத போட்டுட்டு வந்தேன்.."

சாரு, "நீ என்னைக்கு உன்னுத அக்காவுக்கு குடுத்துருக்க..?"

பவித்ரா, "ஏன்டி ஏன்... அதான் தெரியிதில்ல.. அப்புறம் ஏன்டி இப்படி கேள்வி மேல கேள்வி கேக்கறீங்க.."

சாரு "லூசாடி நீங்க ரெண்டு பேரும்...?"
லலிதா, "அதுல உனக்கு டவுட்டு வேற இருக்கா.. எனக்குலாம் எப்பயோ தெரியும்.."

கீர்த்தி லலிதாவை முறைக்க,

பவி, "ஏன் சாரு.." என்றாள்..
சாரு, "நீங்க ஏன் இப்படி பயந்துட்டு இருக்கிங்க "
கீர்த்தி," பயப்படாம...?"
லலிதா, "நீங்க பயப்பட தேவையில்லனு அன்னைக்கே நாங்க சொன்னோம் தான.. அப்பறம் ஏன் இப்படி காமெடி பண்ணிக்கிட்டு இருக்கிங்க.."

பவித்ரா, "பயம் போகலயே நாங்க என்ன பண்றது"
சாரு, "லூசுங்களா.. அவன், அன்னைக்கு செயின் திருடுனான்ல, அத சங்கவி பாத்தது அவனுக்கு தெரியாது.. அந்த பாட்டி சொல்லல.. நீங்க, இப்படி அவன் முன்னாடி பயந்து, உன்ன பத்தி எனக்கு தெரியும் அப்படின்னு வாக்குமூலம் குடுக்காதிங்க.."

லலிதா, "அதுமட்டும் இல்லாம, நீங்க ஒரு முக்கியமான விஷயத்த மறந்துட்டீங்க.."
கீர்த்தி, "என்னடி அது ..?"

லலிதா, "சும்மா சுத்தற மாதிரி இருந்தாலும், அவனுக்கும் கொஞ்சம் டேஸ்ட் இருக்கும் தான.. உங்க பின்னாடிலாம் எப்படி அவன் வருவான்..? அந்த ஒரு நம்பிக்க போதாதா உங்களுக்கு...?"

கீர்த்தி, "ஓ.. அதனால தான் நீங்க ரெண்டு பேரும் பயப்படாம இருக்கிங்க போல.. "

சாரு, "ஹே... சூப்பர் டி, கரெக்டா கண்டு புடிச்சிட்ட...? "

மேலும் கொஞ்சம் பேசி, இருவரையும் மந்திரித்து உள்ளே கூட்டி செல்ல, கீர்த்தி தானாக வலிய சென்று வம்பை விலைக்கு வாங்கினாள்...

முற்றத்தில் சடங்குக்கான ஏற்பாடுகள் நடந்து

கொண்டிருக்க, குணா மணிகண்டன் அருகே அமர்ந்து அவனிடம் பேசிக்கொண்டு இருந்தான்

சங்கீதா, இவர்கள் வந்ததுமே குணாவை அடையாளம் காட்டி இருந்ததால், மணிகண்டன் பேருக்கு அவன் கேட்பதற்கு பதில் சொல்லிக் கொண்டு இருந்தான்...

கீர்த்தி, "லல்லி லல்லி லல்லி..."
லலிதா, "ஏன்டி, ஏலம் போடற..?"
கீர்த்தி, "அங்க மணி பக்கத்துல இருக்காங்கல்ல, அவங்க பாக்க ஸ்மார்ட்டா இருக்காங்க தான..."

மூவரும் , 'யார சொல்றா இவ' என திரும்பி பார்க்க, சாரு அதிர்ந்து விட்டாள்.. சாரு சொல்வதற்கு வாயைத் திறக்க, லலிதா 'சொல்லாத அமைதியா இரு' என்பது போல சைகை செய்தாள்..

இவர்கள் சைகையில் பேசுவதை பார்த்து, பவித்ரா என்னவென்று சாருவிடம் கேட்க, அவள் 'குணா' என்று வாயை மட்டும் அசைத்தாள்...

சொல்லவே தேவை இல்லாமல், பவித்ராவின் வாய் தானாக மூடிக்கொண்டது..

லலிதா, "ஏன்டி சைட் அடிக்கறியா.. ஆனா இவங்க கலராவே இல்லயேடி.."
கீர்த்தி, "கலர் கம்மியா இருந்தாலும், விஜயகாந்த் மாதிரி, பாக்க நல்லா இருக்காங்க டி.."
சாரு, "ஓஓஓ.. ஆமாமா நல்லா தான் இருக்காங்க.."

கீர்த்தி, "பாத்தியா, சாரு கூட சொல்றா.."
லலிதா, "அதுசரி, நானும் ஒத்துக்கறேன், நல்லா தான் இருக்காங்க, இப்ப அதுக்கு என்ன பண்ணலாம்... சங்கீதாவ

கூப்பிட்டு, யாருன்னு கேட்டு இன்ட்ரோ குடுக்க சொல்லலாமா...? "

கீர்த்தி, "அதெல்லாம் வேணாம்.."
சாரு, "அப்பறம்...?"
கீர்த்தி, "அதான், மணி இருக்கான்ல, அவன்கிட்ட பேசற மாதிரி போயி பேசலாம்.. ஆனா, அவங்க எனக்கு அண்ணன் மாதிரி தான்.. சைட் எல்லாம் இல்ல, சும்மா தான் பேச போறோம்.. சரியா..?"
சாரு, "இது வேறயா...? " 🤦‍♀️🤦‍♀️

கீர்த்தி சொன்னதைக் கேட்டதும், பவி காலில் ஓங்கி மிதித்தாள் லலிதா.. வலியில் கத்தியவளை பார்த்து, வாயில் விரல் வைத்து 'உஸ்ஸ்' என்று சைகை செய்தாள்...

கீர்த்தி, இது எதையும் கவனிக்காமல் பார்வையை குணாவிடம் பதித்து இருந்தாள்..

லலிதா, "பவி, கீர்த்தி அங்க இருக்கறவங்க கிட்ட போயி பேசனும்னு சொல்றா.. நீ சங்கவிய பாக்கணும்னு சொன்னல்ல, நாங்க அவகிட்ட போறோம்.. நீ எங்க கூட வரியா, இல்ல கீர்த்தி கூட போயி பேசிட்டு வரியா.."

பவித்ரா, 'பே..' என்று புரியாமல் விழித்து விட்டு, பின்பே புரிந்தவளாய், "இல்லல்ல.. நானும் சங்கவிய பாக்க வரேன்" என்றாள் வேகமாக...

கீர்த்தி, "என்னடி, மூனு பேரும் போனா எப்படி..? எங்கூட யாராவது வாங்க.."
லலிதா, "நீ என்ன லூசாடி...? நீ தனியா பேச நாங்க ஐடியா குடுக்கறோம்.. அது புரியாம, மிட்நைட்ல வாக்கிங் போக சொன்ன மாதிரி, துணைக்கு ஆள் வேணும்னு சொல்ற... நிஜமாவே அடிக்கடி சங்கீதாவ விட சின்னப் பொண்ணு

மாதிரி தான் நீ தெரியர..." என்று உசுப்பேற்றி விட்டாள்..

கீர்த்தி, "என்னடி, கொழுப்பா.. நான் இப்ப தனியா போயி, பேசிக் காட்டறேன் பாரு.."

" பாக்கலாம்.. " என்று கோரசாக சாருவும் லலிதாவும் சொல்ல, ரோஷமாக குணாவை நோக்கி நடந்தாள் கீர்த்தி..

கீர்த்தி," என்ன மணி, இங்க உக்காந்துகிட்டு இருக்க..? அம்மா எங்க..?"

மணிகண்டன் அவளை விசித்திர ஜந்து போல பார்த்தான். மனதில், 'இந்த கீர்த்தி அக்கா அன்னிக்கு குணா அண்ணாவ பத்தி கேட்டதுக்கே, மயக்கம் போட்டு விழுந்தாங்க.. இப்ப அந்த அண்ணன் பக்கத்துல இருக்கும்போது தைரியமா வந்து பேசிட்டு இருக்காங்களே.. நம்ம அக்கா எங்க வேற போனுச்சினு தெரியலயே' என்ற சிந்தனையில் இருந்தான்..

கீர்த்தி, அவன் முன்பு கையை ஆட்டி, "உன்ன தான் கேக்கறேன், அம்மா எங்க" என்று மறுபடியும் கேட்டாள்..

மணிகண்டன், "சங்கவி அக்கா கூட இருக்காங்க அக்கா.." கீர்த்தி, "ஓ.. சரி சரி, இவங்க யாரு, உன் கூட வந்தாங்களா.." என்று குணாவைக் கைகாட்டி கேட்டாள்..

மணிகண்டன் 'இந்த அக்காவுக்கு என்னாச்சி இன்னைக்கு' என்று புரியாமல் அவளைப் பார்க்க, குணாவே, "இல்லம்மா, நான் சங்கவிக்கு ரிலேட்டிவ்.. நீ யாரு மா..?" என்று கேட்டான்..

கீர்த்தி, குணா தன்னிடம் பேசிய ஆனந்தத்தில், மகிழ்ச்சி வானில் இறக்கைகள் இல்லாமல் பறந்து கொண்டு இருக்க, தூணிற்கு பின்னால் இருந்து சாரு, லலிதா இருவரும்

அடக்க முடியாமல் சிரித்துக் கொண்டே, சங்கவி அறைக்குள் போய் கொண்டு இருந்தார்கள்.. பவி, எந்த ரியாக்ஷனும் இல்லாமல் அவர்களை பின் தொடர்ந்தாள்..

மணிகண்டன் தான் கீர்த்தியை 'அய்யோ பாவம்' என்ற ரீதியில் பார்த்தான்..

கீர்த்தி "நான் சங்கவியோட பிரெண்ட்.. பேரு கீர்த்தனா"
குணா, "ஓ.. சரி மா.."
கீர்த்தி, "நான் உங்கள இதுக்கு முன்னாடி எங்கயோ பாத்த மாதிரியே இருக்கு, நீங்க எந்த ஊரு...?"

குணா, "சொந்த ஊர், காஞ்சிபுரம் பக்கம் தான்.. ஆனா இனிமே இங்க தான் இருப்பேன்.. நீ அங்க எப்பவாச்சும் வந்துருக்கியா மா..?"

கீர்த்தி, 'அந்த இனிமே இங்க தான் இருப்பேன்' என்றதை மட்டும் யோசித்து கொண்டு, "கோயிலுக்கு வந்துருக்கோம் அண்ணா" என்று வாயில் வந்ததை சொன்னாள்.. பின்," "உங்க பேர் என்ன..?" என்று கேட்டாள்..

அவள் பெயரைக் கேட்டதுமே மணிகண்டன் தயாராக தான் அமர்ந்திருந்த சேரை அவள் பக்கம் நகர்த்தி இருந்தான்...

அவன் "குணா.. " என்று சொன்னது தான் தாமதம்.. கீர்த்தி விழிகள் இரண்டும் வெளியே வந்து விடும் அளவிற்கு கண்களை விரித்தாள்...

அந்த நேரத்தில் அருள்ராஜன், ஒரு வேலையாக குணாவை அழைக்க, அவன் அங்கிருந்து சென்றதால் கீர்த்தியின் மானம் கப்பல் ஏறாமல் காப்பாற்றப் பட்டது..

மணிகண்டன் அவளை அமர வைத்து விட்டு, அவசர

அவசரமாக தண்ணீர் எடுத்து வந்து அவளுக்கு குடிக்க கொடுத்தான். பின், அவளை சங்கவி அறையில் விட்டு விட்டு வந்தான்...

அண்ணாமலை படத்தில் ரஜினி, 'கடவுளே கடவுளே கடவுளே' என்று சொல்வது போல, கீர்த்தி "பெருமாளே பெருமாளே பெருமாளே.." என்று சொல்லிக் கொண்டு இருந்தாள்..

கீர்த்தி புலம்புவதை பார்த்த மற்ற மூவரும், அவளை பின்புறம் மரத்தடிக்கு இழுத்து சென்றார்கள்
பின், அவளுக்கு வேப்பிலை அடித்து பேயோட்டி தெளிய வைக்க, கொஞ்சம் தெளிந்ததும் முதலில் திருதிருவென விழித்தவள், பின் லலிதாவை குனிய வைத்து கும்மி எடுத்தாள்...

சாரு கீர்த்தியிடம் போராடி அவளைத் தடுத்து நிறுத்தினாள்..

கீர்த்தி, "சொல்ல வேண்டியது தானே அது தான் குணா என்று.. நான் எங்கு சென்றாலும் எதுவும் சொல்லாமல் வேடிக்கை பார்ப்பீர்களா..? லகட பாண்டிகளா.." என்று இம்சை அரசன் பானியில் பாவமாக கேட்க, மற்ற மூவரும் விழுந்து விழுந்து சிரித்தார்கள்..

லலிதா, "ஆமாடிம்மா.. நாங்க சொல்லாதது தப்பு தான்.. நீ பயந்துட்டு வந்த பில்டப்புக்கு, உனக்கு யார பாத்தாலும் பயமா இருந்திருக்கனும்.. அத விட்டுட்டு ஸ்மார்ட்டா இருக்காங்கனு சைட் அடிச்சா நாங்க என்ன பண்ண முடியும்...?"

கீர்த்தி, "நீயெல்லாம் அதுக்கு சரிபட்டு வரமாட்ட அப்படின்னு செருப்பால அடிச்சி இழுத்துட்டுப் போக வேண்டியது தான.."

சாரு, "வெக்கமாவே இல்லயாடி உனக்கு..?"
கீர்த்தி, "இல்லன்னு எத்தன தடவ சொல்றது..?"
லலிதா, "யாரோ, 'நான் தனியா போயி பேசிக் காட்றேன்'னு ரீல் விட்டாங்க.. ஆனா பாவம் பாதிலயே மயக்கம் வந்துருச்சி போல.."

கீர்த்தி, "ஆனா ஒன்னுடி.. சங்கீதா சொன்னது ரொம்ப கரெக்ட்.."
சாரு, "என்னடி கரெக்ட்டு..?"
கீர்த்தி, "அந்த குணாவ பாத்தா, நீங்க சொன்ன மாதிரி தெரில.. ரொம்ப நல்லவங்க மாதிரி இருக்காங்க..."

லலிதா, "அதுவும் சாதாரண நல்லவன் இல்லடி, கேப்டன் விஜயகாந்த் மாதிரி நல்லவன்.. இல்லடி பட்டுக்குட்டி...?" என்று கீர்த்தியைப் பார்த்துக் கேட்டாள்

கோபத்தில் லலிதாவை மறுபடியும் கீர்த்தி அடிக்கத் துவங்க, பவித்ரா ஓரமாக நின்று கொண்டு இவர்களை பார்த்து சிரித்துக் கொண்டு இருந்தாள்...

கீர்த்தி, "நீயுமாடி இவளுங்க கூட சேந்து, என்ன பாத்து சிரிக்கற..?" என்று அவளையும் சேர்ந்து அடிக்க, சாரு கீர்த்தியை தடுக்க, சாருவையும் சேர்ந்து அடித்தாள்...

நால்வரும் அடித்துக் கொண்டு இருக்க, உள்ளிருந்து, மீனாம்பிகையின் குரல் ஓங்கி ஒலித்ததில், தோழிகள் சண்டையை நிறுத்தி விட்டு, உள்ளே நுழைந்தனர்...

பாகம் - 12

தோழிகள் நால்வரும் அடித்துக் கொண்டு இருக்கும் போது, வீட்டின் உள்ளிருந்து மீனாம்பிகை சத்தம் கேட்கவும், சண்டையை நிறுத்தி விட்டு உள்ளே போனார்கள்..

உள்ளே சங்கவி அறையில், அவள் சங்கீதாவை அணைத்தபடி நின்றிருக்க, சங்கீதா கன்னத்தை தாங்கியபடி அழுது கொண்டு இருந்தாள்..

மீனா, "பொம்பளப் புள்ளை வயசுக்கு தகுந்த மாதிரி பேசனும்.. உன் வயசென்ன, அவங்க வயசென்ன.. நாலுபேர் இருக்கற எடத்துல எப்படி பேசணும்னு கொஞ்சமாது அறிவு இருக்கா...? உனக்கெல்லாம் வாயிலேயே சூடு வெக்கனும்.. எல்லாம் உங்க அப்பா குடுக்கற எடம்.. வரட்டும் இன்னைக்கு, உன்ன என்ன பண்றேன்னு பாரு.."

மேலும் கொஞ்ச நேரம் திட்டிவிட்டு, மீனா அங்கிருந்து வெளியேற, அங்கு இருந்தவர்களும் அவரைத் தொடர்ந்து ஒவ்வொராக வெளியே வந்தார்கள்.. சங்கவி, சங்கீதா மட்டும் இருந்தனர்..

'என்ன நடக்குது இங்க' என்ற ரீதியில் தோழிகள் நால்வரும் ஒருவரை ஒருவர் பார்த்துக் கொண்டு, சங்கவி அறைக்குள் நுழைந்தார்கள்..

சாரு, "என்னாச்சி பாப்பா..?"
லலிதா, "அம்மா அடிச்சாங்களா டா..?"
பவித்ரா, "ஏய் சங்கவி, நீயாச்சி சொல்லுடி.. என்னாச்சி..?"

கீர்த்தி எதுவும் பேசாமல், விம்மிக் கொண்டு இருந்த சங்கீதாவை, அருகில் இருந்த சேரில் அமர வைத்தவுடன்,

அவள் இடுப்பைக் கட்டிக் கொண்டு அழுதாள் சங்கீதா...

லலிதா," ஏய், ரெண்டு பேருல யாராவது சொல்லித் தொலைங்கடி.."

சங்கீதாவை முறைத்து விட்டு, சங்கவி சொல்லத் தொடங்கினாள்...

தோழிகள் வெளியேறியதும், உள்ளே நுழைந்த மாதேஸ்வரி, சங்கவிக்கு நெட்டி முறித்து, "என் பேத்தி இன்னைக்கு தங்க செல கணக்கா மின்னிட்டு இருக்கா.. ராவுக்கு மறக்காம உப்பு மௌகா சுத்தி போடுடி மீனா.. ஊரு கண்ணு பூரா எம்பேத்தி மேல தான் இருக்கும்.." என்று சொன்னார்..

மீனா, "நீயே சுத்தி போடு மா, நானா வேண்டாம்னேன்..?"
சங்கீதா, "ஏ கெழவி, அக்காக்கு சுத்தி போடறது அப்பறம் இருக்கட்டும், சீரு என்ன கொண்டு வந்த..? "

மீனா, "மரியாதையா பேசுன்னு எத்தன தடவடி சொல்றது உனக்கு"
மாதேஸ்வரி, "விடுடி, சின்னப் புள்ள தான.. பேசிட்டு போறா.. வெவரம் வந்தா சரியா போயிடும்.."

சங்கீதா, "எனக்கு ஐஸ் வெக்காத கெழவி, நான் இப்பவே வெவரம் தான்.. சடங்கு நடக்கும் போது தாய்மாமா நெறைய தட்டுல பழம், நகை, புடவை எல்லாம் எடுத்துட்டு வருவாங்க தான.. நீயும் உன் பையனும் ஏன் எதுவுமே கொண்டு வரல..."

மீனா, "ஏய், பெரிய மனுஷி மாதிரி, என்னடி பேச்சு இது?"
சங்கீதா," ஏம்மா, நான் இப்ப என்ன தப்பா கேட்டுட்டேன்.. சடங்குன்னா இப்படி தான் பண்ணுவாங்கலாம்.. இந்த

கெழவி , என்ன எப்ப பார்த்தாலும், எல்லாத்தையும் மொறயா செய்யனும்னு திட்டும்ல.. அப்ப இதுவும் கரெக்டா இருக்கனும் தான..?"

மீனா பேசத் தொடங்கும் முன்பே அங்கிருந்த மற்ற பெண்கள் மீனாவை கேள்வி கேட்க துவங்கி விட்டார்கள்..

ஒரு பெண்," என்ன மீனா, உன் தம்பி எதுவும் சீர் செய்யலயா?"
இரண்டாவது பெண்," உன் தம்பி ரொம்ப நாளா இங்க இருக்கறதால, சபைல செய்யாம ஏற்கனவே செஞ்சிருப்பான்னு நெனச்சேன்.."
மற்றொரு பெண், "பவுன் இல்லன்னா பரவால்ல, சீர் தட்டாவது கொண்டு வருவாங்களா.."
வேறொரு பெண், "பட்டுப் புடவை யார் எடுத்தது..?"

ஆளாளுக்கு கேள்வி கேட்க, அதற்கு மேல் அங்கே இருக்க முடியாமல், அவமானத்துடன் வெளியே வந்து விட்டார் மாதேஸ்வரி..

அதைப் பார்த்து கோபம் தலைக்கேறிய மீனா, அந்த பெண்களை நோக்கி, "எந்தம்பி செய்ய வேண்டிய சீரெல்லாம் சரியா தான் செஞ்சிட்டு இருக்கான்.. அத சபைல வெச்சி எல்லாருக்கும் காட்டனும்னு அவசியம் இல்ல" என்று சொல்லி விட்டு, அதே கோபத்தில் திரும்பி பளாரென சங்கீதாவை அறைந்து விட்டார்..

பாவம், சங்கீதாவை சொல்லியும் குற்றமில்லை...

இரண்டு மாதங்களுக்கு முன்பு, சங்கவி வீட்டுக்கு அருகில் ஒரு பெண்ணுக்கு நடந்த சடங்குக்கு மீனாவுடன் சென்ற சங்கீதா, சடங்கின் ஒவ்வொரு நிகழ்வையும் ஆர்வத்துடன் பார்க்க, அப்போது மேள தாளம் முழங்க, அந்தப்

பெண்ணின் தாய்மாமன் சீருடன் வந்தான்..

சங்கீதா அதுபற்றி அருகில் கேட்க, அங்கே இருந்த பெண்கள் 'சடங்குன்னா தாய்மாமன் இப்படி தான் சீரோட வருவான்.. நாளைக்கு உன் அக்காவுக்கும் உனக்கும் உன் மாமன்காரனும் அப்படி தான் கொண்டு வருவான்' என்று சொல்லி சிரித்தார்கள்...

அதை மனதில் கொண்டு தான், வயதிற்கு உரிய துடுக்கோடு அப்படி பேசி விட்டாள் சங்கீதா...

ஆனால் சடங்கு பற்றி பேசத் தொடங்கியதுமே, மாதேஸ்வரி, அருள்ராஜனிடம் சென்று, "மாப்ள, ஒரு உதவி வேணும், நீங்க தப்பா எடுத்துக்க கூடாது...?" என்று கேட்டார்..

அருள், "சொல்லுங்கத்த.."
மாதேஸ்வரி, "உங்களுக்கு தெரிஞ்ச எடத்துல, வட்டிக்கு கொஞ்சம் பணம் வாங்கி குடுக்க முடியுமா?"
அருள், "எதுக்கு அத்த.. என்ன செலவு?"

மாதேஸ்வரி, "தப்பா நெனைக்காதீக.. என் பேத்தி சடங்க, ஊரே மெச்சற மாதிரி பண்ணனும்னு தான் ஆச.. ஆனா, குணா இப்ப தான் சம்பாரிக்க ஆரமிச்சிருக்கான்.. கையிருப்பு அவ்வளவா இல்ல, அதான் மாப்ள.."

அருள், "என்ன அத்த இப்படி பேசறிங்க.. இது நம்ம வீட்டு விசேஷம்.. நீங்க பெரியவங்களா முன்னாடி நின்னா போதும், மத்ததெல்லாம் நான் பாத்துக்கறேன்.. உங்கள பத்தி எனக்கு தெரியாதா.."

அவர் இப்படித்தான் சொல்வார் என்று தெரிந்து தானே மாதேஸ்வரி பேசவே தொடங்கினார்...

மாதேஸ்வரி, "இல்ல மாப்ள, அது மொறயில்ல..'' என்று போலியாக மறுக்க, "அதெல்லாம் நீங்க யோசிக்காதிங்க, எல்லாம் நான் பாத்துக்கறேன்" என்று சொல்லி விட்டார்..

"அதுக்கு மேல உங்க விருப்பம் மாப்ள" என்றவாறு தன் எண்ணம் நிறைவேறிய திருப்தியுடன் மாதேஸ்வரி அங்கிருந்து மீனாவிடம் வந்து, வருத்தப்படுவது போல அவளிடமும் விஷயத்தை சொல்லி விட்டார்...

பாவம், இது எதுவும் சங்கவி, சங்கீதாவுக்கு தெரியாது..

சாரு அழுது கொண்டிருந்தவளை நிமிர்த்தி, அவள் கண்களைத் துடைத்து விட்டாள்..

லலிதா, "எல்லாரும் எப்பயும் ஒரே மாதிரி இருக்க மாட்டாங்க டா.. இனிமே தேவ இல்லாம யார் கிட்டயும் எதுவும் பேசாத"
பவித்ரா, "சீரெல்லாம் பெரியவங்க விஷயம்.. நீ ஏன் அத பத்தி எல்லாம் பேசற?"

சாரு, "நீ ரொம்ப மெச்சூரான பொண்ணு, அப்படின்னு நாங்க எவ்ளோ பெருமையா பேசுவோம் தெரியுமா.. நீ ஏன் அப்படி பேசுன.."
சங்கீதா, "இல்லக்கா, நான் எப்பவும் பேசற மாதிரி வெளயாட்டா தான் பேசுனேன்" என்றாள் விம்மிக் கொண்டே...

உண்மையில் அவளுக்கு இப்பவும் தான் என்ன தவறு செய்தோம் என்று புரியவில்லை.. பல பேர் முன்னிலையில் இந்த பேச்சு மானப் பிரச்சனை என்றும் தெரியவில்லை...

சாரு, "சரி விடுடா, உனக்கு அவங்கள பத்தி தெரியும் தான..

தெரிஞ்சும் என்ன வெளையாட்டு அவங்க கிட்ட... இனிமே இந்த மாதிரி எப்பவும் பேச கூடாது.. சரியா..?"
சங்கீதா, "சரிக்கா.. இனிமே இப்படி பேச மாட்டேன்.."

சங்கவி எதுவும் பேசாமல் அமைதியாக பார்த்துக் கொண்டு இருந்தாள்.. அவள் தோற்றம் சங்கீதாவுக்கு உறுத்தலாக இருக்க, அவளிடம் சென்று, "சாரிக்கா, நிஜமா இனிமே நான் அந்த கெழவி கிட்ட பேசவே மாட்டேன்..."

ஆனால், இன்று பேசியதற்கே, பின்னாளில், பெரிய பாதிப்புக்கு ஆளாக போகிறாள் என்று யாரும் அறியவில்லை..

அப்போது தான் பூங்கொடியின் நியாபகம் வந்தது சாருவுக்கு.

சாரு, "அம்மா இங்க தான இருந்தாங்க, எங்க காணோம்..?"
சங்கீதா, "வெளிய தான் போனாங்க.."
பவித்ரா, "சரி சரி, போயி முகம் அலம்பிட்டு வந்து ரெடியாகு, போ.."

லலிதா கீர்த்தியிடம், "ஏன்டி இங்க இவ்ளோ நேரம் பேசிட்டு இருக்கோம், நீ என்னடி ஒன்னும் பேசாம எல்லார் வாயையும் பாத்துட்டு இருக்க..?"
கீர்த்தி, "நான்லாம் அதுக்கு சரிபட்டு வரமாட்டேன்.. எனக்கு ஆறுதல் சொல்லவே நாலுபேர் வேணும், அப்புறம் ஏன் எனர்ஜி வேஸ்ட் பண்ணி பேசனும்.."
பவித்ரா, "உனக்கே தெரிஞ்சா சரி.."

திடீரென கீர்த்தி, "அய்யய்யோ" என்று கத்தினாள்..
லலிதா, "பிசாசே இப்ப எதுக்குடி அபசகுனமா சடங்கு வீட்டுல கத்தற.."
கீர்த்தி, "சங்கவி அம்மா இப்ப என்ன சொல்லிட்டு

போனாங்க?"

சாரு, "ஏன் உனக்கு காது செவுடா.."
கீர்த்தி, "லூசுங்களா, எனக்கு நல்லா தான் கேட்டுச்சி"
பவித்ரா, "அப்ப ஏன்டி எங்கள கேக்கற.?
ஒருவேள, எங்களுக்கு காது கேக்குதானு செக் பண்றியா...?"

கீர்த்தி, "ஒரு ஆணியும் இல்ல.. அப்பா வந்ததும் பேசிக்கறேன்னு சொல்லிட்டு போயிருக்காங்க.. அவங்க அப்பா கிட்ட சொன்னா சண்ட பெருசாகும்.. அதுக்கு முன்னாடி நம்மளே சொல்லிட்டா நல்லது..."

லலிதா, "எனக்கு தெரிஞ்சி இன்னிக்கு தான்டி உருப்படியா பேசிருக்க.."

சாரு, "அப்பா எங்கடாம்மா..." என்று சங்கீதாவை கேட்க, கீர்த்தி பதில் சொன்னாள்..
கீர்த்தி, "அந்த குணா கூட தான் எங்கயோ வெளிய போனாரு.."
லலிதா, "உனக்கு எப்படி தெரியும்..?"

கீர்த்தி, "நான் அவங்க கூட பேசிட்டு இருக்கும் போது தான் கூட்டிட்டு போனாரு.." என்று சொன்னதும் பவி, லலிதா, சாரு மூவரும் பொங்கி வந்த சிரிப்பை சிரமப்பட்டு அடக்கினார்கள்..

உணவு ஏற்பாட்டை கவனித்து விட்டு அருளுடன் உள்ளே வந்து கொண்டிருந்த குணா, மாதேஸ்வரி அமர்ந்திருந்த தோற்றம் கண்டு, அவரை நோக்கி நடந்தான்.. அதே நேரம் சங்கவி தவிர மற்றவர்கள் அருளை தொடர்ந்து சென்றனர்...

சாரு அழைத்ததும் நின்று திரும்பி பார்த்தார் அருள்ராஜன்..
அருள், "என்னம்மா, எல்லாரும் ஒன்னா வந்துருக்கிங்க,

எதாவது வேணுமா..?"
லலிதா, "பாப்பா உங்க கிட்ட பேசனும்னு சொன்னாப்பா.."

அருள், "சொல்லும்மா.. என்னாச்சு, எதாவது வேணுமா...?
ஏன் முகம் ஒரு மாதிரி இருக்கு...?"
சங்கீதா நடுங்கிய குரலில் நடந்ததை சொல்லி விட்டு,
"சாரிப்பா இனிமே இப்படி பேச மாட்டேன்" என்று பயந்த
குரலில் பேசி முடித்தாள்..

முதலில் முறைத்தவர், பின், "இனிமே பெரியவங்க கிட்ட
மரியாதை இல்லாம பேசக்கூடாது" என்று விட்டு
லலிதாவிடம் திரும்பி, "குமரன் வரலயாம்மா" என்று
கேட்டார்..

லலிதா, "இல்லப்பா கொஞ்சம் உடம்புக்கு முடியல,
இன்னொரு நாள் கண்டிப்பா வரேன்னு சொன்னான் பா"
அருள், "ஓ.. சரி மா, உடம்ப பாத்துக்க சொல்லு.."
லலிதா, "சரிங்கப்பா.."

அருள் அங்கிருந்து நகர்ந்ததும், ஒருவருக்கொருவர்
ஹைபை கொடுத்து, கிரேட் எஸ்கேப் என்று சொல்லிக்
கொண்டார்கள்..

அவமானத்தோடும், சங்கீதா மீது கொலை வெறியுடனும்
இருந்தார் மாதேஸ்வரி.. குணா அழைத்ததும், அவன் புறம்
திரும்பியவர், அவனை, யாரும் இல்லாத இடத்திற்கு
அழைத்துச் சென்றார்...

குணா, "என்னம்மா, எதுக்கு இப்ப, இப்படி இழுத்துட்டு
வர.."
மாதேஸ்வரி, "சபைல வெச்சி நம்ம மானத்த
வாங்கிட்டாடா அந்த சின்ன சிறுக்கி"
குணா, "என்ன சொல்ற நீ, ஒன்னும் புரியல.. யார பத்தி

பேசற...?"

உள்ளே சங்கீதா பேசியதை சொல்லி முடித்தவர், அதே கோபத்துடன், "காப்படி ஒலக்க கணக்கா இருந்துட்டு, என்ன பேச்சு பேசறா.. அப்புடியே காத திருவி கையோட பிக்கனும் போல இருந்துச்சி எனக்கு.."

குணா, "விடும்மா, சின்னப் பொண்ணு தான.."
மாதேஸ்வரி, "நானும் இம்புட்டு நாளும் அப்படித்தான விட்டேன்.. ஆனா அவ, விஷேசத்துக்கு வந்தவங்க முன்னாடி நம்மள அசிங்கப்படுத்திட்டாளே.."

குணா, "நீ ஏன் போயி மாமா கிட்ட அப்படி பேசுன, நம்ம கிட்ட என்ன காசா இல்ல.."
மாதேஸ்வரி, "ஆமான்டாப்பா.. இருக்குங்கறதுக்காவ தூக்கி குடுத்துருவியோ.. அது மட்டும் இல்ல..
ஒருத்திக்கு செஞ்சா, அடுத்தவளுக்கும் செய்யனும்..
இதுக்கா நான் சேத்து வெக்கறேன்.. போக்கத்தவனே, பேசறான் பாரு பேச்சு.."

குணா, "சரி விடு, இப்ப என்ன தான் பண்ணனும்கிற.."
மாதேஸ்வரி, "அந்த சின்ன சிறுக்கிய இனிமே நம்ம கிட்ட வாயாடாத மாதிரி ஏதாச்சும் செய்யனும்"
குணா, "சரி எப்பயாச்சும் மாட்டுவால்ல, அப்ப பாத்துக்கலாம். இப்ப வா, உள்ள போலாம்..."

சடங்கு சிறப்பாக முடிந்ததும், சாப்பிட்டு, பரிசை கொடுத்து விட்டு, அனைவரும் கிளம்பினார்கள்...
புத்தகத்தைப் பார்த்ததும் மகிழ்ச்சி தாங்கவில்லை சங்கவிக்கு..

இரண்டு நாளில், மாதேஸ்வரிக்கு, நான்கு தெரு தள்ளி, வீடு ஏற்பாடு செய்தார் அருள்.. காஞ்சிபுரம் சென்று, வீட்டில்

வேறு ஒரு குடும்பத்தை வாடகைக்கு வைத்து விட்டு பொருட்களை எடுத்துக் கொண்டு வந்தார்கள்..

காஞ்சிபுரத்தில் இருப்பது சொந்த வீடு என்பது மாதேஸ்வரி, குணாவை தவிர யாருக்கும் தெரியாது. அதுவும், அந்த வீடு மீனாவின் பெற்றோர் உயிர் போக காரணமாக இருந்த பணத்தில் வாங்கப்பட்டது என்பது குணாவுக்கு கூட தெரியாது...

உறங்கும் நேரம் தவிர, மற்ற நேரம், சங்கவி வீட்டிலேயே மாதேஸ்வரி இருந்தார். இதில் சங்கீதாவுக்கு தான் பயங்கர கடுப்பு. அவள் சடங்கில் தெரியாமல் பேசியதை மனதில் வைத்துக் கொண்டு, சிறுபெண் என்று பார்க்காமல் தொட்டதிற்கெல்லாம் அவளை திட்டிக் கொண்டு இருந்தார் மாதேஸ்வரி..

அதற்கு பின், ஒருவழியாக விடுமுறை முடிந்து பள்ளி செல்லத் தொடங்கினார்கள்.. இப்போது தான் கொஞ்சம் நிம்மதியாக இருந்தனர் இருவரும்..

இப்படியே இறுதி தேர்வு வந்து விட, சங்கீதா தான் சோகமாக இருந்தாள்..

பள்ளி முடிந்து வருகையில்..

லலிதா, "ஏன்டி இவ இப்படி இருக்கா"
சங்கவி," தெரில எக்ஸாம் டேட் வந்ததுல இருந்து இப்படி தான்டி இருக்கா.."

சாரு, "என்னாச்சி பாப்பா"
சங்கீதா, "பயமா இருக்குக்கா..?"
பவி, "எதுக்கு பயம்.."
கீர்த்தி, "அதான நீ எதுக்கு பயப்படற"

லலிதா, "என் செல்லம் கேக்கறால்ல பதில் சொல்லு பாப்பா.. பயம் இவங்க ரெண்டு பேரோட ப்ராப்பர்டி.. உனக்கு எப்படி அது வரலாம்..."

கீர்த்தியும் பவித்ராவும் அவளை முறைக்க, சாரு சங்கீதாவிடம் கேட்டாள்," என்னடா, எதுக்கு உனக்கு பயம்? நீ ரொம்ப தைரியமான பொண்ணு தான.."

சங்கீதா, "இல்லக்கா, எக்ஸாம் முடிச்சதும் ரெண்டு மாசம் லீவு.. அந்த கெழவி வேற எப்ப பாரு எங்க வீட்டுலயே இருக்கு.. அதான்.."

இப்போது பயம் சங்கவியையும் தொற்றிக் கொண்டது.. லலிதா, "அவ்ளோ தான, நாளைக்கு இதுக்கு ஒரு செம ஐடியாவோட வரேன்..."

'என்னவா இருக்கும்' என்ற யோசனையோடு அவரவர் வீடுகளுக்கு கிளம்பினார்கள்...

பாகம் - 13

அடுத்த நாள் பள்ளியில், லலிதாவுக்காக சங்கவி, சங்கீதா இருவரும் ஆவலாக காத்திருக்க, "ஐடியா ரெடி.." என்ற கூவலுடன் வந்தாள் லலிதா..

சாரு, "என்ன ஐடியா டி"
லலிதா, "பாப்பா, உனக்கு டிராயிங் வரைய தெரியுமா.."
சங்கீதா, "ஓரளவுக்கு வரையுவேன். ஏன்கா..?"
லலிதா, "எங்க வீட்டுக்கு பக்கத்துல ஒரு அக்கா, டெய்லி காலைல டிராயிங் கிளாஸ் நடத்தறாங்க, அதுக்கு சங்கீதா போகட்டும்... அப்புறம் மதியமா வயர் கூட பின்றது, டெய்லரிங், வேஸ்ட் பொருள் வெச்சி யூஸ்புல்லான பொருளா செய்யறதுன்னு சொல்லி தராங்க.. அதுக்கு நம்ம போகலாம்.. சோ, அப்பா கிட்ட கேட்டுட்டு, ரெண்டு பேரும் அங்க வந்துடுங்க.. நம்மளும் எல்லாருமே போகலாம். லீவுலயும் நாம ஒன்னா இருந்த மாதிரி இருக்கும், நீங்க ரெண்டு பேரும் அந்த பாட்டி கிட்ட இருந்து எஸ்கேப் ஆன மாதிரியும் இருக்கும்.. அப்படியே நாம ஏதாவது கத்துக்கிட்ட மாதிரியும் இருக்கும்.."

சாரு," ஐடியா சூப்பர் தான், ஆனா உன் மூள இந்த அளவுக்கு வேல செய்யாதே.. உண்மைய சொல்லு.."
லலிதா, "ஈஈஈஈ... "
கீர்த்தி," இளிக்காம சொல்லுடி.."

லலிதா," குமரனும் அம்மாவும் தான் ஐடியா குடுத்தாங்க. அம்மா என்ன தான் போக சொன்னாங்க, குமரன் தான் எல்லாருமே போயி எதாவது கத்துக்கங்கன்னு சொன்னான்"

குமரன் பெயரை கேட்டதும், சாருவின் வாய் தானாக மூடிக் கொண்டது.. பின் சிறிதுநேர அமைதிக்கு பின்னே நினைவு

வந்தவளாக, "நானும் ஒரு விஷயம் பேசணும்" என்றாள் சாரு..

சங்கவி," என்ன சாரு.."
சாரு, "அடுத்த வருஷம் நாம பத்தாவது. அதுல எடுக்கற மார்க்க வெச்சி தான் நமக்கு +1 ல குரூப் கெடைக்கும்"

லலிதா, "தெரிஞ்ச விஷயம் தான், இதுல என்ன இருக்கு.."
சாரு, "எல்லாரோட ஆம்பிஷனும் தெரியனும் எனக்கு.. எல்லாரும் என்ன குரூப் எடுக்கலாம்னு எதுவும் பிளான் வெச்சிருக்கிங்களா? "

சங்கவி," எனக்கு மேத்ஸ் இருக்க குரூப் எதா இருந்தாலும் ஓகே.."
லலிதா, "எனக்கு சயின்ஸ் இருக்க குரூப் தான் வேணும் "
பவித்ரா," எனக்கும் சயின்ஸ் தான்.."
கீர்த்தி," எனக்கு கம்ப்யூட்டர் குரூப் தான் வேணும்.."

பவித்ரா," எங்கள மட்டும் கேக்கற, நீ குரூப் எடுக்கப் போற.."
சாரு, "நீங்க சொன்ன எல்லாமே இருக்கற, மேத்ஸ் - கம்ப்யூட்டர் குரூப் தான்.."
லலிதா," அதெல்லாம் சரி, இப்ப எதுக்கு இதெல்லாம் பேசிட்டு இருக்க..?"

சாரு, " ஸ்கூல் முடியற வரைக்கும் நாம ஒன்னா இருக்கனும்னா, நம்ம சேட்டை எல்லாம் கொஞ்சம் கொறச்சிட்டு, அடுத்த வருஷம் எல்லாரும் நல்லா படிக்கனும்.. அப்ப தான் எல்லாருக்கும் ஒரே குரூப் கெடைக்கும்.."

எல்லோரும் கோரசாக 'டன்' என்றார்கள்.. பின் ஒருவழியாக

இறுதி தேர்வு முடிந்ததும் லலிதா சொன்ன வகுப்புகளில் சேர்ந்து கொண்டார்கள்..

முதலில் மறுத்த மீனா, அருள்ராஜன் சம்மதித்ததும், வேறு வழியின்றி ஒத்துக்கொண்டார்.. வேண்டா வெறுப்பாக அனுப்பினாலும், ஒரே வாரத்தில், பச்சை வண்ணத்தில் சங்கவி பின்னிய அழகிய வயர் கூடையைப் பார்த்ததும் அமைதியாக இருந்து விட்டார்..

நாட்கள் அப்படியே வேகமாக நகர, பத்தாம் வகுப்பில் அடியெடுத்து வைத்தார்கள் தோழிகள் ஐவரும்.. ஏற்கனவே முடிவு செய்தபடி படிப்பில் அனைவரும் கவனம் செலுத்த, இவர்கள் குறும்புத்தனம் காணாமல் போயிருந்தது..

குமரன் கூட, பன்னிரண்டாம் வகுப்பில் இருப்பதால், இவர்களோடு பேசுவது குறைந்திருந்தது..

ஒரு வாரம் கழித்து, தோழிகள் ஐவரும், ஒருவித எதிர்ப்பார்ப்புடன் வகுப்பில் அமர்ந்திருந்தார்கள்.. ஏற்கனவே இருந்த ஆங்கில ஆசிரியர், வேறு ஊருக்கு மாற்றல் வாங்கிக் கொண்டு சென்றதால், இன்று புது ஆசிரியர் வருகிறார்...

சிறிது நேரம் கழித்து, வகுப்பு ஆசிரியருடன், புதிதாக ஒரு பெண் உள்ளே வந்தாள்.. அவள் கல்லூரி பெண் போல இருந்ததால், வகுப்பில் இருந்த மாணவ, மாணவிகள் தங்களுக்குள் பேசிக் கொண்டு இருக்க, வகுப்பு ஆசிரியர், "ஹலோ ஸ்டுடென்ட்ஸ், இவங்க பேர் அகிலா, இனிமே இவங்க தான் உங்க இங்க்லீஷ் டீச்சர்" என்று அறிமுகம் செய்து வைத்தார்..

பின் அவர் வெளியே சென்றதும், அகிலா பேச

ஆரம்பித்தார்.. "ஹாய் ஸ்டுடென்ட்ஸ், நான் இப்ப தான் டீச்சர் டிரெய்னிங் முடிச்சேன்.. டீச்சிங் ரொம்ப பிடிக்கும், அதான் படிச்சி முடிச்ச உடனே கஷ்டப்பட்டு வேல வாங்கிட்டு வந்துருக்கேன்..." என்று கொஞ்சம் தயங்கிவாறு பேசி முடித்து விட்டு, எல்லோரையும் எழுந்து அறிமுகம் செய்யச் சொன்னார்..

அதிலேயே அன்றைய வகுப்பு முடிந்துவிட, மாணவர்கள் ஒவ்வொருவராக அகிலாவை கிண்டல் செய்தபடி வெளியே சென்றனர். அவர்கள் பேச்சை கேட்ட தோழிகள் ஒருவரை ஒருவர் பார்த்துக் கொண்டனர்.. பின், அகிலாவும் ஆசிரியர் அறையை நோக்கி நடக்க, அவர் பின்னாலேயே சென்றனர் நம் தோழிகள்...

சாரு, "மிஸ் " என்று அழைத்ததும், நின்று இவர்களை திரும்பிப் பார்த்தார்.. மறுபடியும் ஒருமுறை ஐவரும் தங்களை அறிமுகம் செய்து கொண்டார்கள்..

லலிதா, "மிஸ், நாங்க ஒன்னு கேட்டா, தப்பா நெனைக்க மாட்டிங்களே.."
அகிலா, "சொல்லும்மா, நான் எதுவும் நெனைக்க மாட்டேன்.."
சாரு, "நீங்க டீச்சிங் புடிக்கும்னு தான சொன்னிங்க.."

அகிலா, "ஆமா, ஏன் கேக்கறீங்க.."
சங்கவி, "அப்ப ஏன் பயந்து போன மாதிரி பேசுனிங்க... "
கீர்த்தி," இப்படி எல்லாம் நீங்க இருந்தா, எங்க கிளாஸ உங்களால சமாளிக்கவே முடியாது.."

ஐவரையும் ஆச்சரியம் பொங்க பார்த்தார் அகிலா..

லலிதா," என்ன மிஸ், எப்படி இவ்ளோ தைரியமா, நீங்க வந்த முதல் நாளே பேசறோம்னு பாக்கறிங்களா.."

அகிலா," அதெல்லாம் இல்ல, நானும் இப்படி எல்லாம் இருந்தவ தான்.. சோ, அது எனக்கு புதுசு இல்ல. ஆனா, நான் பயந்து பேசுனேன்னு எப்படி சொல்றீங்க..?"

பவித்ரா, "அது அப்படித்தான், சரி நாங்க கேட்டதுக்கு பதில் சொல்லுங்க மிஸ்.."
அகிலா," அது.... "
கீர்த்தி," சொல்லுங்க மிஸ், நாங்க யாருகிட்டயும் சொல்ல மாட்டோம்.."
என்றதும் லேசாக சிரித்துக் கொண்டே "எனக்கு கொஞ்சம் ஸ்டேஜ் ஃபியர் இருக்கு.. நெறைய பேர் இருக்க எடத்துல பேச வராது, அதான்.."

பந்தா இல்லாமல், மிரட்டாமல், இயல்பாக பேசியதில், இவருக்கும் அவரைப் பிடித்து விட்டது..

கீர்த்தி," அப்ப இனிமே, கிளாஸ் டைம்ல எங்கள மட்டும் பாருங்க.."
சாரு, "நம்ம கிளாஸ்ல நீங்க இப்படி பயந்த மாதிரி இருந்தா, உங்கள நல்லா ஏமாத்திடுவாங்க.."

லலிதா, "உங்களுக்கு கிளாஸ்ல யாரப் பத்தியாவது தெரியனும்னா எங்கள கேளுங்க.. எங்கள பத்தி எதாவது தெரியனும்னா கிளாஸ் மிஸ் கிட்ட கேளுங்க.. நாங்க கிளாஸ்க்கு போறோம் மிஸ்" என்று சொல்லி விட்டு இவர்கள் வகுப்புக்கு சென்றார்கள்..

ஆசிரியர் அறைக்கு சென்றதும், வகுப்பு ஆசிரியரிடம் இவர்களைப் பற்றி விசாரித்தார். அவரும் நல்ல விதமாக சொன்னதில் ஐவரையும் பிடித்து விட்டது அகிலாவுக்கு..

கிண்டல் செய்து பேசினாலும் மரியாதை தவறாமல் உரிமையாக பேசும் அவர்கள் மீது, தனி

பாசம் வந்துவிட்டது அவருக்கு.. ஐவரும் எப்போதும் ஒன்றாக இருப்பதைப் பார்த்து, அவர்களுக்கு, 'பஞ்ச பாண்டவிகள்' என்று பெயர் வைத்தார் அகிலா..

ஆங்கிலம் மட்டுமல்லாமல், மற்ற பாடங்களிலும், எந்த சந்தேகம் வந்தாலும், அகிலாவை கேட்கும் அளவுக்கு அகிலாவிடம் நெருங்கி இருந்தார்கள்...

முதலில் வந்த தேர்வில் அவர்களே எதிர்பாராத விதமாக, ஒருசில வித்தியாசங்களுடன் ஏறக்குறைய ஒரே மாதிரியான மதிப்பெண்களுடன் முதல் ஐந்து இடங்களில் இவர்களே இருந்தார்கள்..

தோழிகள் அனைவருக்கும், அதில் பரம சந்தோஷம்.. அதே உற்சாகத்துடன் அனைவரும் கவனமாக படித்ததில், அடுத்தடுத்து வந்த தேர்வுகளிலும் இவர்களே மாறிமாறி முதல் ஐந்து இடங்களை பெற்றார்கள்... வகுப்பில் இருந்த மற்றவர்களுக்கு அதில் பயங்கர கடுப்பு..

அரையிறுதி தேர்வுக்கு அனைவரும் மும்முரமாக படித்துக் கொண்டிருந்த நேரத்தில் குமரன் வகுப்பில் ஒரு பிரச்சனை வந்தது..

அவன் வகுப்பில் சில மாணவர்கள், தேர்வு முடிந்ததும், சுற்றுலா செல்ல அனுமதி கேட்க, வகுப்பு ஆசிரியர் அதை தலைமை ஆசிரியரிடம் சொன்னார்...

இறுதித் தேர்வு நெருங்கும் சமயம் என்பதால், யோசித்து விட்டு, இரண்டு நாள் கழித்து, பெற்றோரின் அனுமதி கடிதத்துடன் வருபவர்களின் எண்ணிக்கையை பொறுத்து அனுமதி அளிப்பதாக அறிவித்தார் தலைமை ஆசிரியர்... அடுத்த நாளே ஒருசிலர் தவிர அனைவரும் கடிதத்தோடு வந்தார்கள்..

பின், குறைந்த செலவில், ஒரு நாள் பயணமாக, ஏற்காடு செல்ல முடிவு செய்தார்கள்..

இதையடுத்து, பத்தாம் வகுப்பில் இருப்பவர்களும் சுற்றுலா செல்வதாக கேட்க, அகிலா தான் அனுமதி கேட்கச் சென்றார் தலைமை ஆசிரியரிடம்.. அவர்களுக்கும் அதே நிபந்தனை விதிக்கப்பட்டது..

அன்று மாலை, சுற்றுலாவை பற்றி பேசியவாறே தோழிகள் நடந்து கொண்டிருந்தார்கள்.. குமரன் கூட வெகுநாட்கள் கழித்து இன்று அவர்களோடு வந்தான்..

சாரு மட்டும் சுற்றுலா கட்டணத்தை நினைத்து எதுவும் பேசாமல் அமைதியாக வந்தாள்.. அவள் மனம் புரிந்ததால் யாரும் அவளிடம் எதுவும் கேட்காமல் வந்தனர்..

அடுத்த நாள், யாருக்கும் சொல்லாமல் குமரன் சாரு வீட்டுக்கு சென்று, பூங்கொடியிடம் எல்லாம் தாங்கள் பார்த்து கொள்வதாக சொல்லி அனுமதி வாங்கி விட்டான்.. அதேசமயம் சபாபதியிடம் சாருவுக்கும் சேர்த்து பணம் வாங்கிக் கொண்டு வந்தான்..

லலிதாவிடம் கொடுத்து, சாருவிடம் கொடுக்க சொல்லலாம் என்று நினைத்து அவன் வர, தோழிகள் நால்வரும் சாருவுக்காக அவரவர் சேமிப்பை எடுத்து வந்திருந்தார்கள்...

மணிகண்டன் கூட, அக்காவின் வாடிய முகத்தைப் பார்த்து, அவளுக்காக, தன் உண்டியலை உடைத்திருந்தான்.. சாருவுக்கு இவர்களின் அன்பில் கண்கள் கலங்கி விட்டது..

அவளின் அருகில் சென்ற கீர்த்தி, தேவர்மகன் சிவாஜி

போல, "என்னம்மா சாரு.. இப்ப என்ன நடந்தது..
இன்னிக்கு உனக்கு நாங்க குடுக்கறோம், நாளைக்கு எனக்கு வேணும்னா நீங்க எல்லாரும் குடுக்க போறீங்க...
இதெல்லாம் என்ன பெருமையா..? கடமை.." என்று முடிக்க லலிதா அவள் தலையில் கொட்டினாள்

கீர்த்தி, "ஏன்டி கொட்டுன...."
லலிதா, "நடிகர் திலகம் மாதிரி பேசுனா நடிகையர் திலகம் ஆகிடுவியா.. எப்ப பாரு சினிமா டயலாக் பேசிக்கிட்டு.."

அவர்கள் இருவரும் வழக்கம் போல, அடித்து முடித்துக் கொண்டு வந்ததும் அனைவரும் கொண்டு வந்த பணத்தை ஒன்றாக சேர்த்தார்கள்..
கட்டணம் போக, கணிசமான தொகை இருந்தது.. அதை செலவுக்கு என்று முடிவு செய்து, குமரனிடம் கொடுத்து வைத்தார்கள்...

வரவில்லை என்று சொன்ன அகிலாவையும் வம்படியாக வர வைத்தார்கள்.. ஒருவழியாக தேர்வு முடிந்ததும் எல்லோர் மனதிலும் சுற்றுலா எண்ணமே நிறைந்து இருந்தது..

இந்த விடுமுறையில் சங்கீதாவை மணிகண்டனுடன் சிலம்பம் பயிற்சிக்கு அனுப்ப முடிவு செய்து, அருள்ராஜன் அனுமதியுடன் சேர்த்து விட்டார்கள்...

புதன்கிழமை இரவு பள்ளியில் இருந்து, இரண்டு பேருந்தில் கிளம்பி, வியாழக்கிழமை முழுவதும் சுற்றிப் பார்த்து விட்டு, வியாழன் இரவு திரும்புவதாக திட்டம்..

தேவையான பொருட்களை பேக் செய்து கொண்டார்கள்.
இது மழைக்காலம் என்பதால் ஸ்வெட்டர், ஸ்கார்ப் மற்றும் கூடுதலாக ஒரு செட் உடையும் எடுத்துக் கொண்டார்கள்..

அதிசயத்திலும் அதிசயமாக, மீனா கூட எந்த மறுப்பும் இல்லாமல் அவள் கிளம்ப உதவி செய்தார். அதில் சங்கவியை விட சங்கீதாவுக்கு தான் பலத்த சந்தேகம். 'இது நம்ம அம்மா தானா' என்று..

ஒரு வழியாக, அவரவர் பெற்றோருடன் பள்ளியை அடைந்தனர். எல்லோரும் பள்ளியில் கூடி இருக்க, ஐவரின் பெற்றோரும் குமரனிடம் பேசிக்கொண்டு இருந்தனர்.. அகிலா தோழிகளைத் தேடித்தேடி இவர்களிடம் வந்தார்...

அகிலா, "என்னம்மா, பஞ்ச பாண்டவிகளா.. எங்கெல்லாம் தேடறது உங்கள.. ஏன் இருட்டு நேரத்துல மரத்தடில வந்து நிக்கறிங்க.."

பவித்ரா, "அங்க பாருங்க மிஸ்.."
அகிலா, "எங்க பவி.."
கீர்த்தி, "அட, அந்த பஸ் கிட்ட பாருங்க"
அகிலா, "அங்க குமரன் கூட பேசறது உங்க பேரன்ட்ஸ் தான.."

சாரு," அவங்களே தான்.."
அகிலா," சரி, அவங்க பேசறதுக்கும் நீங்க இங்க நிக்கறதுக்கும் என்ன சம்பந்தம்.."
சங்கவி," அங்க போனா காதுல ரத்தம் வந்துரும்... அதான் இங்க மறஞ்சி நிக்கறோம்.."

அகிலா, 'புரியல' என்று சொல்லி முடிப்பதற்குள் கீர்த்தி, "நீயா பேசியது, என் அன்பே நீயா பேசியது.." என்று பாட, லலிதா அவளை முதுகிலேயே அறைந்தாள்..

கீர்த்தி," எதுக்குடி இப்ப அடிச்ச.."
லலிதா, "அதென்ன நீயா பேசியது.. அவ என்ன

ஊமையாவா இருந்தா இவ்ளோ நாளா..? இன்னொரு தடவ சினிமா டயலாக், பாட்டுனு எதாவது சொன்ன, மகளே மொத டெட்பாடி நீ தான்..."

கீர்த்தி இதைக்கேட்டு விழுந்து விழுந்து சிரிக்க, மற்றவர்கள் அவளை வினோதமாக பார்த்தார்கள்..

சாரு," அட பக்கி.. அவள திட்டிட்டு, நீயும் இப்ப சினிமா டயலாக் தான்டி சொன்ன.."
லலிதா," சே, இந்த எரும கூட சேந்து, நானும் இப்படி ஆகிட்டேன்.." என்று புலம்பி விட்டு, அதற்கும் அவள் தலையில் கொட்டினாள்..

அகிலா, "உங்க சண்ட முடிஞ்சதா.. நான் கேட்டதுக்கு பதில் சொல்லுங்க"
பவித்ரா," அது ஒன்னும் இல்ல மிஸ்.. நாம எத்தன நாள் டூர் போறோம்.."
அகிலா," ஒரு நாள் தான்.. நாளைக்கு நைட் வந்துருவோம்.. ஏன்.."

லலிதா," எங்க வீட்டுல இருக்கறவங்களுக்கு, நாங்க கல்யாணம் பண்ணி போறதா ஒரு நெனப்பு.. "
சங்கவி," வீட்டுல இருந்து கெளம்பும் போதே, நெறைய அட்வைஸ் பண்ணி தான் கூட்டிட்டு வந்தாங்க.."
பவித்ரா," அது பத்தாதுன்னு இங்க வந்து மறுபடியும் ஃபர்ஸ்ட்ல இருந்து ஆரமிக்கறாங்க.."

கீர்த்தி," அங்க பாருங்க, குமரன் அண்ணன் கிட்ட 'எங்க கண்ணையே உன் கிட்ட ஒப்படைக்கறோம்'னு வசனம் பேசிட்டு இருக்காங்க.."

லலிதா," மிஸ், மொதல்ல இந்த சினிமா பைத்தியத்துக்கிட்ட இருந்து எங்கள காப்பாத்துங்க.."

அகிலா," உங்கள எல்லாம்...... ஒன்னும் பண்ண முடியாது. ஆனா உங்க கூட இருந்தா டைம் போறதே தெரில.. ஜாலியா இருக்கு.."

சாரு," அப்பறமா ஃபீல் பண்ணுங்க. இப்ப பாருங்க, குமரன் கிட்ட பேசி முடிச்சுட்டு கிளாஸ் மிஸ் கிட்ட போவாங்க.."

அகிலா ஆர்வமாக குமரன் இருந்த திசையை பார்க்க, சிறிது நேரத்தில் அவர்கள் நம் பஞ்ச பாண்டவிகளின் வகுப்பு ஆசிரியரை நோக்கி நடந்தார்கள்..

'எப்படி' என்பது போல அகிலா பார்க்க, "நாங்க தான் சொன்னோம்ல.." என்று கோரசாக சொன்னார்கள் ஐவரும்...
லலிதா, "மிஸ் எங்க எல்லார் வீட்டுலயும் உங்கள பத்தி தெரியும். சோ அடுத்ததா உங்க கிட்ட வர கூட வாய்ப்பு இருக்கு.."

அதிர்ந்த அகிலா, "எங்க வீட்டுலயே போதும் போதும்கிற அளவுக்கு அறுவைய போட்டு தான் அனுப்பி இருக்காங்க.. இங்கயுமா..? பஸ் கௌம்புனதுக்கு அப்பறம் உங்க கூட ஜாயின் பண்ணிக்கிறேன், இப்ப ஆள விடுங்க.." என்று கிளம்பி விட்டார்..

கீர்த்தி, " இவங்களும் பாதிக்கப்பட்டு இருக்காங்க.."
லலிதா, "ஏய், முடியலடி என்னால.. ஏற்காடு போறதுக்குள்ள இவள எமலோகம் அனுப்பி வெக்கப் போறேன் பாருங்கடி.."

பவித்ரா," நீ ஒன்னும் ஃபீல் பண்ணாத, என்னோட கெஸ் சரியா இருந்தா, ஏற்காடு போனதும் இவ பேச்சு ரெடியூஸ் ஆகிடும்.."
சங்கவி," எத வெச்சி சொல்ற.."
பவித்ரா," வெயிட் அண்ட் சி.."

சாரு," ஒன்னொன்னும் ஒவ்வொரு டிசைன்ல இருக்கு... இதுங்க அலப்பறைல ஏற்காடு என்னாக போகுதோ.. கடவுளே..."

எப்படியோ, கிளம்பும் நேரம் வந்து விட்டது.. பத்தாம் வகுப்பு ஒரு பேருந்திலும், பன்னிரண்டாம் வகுப்பு ஒரு பேருந்திலும் ஏறினார்கள்..

பஞ்ச பாண்டவிகளின் பெற்றோரின் வேண்டுகோளின்படி குமரன் மட்டும், இவர்களோடு ஏறிக் கொண்டான்.. ஒவ்வொரு பேருந்திலும் ஒரு ஆண் ஆசிரியர், ஒரு பெண் ஆசிரியை பாதுகாப்புக்கு இருந்தார்கள்..

தோழிகளோடு அகிலாவும் சேர்ந்து கொள்ள, வரிசையாக மூன்று சீட்டுகளில் அமர்ந்தார்கள். குமரன், சரியாக சாருவுக்கு எதிர் சீட்டில் அமர்ந்து கொண்டான்.

இந்த பயணம், தன் வாழ்வின் திருப்புமுனையாக அமையப் போகிறது என்று தெரியாமல் மிகவும் சந்தோஷமாக இருந்தாள் சங்கவி.

பயண நேரம் குறைவு என்பதால், விடியற்காலையில் ஏற்காடு அடையும்படி, ஓட்டுனரிடம் மெதுவாக செல்ல சொன்னார் ஆசிரியர்.

பேருந்து கிளம்பியதும் அனைவரும் உற்சாகமாக, பாட்டு போட சொல்லி ஆடிக்கொண்டு வந்தார்கள்... பின் சிறிது நேரத்தில் ஒவ்வொருவராக உறங்கி விட்டார்கள்..

அதிகாலை ஐந்து மணிக்கு அடிவாரத்தை அடைந்து அந்த இரு பேருந்தும். சில்லென்ற காற்று உடலை தழுவ, ஸ்வெட்டர் போட்டுக் கொண்டு இறங்கினார்கள். அகிலா மட்டும் 'நான் வரவில்லை' என்று தூங்கிக் கொண்டு

இருந்தார்..

அந்த நேரத்திலும் ஓரளவு மக்களுடன் இருந்தது ஒரு டீக்கடை. குளிருக்கு இதமாக அனைவரும் டீ, காபி என்று குடித்தார்கள். பின் மற்றவர்கள் இயற்கை உபாதைகளுக்காக செல்ல, சாரு அகிலாவுக்காக சூடான காபியுடன் பேருந்தை நோக்கிச் சென்றாள்.

அவள் தனியாக செல்வதைப் பார்த்த குமரன் வேகமாக அவளிடம் வந்து, "குடு லதா, நான் கொண்டு வரேன்.. நீ போயி மொதல்ல ஸ்கார்ப் கட்டு.." என்றான். சாரு, "எனக்கு தெரியும்.."
என்றபடி முன்னே சென்றாள்.

பின் எல்லோரும் வந்ததும் பேருந்து ஏற்காடு மலையை நோக்கி நகர ஆரம்பித்தது. மலை ஏறத் துவங்கியதும் அனைவரும் ஆர்வமாக வேடிக்கை பார்த்தபடி வர, வளைவுகளில் திரும்பும் போது நிறைய பேருக்கு குமட்டலை உண்டாக்கியது.. அதில் சாருவும் ஒருத்தி..

வெறும் வயிற்றில் டீ குடித்தது வேறு அவளுக்கு வாந்தி வருவது போல இருக்க, லலிதா அவளை ஜன்னலோரம் மாற்றி அமர வைத்தாள். பின் குமரன் புளிப்பு மிட்டாயை லலிதாவிடம் கொடுத்து அவளை சாப்பிட வைக்க சொல்ல, அவனை ஒருமாதிரி பார்த்து விட்டு, சாருவிடம் மிட்டாயை கொடுத்தாள் லலிதா.

மிட்டாய் சாப்பிட்டவுடன் ஓரளவு குமட்டல் குறைந்ததும் அவளும் வேடிக்கை பார்த்தபடி வந்தாள். காலை ஆறு மணியளவில் ஏற்காட்டை அடைந்தனர். கீர்த்தி பசிபசி என்று புலம்ப, கொண்டு வந்த திண்பண்டங்களை பகிர்ந்து உண்டார்கள்.

பின் முதலில் ஏற்காடு ஏரியைப் பார்க்க முடிவு செய்து, அங்கு சென்றனர். ஏரி நிரம்பி, பார்க்கவே ரம்மியமாக இருந்தது. அருகில் இருந்த பூங்காவில் சிலர் விளையாட செல்ல, அகிலாவையும் இழுத்துக் கொண்டு பூங்காவுக்கு சென்றார்கள் நம் பாண்டவிகள்..

ஊஞ்சல், சர்க்கஸ், சீசா என்று பூங்காவையே இவர்கள் ஒரு வழி பண்ண, அகிலாவும் அவர்களோடு சமமாக விளையாடத் தொடங்கி விட்டார். குமரன் தான், "இதுங்கள வீட்டுக்கு கூட்டிட்டு போறதுக்குள்ள என்ன ஆகப் போறோமோ" என்று பலத்த சிந்தனையில் இருந்தான்.

அங்கே இருந்த கடையில் காலை உணவை முடித்துக் கொண்டு, அங்கிருந்து கிளம்பி, மழையால் உருவான சிறுசிறு ஓடைகளை வேடிக்கை பார்த்தவாறு கிள்ளியூர் அருவிக்கு சென்றார்கள். தண்ணீர் அதிகமாக வந்ததால் தள்ளி நின்று ரசித்து விட்டு கிளம்பினார்கள்..

ஒவ்வொரு இடத்திலும், பார்ப்பதை எல்லாம் வாங்கி தரச்சொல்லி சாப்பிட்ட படியே வந்தாள் கீர்த்தி..

பின் சேர்வராயன் கோவிலுக்கு சென்று தரிசித்து விட்டு, பக்கோடா பாயின்ட் சென்று, சேலம் மாநகரை உச்சியில் இருந்து கீழே பார்த்து ரசித்தனர். மதிய உணவு சாப்பிட்டதும், சிலர் படகு சவாரிக்கு அனுமதி கேட்டு நின்றார்கள்..

மற்றவர்கள் கிளம்ப, நம் பாண்டவிகள் செல்லவில்லை. அதனால் அகிலாவும் பத்தாம் வகுப்பு மாணவிகளையும், குமரன் வகுப்பு ஆசிரியையிடம் பார்த்துக் கொள்ள சொல்லி விட்டு இவர்களோடு இருந்து விட்டார். இவர்களோடு இருக்க வேண்டும் என்று குமரனும் செல்லவில்லை..

பின் எல்லோரும் வேடிக்கை பார்த்தபடி இருக்க, கீர்த்தி, "எனக்கு மக்காச் சோளம் வேணும்" என்று கேட்க, தலையில் அடித்துக் கொண்டு உடன் சென்றனர் மற்றவர்கள். மக்காச்சோளத்தை நெருப்பில் சுட்டு விற்றுக் கொண்டு இருந்தார்கள் அந்த கடையில். அது குளிருக்கு இதமாக இருக்க, எல்லோருமே வாங்கி சாப்பிட்டார்கள்.

கீர்த்தி மட்டும் மேலும் இரண்டு வாங்கி கையில் வைத்துக் கொள்ள, பவித்ரா லலிதாவை அழைத்து, "பார்.. முழுசா திண்ணிப் பண்டாரமா மாறி இருக்கற உன் பட்டுக்குட்டி கீர்த்தியைப் பார்.." என்று சொல்ல, எல்லோருடனும் அகிலாவும் விழுந்து விழுந்து சிரித்தார்.

கீர்த்தி இதையெல்லாம் காதில் வாங்காமல், தன் வேலையை (உண்பதை) செவ்வனே செய்தாள்.
லலிதா, "இவ கூட பேசிப்பேசி நமக்கும் இந்த சினிமா பைத்தியம் ஒட்டிக்கிச்சி" என்றாள்..

பின் அங்கிருந்த ஒரு பெரிய ராட்டினத்தில் ஏற வேண்டும் என்று பவித்ராவும் லலிதாவும் கேட்க, சங்கவி வரவில்லை என்று சொல்லி விட்டாள்.

எனவே, தான் சங்கவியோடு இருப்பதாக சொல்லி, குமரனோடு மற்றவர்களை அனுப்பி வைத்தார் அகிலா. அவர்கள் சென்றதும் அகிலாவும் சங்கவியும் மட்டும் சுற்றிப் பார்த்து கொண்டு இருக்க, அங்கிருந்த ஒரு குளத்தைப் பார்த்ததும் அங்கேயே நின்று விட்டாள் சங்கவி.

அகிலா, "என்னாச்சி சங்கவி..?"
சங்கவி, "இந்த குளம், பாக்க ரொம்ப அழகா இருக்குல்ல மிஸ்.."
அகிலா, "நல்லா தான் இருக்கு. ஆனா உங்க

வீட்டுக்கிட்டயே குளம் இருக்குன்னு சாரு சொன்னா. நீ இத இவ்ளோ ஆச்சரியமா பாக்கற..?"

சங்கவி, "இருக்கு தான், ஆனா அதுல செந்தாமரை மட்டும் தான் இருக்கும். இங்க பாருங்க, வெள்ளை கலர் தாமரையும் சேந்து இருக்கு. அதான் ரொம்ப அழகா இருக்கு.."
அகிலா, "கரெக்ட்டு தான்.. ரெண்டும் சேர்ந்து இருக்கறது சூப்பரா தான் இருக்கு பாக்க.."

சங்கவி," எனக்கு ரெண்டு கலர் தாமரையும் வேணும் மிஸ்"
அகிலா," எப்படிமா... குளத்துல எறங்கி எல்லாம் பறிக்க முடியாது.."
சங்கவி," இருங்க மிஸ், குச்சிய வெச்சி வளைச்சி எடுக்க டிரை பண்றேன்.."

அதே குளத்தில், கும்பலாக நீந்திக் கொண்டிருந்தவர்களில் ஒருஜோடி காதுகள் மட்டும் இவர்கள் உரையாடலைக் கேட்டுக் கொண்டு இருந்தது.

சங்கவி, அமர்ந்தபடி குச்சியை நீட்டி, பூவைப் பறிக்க முயற்சி செய்து கொண்டு இருக்க, அகிலா ராட்டினத்தில் இருப்பவர்களை வேடிக்கைப் பார்த்துக் கொண்டு இருந்தார்.

திடீரென, கால் சற்று வழுக்கியதில் குளத்தில் விழுந்து விட்டாள். விழப் போகிறோம் என்ற பயத்தில் கத்திக் கொண்டே கண்கள் செருக மயங்கியவளை பூக்குவியலைப் போல தங்கியது இரு் வலிமையான கரங்கள்.

இங்கு சங்கவி மயங்கிய அதே நேரம், ராட்டினத்தில் இருந்தவர்களில் இருவருக்கும் மயக்கம் வந்து விட்டது...

பாகம் - 14

தாமரை மலர்களைப் பறிக்க முயற்சி செய்து கொண்டிருந்த நேரத்தில், கால் இடறி 'மிஸ்...' என்று கத்தியவாறே குளத்தில் விழுந்தாள் சங்கவி. அகிலா பதறி திரும்பிப் பார்ப்பதற்குள் குளத்தின் உள்ளே விழுந்திருந்தாள். அந்த அதிர்ச்சியில் அவளுக்கு மயக்கம் வேறு வந்து விட்டது.

ஆனால் அவள் நீரில் மூழ்குவதற்குள் இரு வலிமையான கரங்கள் அவளை ஏந்தி இருந்தது.. அகிலா பதற்றமாக 'சங்கவி சங்கவி' என்று கத்த, சங்கவியை தாங்கிய புதியவன், அவளை தோளில் சாய்த்துக் கொண்டு, ஒரு கையால் நீந்தியவாறு அகிலாவை நோக்கி வந்தான்.. அந்த மயக்கத்திலும், அவன் ஸ்பரிசத்தை சங்கவியால் நன்றாக உணர முடிந்தது.

அகிலா, "ரொம்ப நன்றி பா" என்றவாறு சங்கவியை எழுப்ப முயற்சி செய்தார். அந்த புதியவனோ மனதிற்குள் சங்கவியை நினைத்து டூயட் பாடிக் கொண்டு இருந்தான்..

கண்மூடி திறக்கும் போது
கடவுள் எதிரே வந்தது போல
அடடா என் கண் முன்னாடி
அவளே வந்து நின்றாளே

குடை இல்லா நேரம் பார்த்து
கொட்டி போகும் மழையை போல
அழகாலே என்னை நனைத்து
இது தான் காதல் என்றாளே

தெரு முனையை தாண்டும் வரையில்
வெறும் நாள் தான் என்றிருந்தேன்

தேவதையை பார்த்ததும் இன்று
திருநாள் என்கின்றேன்

அழகான விபத்தில் இன்று
ஹையோ நான் மாட்டிக்கொண்டேன்

தப்பிக்க வழிகள் இருந்தும்
வேண்டாம் என்றேன்

பின் அப்போதும் சங்கவி விழிக்காததால், கலவரமான முகத்துடன் புலம்பிக் கொண்டிருந்த அகிலாவிடம், "பயப்படாதீங்க, இன்னும் கொஞ்ச நேரத்துல இந்த பொண்ணு முழிச்சிடும். பயத்துல தான் மயங்கி இருக்கு, அது விழுந்ததுமே நான் பாத்து புடிச்சிட்டேன்" என்று சொன்னான் புதியவன்..

அகிலா, "கொஞ்ச நேரம் இங்க இருக்கியாப்பா.. இவ ப்ரெண்ட்ஸ் அங்க இருக்காங்க, அவங்கள கூட்டிட்டு வரேன்"
புதியவன்," நீங்க போயிட்டு வாங்க, நான் பாத்துக்கறேன்"

அகிலா அந்தப் பக்கம் நகர்ந்ததும் சங்கவியை பார்வையாலே வருடினான் அந்தப் புதியவன்... பின் அவள் பெயரை மனதிற்குள் ஓராயிரம் முறை சொல்லிப் பார்த்து விட்டு, "நீ இனிமே என்னோட கவி.. ஏன்னே தெரில, நீ எனக்கு சொந்தமானவன்னு என் மனசு சொல்லுது.." என்று சொல்லியவாறே அவள் துப்பட்டாவை சரிசெய்து விட்டு, முகத்தில் பரவி இருந்த கூந்தலை ஒதுக்கி காதோரம் செருகினான்.

சங்கவிக்கு அவன் பேசியதெல்லாம், ஏதோ கனவில் கேட்பது போல இருந்தது. ஆனால், பாவம் கண்களை தான் திறக்க முடியவில்லை. அந்தப் புதியவனுக்கும் அவள் பெயரைத் தவிர எதுவும் தெரியவில்லை என்றாலும், தெரிந்து கொள்ள வேண்டும் என்று கூட அவனுக்கு தோன்றவில்லை போல. அவள் முகத்தை பார்த்துக் கொண்டு இருந்தாலே போதும் என்பது போல அவளைப் பார்வையால் பருகிக் கொண்டிருந்தான் அவன்..

சிறிது நேரத்தில் படகு சவாரிக்கு சென்றவர்கள் திரும்பி வந்து கொண்டிருந்தார்கள். சங்கவியைப் பார்த்ததும் அவளுக்கு என்னவோ ஏதோ என்று பதறி, அவளை நோக்கி வந்தவர்கள், அந்த புதியவனை கேள்வியாய் பார்த்தார்கள்.

பின், "யாரு நீங்க, இவளுக்கு என்ன ஆச்சி, இவ கூட இருந்தவங்க எல்லாம் எங்க.." என்று மாறிமாறி கேள்வி கேட்க, குமரன் அவள் மீது இருந்த பார்வையை அகற்றாமல், நடந்ததை அவர்களிடம் சொன்னான்.

அவனிடம் நன்றி சொல்லிவிட்டு, "நாங்க பாத்துக்கறோம், நீங்க கெளம்புங்க" என்றார்கள் மற்ற மாணவிகள்.மனமில்லாமல், தன் கையில் இருந்த தாமரை மலர்களை சங்கவியின் கையில் திணித்து விட்டு, அவளைத் திரும்பி பார்த்தவாறே நடந்தான் புதியவன்..

தோழிகளை அழைக்க சென்ற அகிலா, அங்கு அவர்கள் இருந்த கோலத்தைப் பார்த்ததும், பதறி அவர்களிடம் ஓடினார். ஒருபுறம் சாரு, கண்கள் செருக, கை, கால் எல்லாம் நடுங்கிக் கொண்டு, மயங்கியபடி அமர்ந்து இருந்தாள். குமரன் அவள் கைகளை தேய்த்து விட்டுக் கொண்டிருந்தான். இன்னொரு புறம் மிரண்டு போன முகத்துடன் கீர்த்தி மயங்கி இருக்க, அவளருகில்

பவித்ராவும் ஒரு ஆணும் நின்று கொண்டிருந்தார்கள்..

அகிலா, "ஏய் பவி, இவங்க ரெண்டு பேருக்கும் என்ன ஆச்சி? இது யாரு புதுசா..?"
பவித்ரா, "இது எங்க அண்ணன் தான் மிஸ்" என்று விட்டு, நடந்ததை சொன்னாள்..

குமரனோடு நால்வரும் வந்ததும், பணம் கொடுத்து விட்டு, ராட்டினத்தில் ஏறினார்கள். அது நான்கு நான்கு பேராக அமரும்படி இருந்ததால், இவர்கள் நான்கு பேரும் ஒன்றாக ஏறினார்கள்..

ஆரம்பிக்கும் போது எல்லாரும் உற்சாகமாக கத்திக் கொண்டு தான் இருந்தார்கள். பின் மேலே செல்லச் செல்ல சாருவுக்கு பயம் வந்து விட்டது. மேலிருந்து கீழே இறங்கும் போது அவளுக்கு மயக்கம் வருவது போல இருந்தது.

அதனால், பக்கத்தில் இருந்த, பவித்ராவின் கையைப் பிடித்துக் கொண்டு கண்களை மூடிக் கொண்டாள். கீர்த்தி "ஆ.. ஊ.." என்று கத்திக் கொண்டு இருக்க, கீழே இருந்து இவளைப் பார்த்தபடி கை காட்டியவனை பார்த்ததும் நாக்கு பிறழ ஆரம்பித்து விட்டது.

அடுத்து, அவன் கண்சிமிட்டவும், "அய்யோ அம்மா...." என்று கத்தியபடி லலிதாவின் கையைப் பிடித்துக் கொண்டு மயங்கி விட்டாள். இவள் கத்தியதில் என்னவென்று பார்க்க சாரு கண் திறக்கும் போது, ராட்டினம் மேலே சென்று கொண்டிருந்தது.

உயரத்தில் இருந்து கீழே பார்த்ததும் சாருவுக்கும் மயக்கம் வந்துவிட, இவர்கள் இருவரையும் பார்த்த பவித்ராவும் லலிதாவும் பயந்து போய், குமரனை நோக்கி கைகளை ஆட்டி சைகை செய்தார்கள்..

குமரனும் எதுவோ சரியில்லை என்று உடனே புரிந்து கொண்டு, ராட்டினத்தை இயக்குபவரிம் சென்று நிறுத்த சொன்னான். ராட்டினம் நின்றதும் பவித்ராவும் லலிதாவும் முதலில் இறங்கி குமரனுடன் சேர்ந்து மற்ற இருவரையும் இறக்கி விட்டார்கள்.

பின் லலிதா அருகில் தண்ணீர் வாங்கச் செல்ல, பவித்ராவும் குமரனும் இருவரையும் கன்னத்தில் தட்டியபடி மயக்கத்தில் இருந்து எழுப்ப முயற்சி செய்து கொண்டிருந்தார்கள். அந்த நேரத்தில் தான், இவர்கள் அருகில் வந்தான் அவன். கீர்த்தியின் மயக்கத்திற்கு காரணமானவன்...

பவித்ரா, "டேய் நெட்டக் கொக்கு, நீ எப்படா வந்த..?"
"இப்ப தான், நீங்க இங்க வரத பாத்துட்டு தான் வந்தேன்.."

அவன், பவித்ராவின் அண்ணன் கார்த்திகேயன். தாத்தா, பாட்டிக்கு மிகவும் செல்லம் என்பதால், அவர்களோடே தங்கி இருக்கிறான். பொறியியல் முதல் வருடம் படிக்கிறான்.

விடுமுறைக்கு மட்டும் தான் இங்கு வருவான். பவித்ராவோடு சிலமுறை கீர்த்தியை பார்த்திருக்கிறான். எப்பவும் குறும்புத்தனமாக பேசும் அவளை பார்த்ததும் பிடித்துப் போனது அவனுக்கு. ஆனால் பாவம், கீர்த்திக்கு தான் அவனை பார்த்தவுடன் ஏனென்றே தெரியாமல், 'வெக்கம் போயி வெடவெடன்னு ஆகிடும்' னு சொல்ற மாதிரி, பேச்சே வராது. அதையும் அவன் ரசிக்கத்தான் செய்தான்..

பவித்ராவுக்கு, கீர்த்திக்கு தன் அண்ணன் மீது பயம், அதனால் தான் பேசாமல் இருக்கிறாள் என்ற நினைப்பு.

அதனால் தான் 'ஏற்காடு போனதும் அமைதி ஆகிடுவா' என்று சொன்னாள். அவள் இரண்டு நாள் முன்பே கார்த்திக்கு போன் மூலம், ஏற்காடு சுற்றுலா பற்றி சொல்லி இருந்தாள். அவனும் முடிந்தால் வருவதாக சொல்லியிருந்தான்.

பவித்ரா குமரனிடம் கார்த்தியை அறிமுகம் செய்து, பேசிக் கொண்டு இருக்கும் போதே கீர்த்தி விழித்து விட்டாள். அப்போது தான் லலிதா வாட்டர் பாட்டிலில் தண்ணீருடன் வந்தாள். வந்தவள், குமரனை ஒருமாதிரியாக பார்த்துக் கொண்டே கீர்த்தி முகத்தில் தண்ணீர் தெளித்தாள்.

கீர்த்தி, "எரும மாடே, எனக்கு, முகம் அலம்பி விடுன்னு நான் உன்கிட்ட கேட்டனா.." என்று கத்தினாள். கீர்த்தி குரல் கேட்டு வேகமாக திரும்பி, பவித்ராவிடம், "இவ எப்படீ முழிச்சா?"
என்று கேட்டாள்.

பவித்ரா, "அவ முழிச்சி ஆறு மாசம் ஆகுது" என்று சொல்ல, குமரன் லலிதா கையில் இருந்த வாட்டர் பாட்டிலை பிடுங்கி, சாரு முகத்தில் தெளித்தான். பிறகு தான் லேசாக கண் திறந்து பார்த்தாள். ஆனாலும் நடுக்கம் மட்டும் குறையவில்லை இன்னும்.

இப்போது உள்ளங்கால்களையும் குமரன் தேய்த்து விட, தடுக்க கூட சக்தியில்லாமல் நடுங்கிக் கொண்டு இருந்தாள். அகிலாவுடன் பவித்ராவும் இதை ஆச்சரியமாக பார்த்தாள்.

கீர்த்தி ஒருபுறம் கார்த்திக்கை முறைக்க முயன்று நிமிர்வதும், பின் தலையை தொங்க விடுவதுமாக இருந்தாள். அவனும் அதை சுவாரஸ்யமாக பார்த்துக் கொண்டு இருந்தான்.

அகிலா, "பவித்ரா, ஏன் உன் அண்ணன் வருவாங்கனு சொல்லல?"
பவித்ரா, "சாரி மிஸ், கௌம்பும் போதே சொல்லனும்னு நெனச்சேன், அதுமில்லாம இவன் வருவானா இல்லையான்னும் சரியா தெரில. அதான் சொல்லல. இவன் முடிஞ்சா வரேன்னு சொன்னான், ஆனா முடிஞ்சதுக்கு அப்பறம் வருவான்னு நெனைக்கல. சாரி மிஸ்.."

லலிதா," சங்கவி எங்க மிஸ்.."
அகிலா," அய்யய்யோ.... அவள மறந்துடனே.."
கீர்த்தி," என்னாச்சி மிஸ்"
அகிலா," குளத்துல விழுந்துட்டா, அப்பறம்..."
பவித்ரா," என்னது...? எப்படி மிஸ், வாங்க சீக்கிரம் போகலாம்.."

அகிலா," ஒண்ணும் ஆகல. ஒரு பையன் தூக்கிட்டு வந்துட்டான். ஆனா பயத்தில மயங்கிட்டா, மயக்கம் தான் இன்னும் தெளியல.. அந்தப் பையன பாத்துக்க சொல்லிட்டு, உங்கள கூப்பிட தான் வந்தேன். இங்க இவங்க ரெண்டு பேரும் மயங்கி இருக்கறத பாத்து, அவள மறந்துட்டேன்.."
லலிதா," சரி மிஸ், வாங்க நாம போகலாம்.."

எல்லோரும் கிளம்ப, கார்த்தியும் "நான் பிரண்ட்ஸ் கூட தான் வந்தேன், அவங்க கூட போயி ஜாயின் பண்ணிக்கிறேன். நீங்க கௌம்புங்க.. வரேன் மேம்.." என்று சொல்லி விட்டு கிளம்பினான்.

அவன் சென்று சில வினாடிகள் கழித்து, கீர்த்தி திரும்பி அவனைப் பார்க்க, அவனும் சரியாக இவளைப் பார்த்தான். அத்தோடு நில்லாமல், மறுபடியும் கண்சிமிட்டி கை அசைக்க, பயத்தில் இந்தப் பக்கம் திரும்பிக் கொண்டாள்..

அதைக் கண்டு புன்னகைத்தபடியே கார்த்தி சென்று விட்டான். சாரு எழுந்து நடக்க முயற்சிக்க, நடுக்கம் குறையாததால், அவளால் முடியவில்லை.

குமரன், "உனக்கு ஹைட் ஒத்துக்காது, பயம்னா எதுக்கு போன லதா.."
சாரு, "இதுக்கு முன்னாடி போயிருந்தா தான, ஒத்துக்குமா, ஒத்துக்காதானு தெரியறதுக்கு. எனக்கே இன்னிக்கு தான் தெரியும்.."

அதற்கு மேல் குமரனால் எதுவும் பேச முடியவில்லை. ஏன் கேட்டோம் என்று ஆகிவிட்டது அவனுக்கு. குமரன் அவள் எழுந்து நடக்க உதவி செய்யப் போக, அகிலா," குமரா நீ கீர்த்தி கூட முன்னாடி போ, பவி நீ சாருவ கூட்டிட்டு வா.." என்று சொல்லி விட்டு, மற்றவர்கள் பதில் சொல்லும் முன் லலிதா கையைப் பிடித்துக் கொண்டு வேகமாக நடந்தார்..

எதுவும் பேசாமல் அமைதியாக குமரன் முன்னே செல்ல, கீர்த்தி அவன் பின் நடந்தாள். அவர்கள் கொஞ்ச தூரம் சென்றதும், லலிதாவிடம் குமரனைப் பற்றி விசாரித்தார் அகிலா.

அகிலா, "லலிதா, குமரன் ஏன் இப்படி பண்ணான். அவன் இந்த மாதிரிலாம் செய்வான்னு நான் நெனைக்கவே இல்ல. உனக்கு கோவம் வரலயா..?"
லலிதா, "எனக்கு ஏன் மிஸ் கோவம் வரனும், இது ஏற்கனவே எனக்கு தெரியும். அவனா சொல்லனும்னு தான், நான் எதுவும் கேக்கல இது வரைக்கும்.."

அகிலா, "என்னம்மா சொல்ற, அவன் உன்னோட மாமா பையன். உன் பிரெண்ட் கிட்ட க்ளோஸா இருக்கான், நீ சின்னப் பொண்ணு தான், ஆனா உனக்கு கொஞ்சம் கூடவா கோவம் வரல..?"

லலிதா, "ஓ... நீங்க அந்த ஆங்கிள்ல கேக்கறீங்களா? அவன் எனக்கு மாமா பையன்கிறது சொந்தத்தில மட்டும் தான் மிஸ். மத்தபடி அவன் எனக்கு அண்ணன், சிலசமயம் அப்பாவும் அவன் தான். நான் பொறந்தப்ப தான் என் அத்த இறந்து போனாங்க. அதனால எங்க கூட தான் இருப்பான். அம்மா தான் அவன பாத்துக்குவாங்களாம். இவன் அப்ப இருந்தே என்ன அவ்ளோ பாசமா பத்திரமா பாத்துக்குவானாம்.. ஏன் இப்ப கூட, என்கிட்ட சண்ட போடற மாதிரி தான் இருக்கும். ஆனா, எங்கயும் யாருகிட்டயும் என்ன விட்டுக் குடுக்க மாட்டான்.. இப்ப எனக்கு டவுட்டு எல்லாம் சாரு என்ன நெனைக்கறான்னு தான்.. குமரனையும் சேர்த்து எங்க யாருக்குமே இத நெனைக்கற வயசு இல்ல, அதனால தான் நான் கண்டுக்காம இருக்கேன். இல்லன்னா அவனுக்காக நானே சாரு கிட்ட பேசிருப்பேன்"

அகிலா,"நான் கூட நீங்க சின்ன பொண்ணுங்கனு நெனச்சேன், ஆனா தெளிவா தான் இருக்கிங்க. சரி, இதப் பத்தி அப்பறம் பேசலாம் வா.."

இவர்கள் சங்கவியிடம் சென்ற போது, மற்ற மாணவிகள் தான் இருந்தார்கள், சங்கவி இல்லை. அகிலா விசாரிக்க, கீர்த்தியுடன் உடை மாற்ற சென்றதாக சொன்னார்கள்..

பிறகே ஞாபகம் வந்தவளாக, "கீர்த்தி கூட தான குமரனும் வந்தான், அவன் எங்க" என்று லலிதா கேட்க, அவர்களுக்கு தெரியாது என்று சொல்லி விட்டார்கள்..

சிறிது நேரத்தில் பொறுமையாக பவித்ராவோடு சாருவும் வந்து விட்டாள். அப்போது சூடான காபியுடன் குமரன் வந்து சாருவிடம் கொடுக்க, லலிதாவும் அகிலாவும் அர்த்தமாக பார்த்துக் கொண்டார்கள்.

பவித்ரா, 'என்னடா நடக்குது இங்க, நானும் இங்க தான் இருக்கேன், நீங்க மட்டும் ஆளாளுக்கு பாத்துக்கறிங்க. என்னன்னு யாராவது சொல்லுங்களேன்..' என்று மனதில் புலம்பிக் கொண்டிருந்தாள்...

சிறிது நேரத்தில் சங்கவியும் கீர்த்தியும் வந்ததும் எல்லோரும் கிளம்பி பேருந்தில் ஏறி, விழுப்புரம் கிளம்பினார்கள்...

வரும் போது இருந்த உற்சாகம் போகும் போது யாரிடமும் இல்லை. ஒவ்வொருவரும் ஒவ்வொரு மனநிலையில் இருந்தார்கள். பவித்ரா மட்டும் எதுவும் புரியாமல் எல்லாரையும் மாறி மாறி பார்த்தபடி வந்தாள். (கூட இருந்துகிட்டு உன் அண்ணன் சைட் அடிக்கறதே தெரில.. இதுல உனக்கு இவங்கள பத்தி புரிஞ்சிட்டாலும்... நீ எல்லாம் அதுக்கு சரிபட்டு வரமாட்ட..)

தீடீரென, 'ஐடியா' என்று மனதில் நினைத்தவள், தன் சீட்டில் இருந்து எழுந்து லலிதாவிடம் போய் நின்றாள். அவள் பக்கத்தில் இருந்த கீர்த்தியை எழுப்பி பின்னால் போகச் சொல்லிவிட்டு, லலிதாவின் அருகில் அமர்ந்து கொண்டு, பேச ஆரம்பித்தாள்.

பவித்ரா, "லல்லி, குமரன் ஏன் சாரு கால புடிச்சான்.."
லலிதா, "வேண்டுதல் வெச்சி இருந்தானாம். ஏற்காடு போனதும் அவ கால்ல விழுகறேன்னு.."
பவித்ரா, "ஏய், கிண்டலா..?"
லலிதா, "இல்ல, சுண்டல்.."

பவித்ரா, "சரி, மிஸ் உன்கிட்ட என்ன கேட்டாங்க, எதோ பேசிட்டு வந்திங்க.."
லலிதா, "அதுவா, இந்த மாதிரி லூசுங்களோட டூர் வந்தது

தப்புன்னு சொன்னாங்க "

சொல்லி விட்டு, அவள் ஜன்னல் பக்கம் திரும்பிக் கொள்ள, 'என் ராஜ தந்திரங்கள் அனைத்தும் வீணாகி விட்டதே' என்று புலம்பினாள் பவித்ரா. வீடு வந்து சேர்ந்ததும் அவரவர் படிப்பில் மூழ்க, மூவர் மனது மட்டும் நிலையில்லாமல் இருந்தது.

சாருவுக்கு குமரன் கவனித்துக் கொண்டதே மனதில் வந்து வந்து நின்றது. கீர்த்திக்கு கார்த்திக்கின் பார்வை புரியாமல் தவித்தாள். சங்கவிக்கோ, அந்த புதியவனின் ஸ்பரிசமும், அவன் பேசிய வார்த்தைகளுமே நினைவில் இருந்தது..

பின் இறுதி தேர்வு அட்டவணை வந்ததும், தங்கள் எண்ணங்களை ஒதுக்கி வைத்து விட்டு, படிப்பில் கவனம் செலுத்தினார்கள். முதலில் குமரன் தேர்வு முடிந்ததும், லலிதாவுக்கு படிக்க உதவி செய்தான்..

பின் தோழிகளுக்கும் தேர்வு தொடங்க, எல்லோர் நினைவும் படிப்பில் மட்டும் தான் இருந்தது. கடைசி தேர்வு எழுதும் நாள், பாண்டவிகளின் நட்பில் முதல் விரிசலை ஏற்படுத்தும் நோக்கத்தோடு, இனிதே விடிந்தது. அதுவும் குமரன் மூலமாக..

தன்னால் நடக்க போகும் விபரீதம் அறியாமல், பரபரப்பாக லலிதா வீட்டிற்கு கிளம்பினான் குமரன்...

பாகம் - 15

பத்தாம் வகுப்பு கடைசி தேர்வு...

குமரன் வழக்கத்தை விட பரபரப்பாக கிளம்பி அத்தை வீட்டை அடைந்தான். அங்கு லலிதா ஸ்பூனில் சாப்பிட்டபடி புத்தகத்தை புரட்டிக் கொண்டிருந்தாள்.

உள்ளே வந்ததும் அவள் கையில் இருந்த புத்தகத்தை பிடுங்க, "லூசாடா நீ.." என்று கத்தினாள் லலிதா.
"ஆமாடி நான் லூசு தான், கடைசி நேரத்துல படிக்காதன்னு எத்தன தடவ சொல்றது உனக்கு"
"நான் ஒன்னும் படிக்கல, சும்மா ரிவைஸ் தான் பண்ணேன்"
"நீ ஒரு ஆணியும் புடுங்க வேணாம். கெளம்பு போலாம்"
"ஏன்டா, இப்படி வெரட்டற, இரு சாப்பிட்டு வரேன் "
" நல்லா சாப்பிட்டு, எக்ஸாம்ல உக்காந்து தூங்கவா..? ஒண்ணும் வேணாம், நீ சாப்ட வரைக்கும் போதும் கெளம்பு.."

லீலாவதி," நீ சாப்டியா குமரா? "
" இல்லத்த, பசிக்கல. இவள விட்டுட்டு வந்து சாப்பிடறேன்.."

'ஏன் இவன் இப்படி பறக்கறான்' என்று யோசித்துக் கொண்டே லீலாவதி உள்ளே செல்ல, அதே சிந்தனையுடன் தயாராகி வந்தாள் லலிதா. ஏதோ தவறு நடக்கப் போவது போல உறுத்தியது அவளுக்கு.

செல்லும் வழியில்..
" டேய் என்னடா, ஏதோ டென்சனா இருக்க போல, என்னாச்சி"
" அதெல்லாம் ஒண்ணுமில்ல, நீ எல்லாம் படிச்சிட்டியா.."

"படிச்சிட்டேன் படிச்சிட்டேன்"
"சரி வா.."

லலிதாவை பள்ளியில் விட்டுவிட்டு, மற்ற நால்வரும் வந்ததை உறுதி செய்து கொண்டு, பொதுவாக "ஆல் தி பெஸ்ட்" என்று சொல்லி விட்டு, வேகமாக கிளம்பினான்.

அவன் சென்ற வேகமே, லலிதாவை யோசிக்க வைத்தது, 'அவன் எதையோ மறைக்கிறான்' என்று... பின் தேர்வுக்கான மணி ஒலித்ததும், அவன் நினைவை ஒதுக்கி வைத்து விட்டு, தோழிகளுடன் தனது தேர்வறையை நோக்கி சென்றாள்..

தேர்வை முதல் ஆளாக எழுதி முடித்து விட்டு, மரத்தடியில், குமரனுக்காக காத்திருக்க, "லலிதா.." என்றவாறு அவளருகில் வந்தான் நந்தகுமார்.
"வா நந்து, எக்ஸாம் ஈசியா.. எப்படி எழுதுன..."
"பரவால்ல, நல்லா தான் எழுதி இருக்கேன், நீ எப்படி எழுதுன.."
"நானும் நல்லா தான் எழுதி இருக்கேன். இதுக்கு மேல பேப்பர் கரெக்ஷன் பண்றவங்க கைல தான் இருக்கு.."
"ஹ்ம்ம், நான் உன்கிட்ட ஒண்ணு சொல்லனும்"
"சொல்லு நந்து.."
"அது வந்து... நான்.."
" என்ன நந்து, சொல்லு"
" எனக்கு உன்ன ரொம்ப புடிச்சிருக்கு லலிதா, அதான்.." என்றவாறு ஒரு க்ரீட்டிங் கார்டை அவளிடம் கொடுத்தான்.

லலிதா, அதை வாங்கி பிரிக்க, *'I Love you.. You are my life'* என்று இருந்தது. பார்த்ததும், வந்த கோபத்தைக் கட்டுப்படுத்திக் கொண்டு, அந்த கார்டை அவனிடமே கொடுத்து விட்டு, "இத பத்தி பேசுற வயசு, உனக்கோ எனக்கோ இல்ல. அதுமில்லாம, நான் உன்ன பிரெண்டா தான் பாக்கறேன். இது மாதிரி நெனப்போட இனிமே

என்கிட்ட பேசாத" என்றாள்.

"இல்ல லலிதா, நான் சொல்றத.." என்று பேசும்போது, அங்கு வந்த குமரன், நந்துவை பளாரென அறைந்தான். நந்து அதிர்ந்து நிற்க, லலிதா, அவனை தடுத்து இழுத்து வந்தாள்.
"நான் தான் சொல்லிட்டேன்ல, நீ ஏன்டா அடிக்கற, வா இந்தப் பக்கம். நந்து நீ கெளம்பு.. "
குமரன் அவள் பேசியதை காதில் வாங்காமல், நந்துவிடம் கத்தினான்.
"அவ தான், பிரெண்டா தான் பாக்கறேன்னு சொல்றால்ல, அப்பறம் என்ன மறுபடியும் மறுபடியும் பேசற"
"அவ கிட்ட தான பேசறேன், உங்களுக்கு என்ன.. "
" உங்களுக்கு என்னவா..? அவ என் அத்த பொண்ணு.."
"அதுக்கு என்ன.. நீங்க சாருவ தான பாக்கறிங்க? எல்லாம் தெரிஞ்சி தான் நான் பேச வந்தேன்"

குமரன், திரும்பி லலிதாவை பார்க்க, அவள் எதுவும் கேட்காதது போல நின்றிருந்தாள்.
" எனக்கு அவள புடிச்சிருக்கு, நான் பாக்கறேன். அதுமில்லாம, அவ என்கிட்ட, இப்ப லலிதா சொன்னது மாதிரி எப்பயும் சொன்னது இல்ல, சொல்லவும் மாட்டா.. அப்படி சொல்லி இருந்தா நானே ஒதுங்கி போயிருவேன்"

பேசி முடித்ததும் லலிதாவைப் பார்க்க, அவள் மிரண்டு போய் நின்றிருந்தாள். அவள் பார்வை சென்ற திசையை நோக்கி திரும்பிய குமரன், அங்கு கோபமாக நின்று கொண்டிருந்த சாருவைப் பார்த்து அதிர்ந்து விட்டான்.

குமரன்," லதா.. நான்.."என்று ஆரம்பிக்கும் போதே அவனை அறைந்து விட்டாள் சாரு. "என்ன தெரியும் உங்களுக்கு என்ன பத்தி, நான் என்ன பேசுவேன் பேச மாட்டேன்னு உங்களுக்கு தெரியுமா" என்று கோபத்தில் கத்தினாள்.

அவள் அடித்த அதிர்ச்சியில் இருந்தவனுக்கு அவள் பேசியது எதுவும் கேட்கவில்லை, ஆனால் லலிதா கோபத்தில் கொந்தளித்து சாருவை அறைந்தாள்.. (என்னங்கடா மருது படம் ஓட்டிட்டு இருக்கிங்க)

லலிதா அடித்ததில், சாரு அதிர்ந்து, கன்னத்தை தாங்கியபடி நிற்க, தேர்வு முடிந்து, ஒவ்வொருவராக வெளியே வர தொடங்கினார்கள். இவர்களை பார்த்து, கூட்டம் கூட தொடங்க, யாரும் பேசாமல், ஒருவரை ஒருவர் பார்த்தபடி அமைதியாக நின்றனர்.

கூட்டத்தைப் பார்த்ததும், ஏதோ பிரச்சனை என்று சங்கவி, பவித்ரா இருவரும் அங்கு நடக்க, கீர்த்தி திரும்பி எதிர் திசையில் ஓடினாள். "இவ ஏன்டி இப்படி இந்தப் பக்கம் ஓடறா?" என்று கேட்ட பவித்ராவிடம், "அவள அப்பறம் பாக்கலாம், இப்ப அங்க போலாம் வா. கூட்டமா வேற இருக்கு" என்று அவளுடன் சேர்ந்து வந்தாள் சங்கவி.

"என்ன நடக்குது இங்க, என்ன ஆச்சி? ஏன் எல்லாரும் இப்படி நிக்கறிங்க" என்று சங்கவி கேட்க, பவித்ரா கூடியவர்களை கலைத்தாள். எல்லோரும் சென்ற பின், கடைசியாக ஆறு பேர் மட்டும் இருந்தார்கள்..

"உங்க கிட்ட தான் கேக்கறேன், என்ன ஆச்சின்னு யாராவது சொல்லுங்க"
"ஏன் அமைதியா இருக்கிங்க, இவ உங்க கிட்ட தான கத்திட்டு இருக்கா? எங்கள பாத்தா லூசு மாதிரி இருக்கா?"

"பாத்தா தெரியல, பட் பேசுனா கண்டு புடிச்சிடுவாங்க. இல்ல கைஸ்..? " என்றபடி அகிலாவுடன் வந்தாள் கீர்த்தி. பவித்ரா கீர்த்தியை முறைக்க, அவள் இவளைப் பார்த்தது நக்கலாக சிரித்தாள்

"இங்க என்ன பிரச்சனை"
"அதத்தான் மிஸ் நாங்களும் ரொம்ப நேரமா கேட்டுட்டு இருக்கோம் "

" அதுசரி, நீங்க மூனு பேர் ஓகே.. நந்தகுமார் இங்க என்ன பண்ற", இதுவரை ஒரு முறை கூட இவர்களோடு அவனைப் பார்த்தது இல்லையே என்ற குழப்பம் அவருக்கு..

"பிரச்சனைய ஆரமிச்சதே அவன் தான்", என்று லலிதா சொன்னதும் 'இவனா' என்று மற்றவர்கள் பார்க்க, நடந்ததை சொல்லி முடித்தாள் அவள்..

எல்லோர் மீதும் ஒவ்வொரு தவறு இருக்க, யாரை குறை சொல்வது, யார் மீது கோபப்படுவது என தெரியாமல் அமைதியாக இருந்தனர். பின் லலிதா, "மிஸ், இவ ஏன் குமரன அடிச்சான்னு கேளுங்க, எங்க அம்மா, மாமான்னு யாருமே அடிச்சதில்ல. நான் மட்டும் தான், அதுவும் வெளையாட்டுக்கு தான் அடிச்சிருக்கேன், இவ எதுக்கு அடிச்சா..?"

"இவங்க தான், என்ன பத்தி எல்லாம் தெரிஞ்ச மாதிரி பேசுனாங்க.. நான் அமைதியா இருந்தா, இவங்களே அதுக்கு ஒரு அர்த்தம் சொல்லுவாங்களா"

" அவன் அப்படி பேசற மாதிரி, இவ தான் நடந்துகிட்டா. ஒன்னு, நான் சொன்ன மாதிரி, புடிக்கலன்னு சொல்லி இருக்கனும் இல்லன்னா, எங்க யார் கிட்டயாவது சொல்லிருக்கனும். ரெண்டுமே இல்லன்னா அவன் வேற எப்படி நெனைப்பான்"

"ரெண்டு பேரும் கொஞ்சம் நிறுத்தறிங்களா? நான் உங்க டீச்சர், அது நியாபகம் இருக்கா உங்களுக்கு.. இது என்ன

ஸ்கூலா இல்ல வேற எதாவதா" என்று கோபமாக பேசவும் அமைதி ஆனார்கள் இருவரும்..

சிறிது நேரம் யாரும் பேசவில்லை. பின் அகிலாவே பேச தொடங்கினார்.

"உங்களுக்கு எல்லாம், படிச்சி முடிச்சுட்டு, சம்பாதிச்சி, லைப்ல செட்டில் ஆனதா நெனப்பா..? ஸ்கூல் கூட இன்னும் முடிக்கல, அதுக்குள்ள உங்க லைப் பார்ட்னர் யாருன்னு செலக்ட் பண்ற அளவுக்கு உங்களுக்கு அறிவு வந்துடுச்சா.. குமரா, இங்க இருக்கறதுலயே நீ தான் பெரியவன், அதுக்கு தகுந்த மாதிரி நடந்துக்க வேணாமா? இந்த வயசுல உனக்கு என்ன லவ் வேண்டி இருக்கு.. அப்புறம் நந்தகுமார், உனக்கு என்ன வயசு, ப்ரபோஸ் பண்ற அளவுக்கு தைரியம் உனக்கு எப்படி வந்தது? அவளும் அதுக்கு ஓகே சொல்லனும்னு எத வெச்சி எதிர்பாக்குற? சாரு, நீ செஞ்சது சரின்னு உனக்கு தோனுதா.. உனக்கு விருப்பம் இல்லைனா புடிக்கலன்னு சொல்லனும்.. அதுவும் சொல்ல முடியலன்னா எங்க யார் கிட்டயாவது சொல்லிருக்கனும்.. அத விட்டுட்டு இதென்ன கை நீட்டற பழக்கம் உனக்கு? லலிதா, அவ தான், தப்பு பண்றான்னா, அதையே நீயும் பண்ணனுமா? " என்று கோபமாக கேட்க, ஒருவரும் பதில் பேசவில்லை.

சங்கவி, கீர்த்தி இருவரும், தங்களுக்கே சொல்லப் பட்டது போல, ஒருவித குற்ற உணர்வோடு இருந்தார்கள்.

"படிச்சி முடிச்சுட்டு வேல பாக்குற நானே சிங்கிளா இருக்கேன், உங்களுக்கு அதுக்குள்ள கமிட் ஆகற ஆசயா, அப்புறம் நான் சாபம் விட்ருவேன் " என்று புலம்பலாக முடிக்க, எல்லோரும் புன்னகைத்தனர்.

சிங்கிளாகவே இருந்திருக்கலாம் என்று புலம்ப போகும்

நாள் வெகு தூரத்தில் இல்லை என்று பாவம் அகிலாவுக்கு தெரியவில்லை.

சாரு, லலிதா மட்டும் எந்த வித மாற்றமும் இல்லாமல் இருக்க, "அவ்ளோ மொக்கயாவா பேசுனோம்" என்று கேட்டார். அப்போதும் பதிலில்லை.

பவித்ரா, "மிஸ், எனக்கு என்னமோ நீங்க கோவமா பேசற மாதிரி தெரியலயே, பொறாமை படற மாதிரி இருக்கு..?" என்று கேட்க, "பொறாமலாம் இல்ல...... லைட்டா பொறாமை தான்.." என்றார் வராத கண்ணீரை துடைத்துக் கொண்டு..

" ஓகே கைஸ், ஜோக்ஸ் அபார்ட், மொதல்ல +2 முடிங்க, அப்புறம் ஒரு காலேஜ்ல சேந்து, நல்லா படிச்சி ஒரு டிகிரி முடிங்க. தென், ஒரு நல்ல வேளைக்கு போயி சம்பாதிச்சி லைப்ல அச்சீவ் பண்ணுங்க. அதுக்கப்புறம் தான் உங்க வாழ்க்கைய பத்தி முடிவு எடுக்கற உரிமையும் தகுதியும் உங்களுக்கு வரும், அதுவரைக்கும் உங்கள பத்தின எந்த முடிவ எடுக்கறதுக்கும் உங்க பேரன்ட்ஸ்கு மட்டும் தான் உரிமை இருக்கு. எனக்கு இவங்க தான் வேணும்னு முடிவு பண்ற வயசோ பக்குவமோ உங்களுக்கு கெடயாது. அதே மாதிரி, இது எனக்கு கண்டிப்பா வேணாம்னு முடிவு பண்ற வயசும் இல்ல. சோ, நீங்க லைப்ல செட்டில் ஆனதுக்கு அப்பறமும் இதே மைன்ட் செட்ல இருந்தா, அப்ப இத பத்தி பேசுங்க. அதுவரைக்கும் இத பத்தி யாரும் பேச கூடாது... சரியா? இப்ப எல்லாரும் ரிசல்ட் வர வரைக்கும் லீவ நல்லா என்ஜாய் பண்ணுங்க, ஆஃப்டர் ரிசல்ட், மீட் பண்ணலாம்" என்று சொல்லி விட்டு, கிளம்ப போக, பவித்ரா அவரிடம் சாரு, லலிதாவை காட்டி ஜாடை காட்டினாள்.

அகிலா," சாரு, லலிதா ரெண்டு பேரும் சாரி சொல்லி கை

குடுங்க" என்று சொன்னதும் சாரு வேகமாக, "சாரி லல்லி, நான் பண்ணது தப்பு தான்.." என்று கை நீட்ட, லலிதா, "சாரி மிஸ், என்ன அடிச்சிருந்தா எனக்கு கோவம் வந்துருக்காது. ஆனா என் முன்னாடி குமரன அடிச்சவ கிட்ட பேச எனக்கு விருப்பம் இல்ல. உங்க பேச்ச மீறிட்டேன்னு தப்பா நெனைக்காதிங்க. சாரி" என்று சொல்லி விட்டு, குமரன் கையைப் பிடித்து இழுத்துக் கொண்டு போனாள்.

பின் உடனே திரும்பி வந்து சங்கவியிடம், "இந்த லீவ்ல கம்ப்யூட்டர் கிளாஸ் போறதுக்கு அப்பா கிட்ட, விசாரிக்க சொல்லிருக்கேன். அவரு சொன்னதும் போன் பண்றேன் உனக்கு. நீயும் வீட்ல அப்பா கிட்ட சொல்லி வை.. நீங்களும் தான்" என்று பவித்ரா, கீர்த்தியிடம் சொன்னவள் சாரு புறம் திரும்பி கூட பார்க்காமல் சென்று விட்டாள்.

அவள் சென்றதும், மனம் நொந்து, சாரு அங்கேயே மண்ணில் அமர்ந்து விட்டாள். பின், அவளை சமாதானம் செய்து வீட்டுக்கு அனுப்பி வைத்தனர். இரண்டு நாட்கள் கழித்து, சங்கவிக்கு போன் செய்து, கம்ப்யூட்டர் கிளாஸுக்கு வர சொன்னாள். இதே போல மற்ற இருவரையும் அழைத்தாள்.

மூன்று பேரும் சேர்ந்து எவ்வளவோ கூப்பிட்டும் வர மறுத்து விட்டாள் சாரு. ஆனால் விடுமுறையை வீணாக்க விரும்பாமல், சங்கீதா மணிகண்டனுடன் சிலம்பம் பயிற்சிக்கு சென்றாள்.

மற்ற நேரங்களில், அருகில் உள்ள படிக்க முடியாத குழந்தைகளுக்கு பெயர் எழுத, எழுத்துக் கூட்டி படிக்க சொல்லி கொடுத்தாள்.

லலிதாவும், சாரு வராததை, பெரிதாக எடுத்துக் கொள்ளவில்லை. சொல்லப் போனால், வெகு இயல்பாக

இருந்தாள். குமரன் சொல்லியும் சாருவிடம் பேச மறுத்து விட்டாள்..

இந்த பிரச்சனையில் இவர்கள் இருக்க, யாரும் எதிர்பாராத வகையில், குணா தன் வேலையை தொடங்கி இருந்தான். அதை தெரிந்து, இவர்கள் தடுக்க முயல்வதற்குள் காலம் கடந்து இருந்தது.

பாகம் - 16

விடுமுறையில் சாருவை தவிர மற்றவர்கள் கம்ப்யூட்டர் வ குப்புக்கு செல்ல,சாறு சிலம்பம் வகுப்புக்கு சென்றாள் கும ரன் பொறியியல் படிக்க தன்னை தயார் செய்து கொண்டிருந் தான்

நாட்கள் வேகமாக நகர, முதலில் குமரனுக்கு ரிசல்ட் வந்தது. பள்ளியிலேயே இரண்டாவது மதிப்பெண் வாங்கி இருந்தான்.

சபாபதியிடம் ஆசீர்வாதம் வாங்கி கொண்டு, லலிதா வீட்டிற்கு சென்றான். லீலாவதி, அவனுக்காக இனிப்பு செய்து வைத்திருந்தார். பின் அங்கிருந்து கிளம்பி சாரு வீட்டிற்கு அருகில் உள்ள கோவிலுக்கு சென்று அமர்ந்தவனுடைய நினைவுகள், பூங்கொடியிடமே சென்று நின்றது. அவரிடம் ரிசல்ட்டை சொல்ல மனம் விழைந்தது. ஆனால் சாரு எப்படி எடுத்துக் கொள்வாளோ என்ற தயக்கத்துடன், என்ன செய்யலாம் என்று யோசித்துக் கொண்டு இருந்தான்...

அந்த நேரம் சங்கீதா கோவிலுக்குள் நுழைந்தாள். இவனைப் பார்த்ததும் ஓடி வந்து அருகில் அமர்ந்து கொண்டாள்.

"அண்ணா, இன்னைக்கு உங்களுக்கு ரிசல்ட் தான, எவ்ளோ மார்க்..?"
"நீ என்ன இங்க வந்துருக்க.. ரிசல்ட் சங்கவி சொல்லலயா?"
"சிலம்பம் கிளாஸ் போறேன்ல மணி கூட, அதுக்கு வந்தேன். சும்மா கோயிலுக்கு போலாமேன்னு வந்தேன். அக்கா கம்ப்யூட்டர் கிளாஸ் போயிட்டாங்க. வந்ததும் கேக்கணும்னு நெனச்சேன்.. உங்களையே பாத்துட்டேன்.. "

" ஸ்கூல் செகண்ட் மார்க் டா.."
"ஹையா, சூப்பர் அண்ணா.. எனக்கு சாக்லேட் வேணும், வாங்கி தாங்க "

"அவ்ளோ தான, வா வாங்கி தரேன்"
" இப்ப வேணாம், லேட்டா போனா சாருக்கா திட்டும், வரேண்ணா.."
" பாப்பா, சாருவும் உன்கூட வருவா தான கிளாஸ்கு?"
" ஆமாண்ணா.."
" எவ்ளோ நேரம் க்ளாஸ் நடக்கும்? "
" மத்தியானம் வரைக்கும் நடக்கும், ஏண்ணா? "
" சும்மா தாண்டா கேட்டேன், நீ போயிட்டு வா.. "
" சரிண்ணா"

அவள் சாமி தரிசனம் முடித்து கிளம்பியதும், அரை மணி நேரம் கழித்து, சாரு வீட்டிற்கு ஒருவித படபடப்புடன் சென்றான் குமரன்.

" வா குமரா, எப்படி இருக்க...? "
" நல்லா இருக்கேன் மா, எனக்கு இன்னிக்கு ரிசல்ட் வந்துருக்கு, நான் ஸ்கூல் செகண்ட் மார்க் மா.. "

ஆசீர்வாதம் வாங்கி, எழுந்தவனிடம் "ரொம்ப சந்தோஷம் பா.. ஏன் வீட்டுக்கே வரதில்ல... மேல என்ன படிக்க போற..?"
"இன்ஜினியரிங் படிக்கலாம்னு இருக்கேன் மா.."
"சரிப்பா, அப்பப்ப வீட்டுக்கு வந்துட்டு போ.. இப்ப இருந்து சாப்பிட்டு தான் போகனும் " என்று சமைக்க சென்றார்.

பின் குமரன், கல்லூரி சேர்வது தொடர்பான வேலையில் இருக்க, பத்தாம் வகுப்பு ரிசல்ட் வந்தது. வழக்கம் போல, ஐந்து பேரும், ஒருசில வித்தியாசங்களுடன் முதல் ஐந்து

இடங்களில் இருந்தார்கள்..

ஆனால், எதிர்பாராத வகையில், லலிதா, "நான் பயாலஜி க்ரூப் எடுக்கப் போறேன் " என்று சொன்னதும் சாரு நொந்து விட்டாள். பின் கீர்த்தியை அழைத்து, "லல்லிக்கு கம்ப்யூட்டர் தான் ரொம்ப புடிக்கும். நான் இருக்கறதால தான், அவ வேற க்ரூப் போறேன்னு சொல்லிட்டா.. அவகிட்ட, நானே பயாலஜி க்ரூப் எடுக்கிறேன்னு சொல்லிடு" என்று சொல்லி விட்டாள்..

" உங்களோட ஒரே அக்கப்போரா இருக்கு. இப்படியே இருந்துடலாம்னு முடிவு பண்ணிட்டிங்களா? உங்க பஞ்சாயத்துக்குலாம் பாப்பையாவ கூப்பிட முடியாது. ஒழுங்கா பேசி ஒரு முடிவுக்கு வாங்க.. எல்லாரும் ஒன்னா தான் இருக்கணும், இல்லன்னா அகிலா மிஸ் கிட்ட சொல்லிருவேன்"

"இத பெருசு பண்ணாத கீர்த்தி, தப்பு என்மேல தான் இருக்கு. நிஜமாவே, எனக்கு பயாலஜி தான் புடிக்கும். நீ கம்ப்யூட்டர்னு சொன்னதால தான், நானும் ஒரே க்ரூப் எல்லாரும் எடுக்கலாம்னு அன்னைக்கு அப்படி சொன்னேன்.."

"என்னமோ சொல்ற.. ஆனா சீக்கிரம் ரெண்டு பேரும் சமாதானம் ஆகறது நல்லது. நீங்க இப்படி பேசாம இருக்கறது எங்களுக்கு கஷ்டமா இருக்கு.."

" பாத்துக்கலாம் விடு..."
"சரி வா, அகிலா மிஸ் கிட்ட போயி பேசிட்டு வரலாம்.."
"அவங்க மூணு பேர்..? "
" அவங்களும் அங்க தான் இருப்பாங்க, நாம போலாம் வா.."

இருவரும் அங்கு போகும் போது, மற்ற மூவரும் அகிலாவுடன் பேசிக் கொண்டு இருந்தனர்.

" வாங்க, எங்க போனிங்க நீங்க ரெண்டு பேரும்.."
"சும்மா பேசிட்டு இருந்தோம் மிஸ்.. "
" சரி சரி, நீங்க ரெண்டு பேரும் என்ன க்ரூப் எடுக்க போறிங்க? "
" நான் கம்ப்யூட்டர் க்ரூப், சாரு பயாலஜி க்ரூப்.."
"லலிதாவும் பயாலஜி தான் சொன்னா.. நீங்க ரெண்டு பேரும் ஒரே க்ரூப் எடுக்கறீங்க போல.. ஓகே ஓகே.. "

லலிதா திரும்பி கீர்த்தியை முறைக்க, "என்ன ஏன்டி பாசமா பாக்கற? உன் ஃபோகஸ் புல்லா இவ மேல தான் இருக்கனும்.. ஐயாம் யுவர் பெஸ்ட் பிரண்ட்.. "

" அப்ப நாங்க யாரு.." என்று பவித்ரா அவளை அடிக்கப் போக, அந்த நேரம் தலைமை ஆசிரியர் வரவும் அமைதி ஆகிவிட்டாள். பின் ஐந்து பேரையும் பாராட்டி விட்டு, அவர் சென்றதும் லலிதா, "மிஸ் நானும் கம்ப்யூட்டர் க்ரூப் தான் எடுக்க போறேன் " என்று சொல்லி விட்டு, நிற்காமல் வெளியே சென்று விட்டாள்..

அகிலா "என்ன சாரு, இன்னும் ரெண்டு பேரும் பேசலயா?"
பவி "இவங்களா..? பேசிட்டாலும்.."
சங்கவி "இவளும் நெறய தடவ சாரி கேட்டுட்டா., அவ தான் பேச மாட்டேன்னு இருக்கா.."

அகிலா," அவ குமரன் மேல ரொம்ப பாசம் வெச்சிருக்கா. அதனால தான் இவ்ளோ கோவம் அவளுக்கு.."
கீர்த்தி, "எல்லாம் அவனால வந்தது"

சாரு "யாரடி சொல்ற..?"
சங்கவி "அண்ணனயா சொல்ற"

கீர்த்தி "நம்ம அண்ணன நான் ஏன் சொல்ல போறேன்..
அதுவும் கேடி தான், ஆனா நான் சொன்னது அந்த
நந்தகுமார் பையன.."

பவித்ரா "கரெக்ட்டு டி, பொங்கல் வாழ்த்து சொல்ற மாதிரி
கிரீட்டிங் கார்டு கொண்டு வந்து, நம்ம பிரெண்ட்ஷிப்கு
பொங்கல் வெச்சி சண்ட பண்ணி விட்டுட்டான்"
கீர்த்தி, "அவன் மட்டும் கையில கெடச்சா, நந்துவ
பொந்துல அடச்சி வெச்சிருவேன்"

அகிலா "அதெல்லாம் பண்ண தேவையே இல்ல"
சங்கவி " ஏன் மிஸ்"
அகிலா," அவன் டி.சி வாங்கிட்டு வேற ஸ்கூல்
போயிட்டான். லிஸ்ட் எடுக்கும் போது தான் எனக்கு
தெரியும்"
கீர்த்தி" எஸ்கேப் ஆகிட்டானா.."

அகிலா," நல்லா இருந்த நட்புக்கு, இப்படி ஒரு நெலம..
உங்கள ஒண்ணாவே பாத்துட்டு, இப்படி பாக்க கஷ்டமா
இருக்கு.."
சாரு "விடுங்க மிஸ், பாத்துக்கலாம். எனக்கு நம்பிக்கை
இருக்கு. லல்லி என்கிட்ட பேசிடுவா.."

பின் சில நாட்களில், குமரன் பொறியியல் கல்லூரியில்
சேர்ந்து படிக்க, பாண்டவிகளில் சாருவை தவிர மற்ற
நால்வரும் ஒன்றாக இருந்தார்கள். மதிய உணவின் போதும்,
சாரு வந்தால் லலிதா எழுந்து போவதை கவனித்து, சாரு
தனியாகவே இருந்து கொண்டாள்.

அதனால், சங்கவி அவளோடு சாப்பிட போக, அவளையும்
வர வேண்டாம் என்று சொல்லி விட்டாள். வேறு
வழியில்லாமல், சாருவுக்கும் லலிதாவுக்கும் சண்டை என்று
மட்டும் சொல்லி, சங்கீதாவை அவளோடு இருக்க

சொன்னாள் சங்கவி..

இரண்டு வருடம் இப்படியே கழிய, அவள் வகுப்பில் சாரு எப்போதும் முதல் மதிப்பெண் பெற்று வந்தாள். அதே போல, மற்ற நால்வரும் வழக்கம் போல, முதல் நான்கு இடங்களை தக்க வைத்து இருந்தனர்.

ஒவ்வொரு விடுமுறையிலும் புதிதாக ஏதாவது கற்றுக் கொள்வதையும் வழக்கமாக கொண்டிருந்தனர். அதே போல குமரனும் சாரு இல்லாத நேரத்தில் பூங்கொடியை பார்த்து வந்தபடி இருந்தான்.

எல்லோரும் இறுதி தேர்வுக்கு தயாராக, ஃபேர்வெல் டே வந்தது. பெண்கள் புடவையிலும், ஆண்கள் வேட்டி சட்டையிலும் வந்தார்கள்..
சாரு வருவதற்காக நால்வரும் வாயிலில் காத்திருந்தார்கள்..

லலிதா பேருக்கு அவர்களோடு நின்றிருந்தாள், சாரு வந்ததும் போய் விடலாம் என்ற எண்ணத்தில்.. மூவருக்கும் அது தெரிந்தாலும், அதை காட்டிக் கொள்ளாமல், இன்றாவது இருவரையும் பேச வைத்துவிட வேண்டும் என்ற நினைத்தார்கள்..

சிறிது நேரத்தில், மணிகண்டன் மட்டும் தனியாக வந்தான். தோழிகள் அவனை அழைத்து பேச, அவனோ லலிதாவை சில நொடி பார்த்து விட்டு, அமைதியாக நின்றான். அதை சங்கவி, லலிதா இருவரும் கவனித்துக் கொண்டார்கள்.

சங்கவி "சாரு எங்க மணி, அவ வரலயா..?"
கீர்த்தி "இன்னும் அலங்காரம் பண்ணிட்டு இருக்கா போல.. பின்னாடி வராளா?"
மணி "இல்லக்கா, அக்கா வரமாட்டா?"
பவித்ரா "ஏன், என்னாச்சி.."

மணி "ஒடம்பு சரியில்ல, காய்ச்சல் அடிக்குதுன்னு சொன்னாங்க"
கீர்த்தி "அடக்கடவுளே, நாளைல இருந்து, படிக்க சொல்லி சக்கையா புழிய போறாங்க. இன்னைக்கு ஒரு நாள் ஜாலியா இருக்கலாம்னு பாத்தா, இவ இப்படி பண்ணிட்டாளே.."
மணி "சரிக்கா, நான் க்ளாஸ் கு போகனும், வரேன்கா.."

அவன் கிளம்பியதும் யோசனையில் இருந்த சங்கவி, மற்றவர்களை போக சொல்லி விட்டு, மணிகண்டனை காண சென்றாள்..

" மணி, ஒரு நிமிசம் நில்லு"
" சொல்லுங்க அக்கா"
"சாரு ஏன் வரல.. "
" அதான் சொன்னனே அக்கா, காய்ச்சல், அதான் வரல.."
"அவ அப்படி சொல்ல சொன்னாளா? "
" அப்படிலாம் இல்லக்கா"
"உண்மைய சொல்லு.. என்னாச்சி.?"

"அக்கா, லலிதாக்கா சாருக்கா கூட இனிமே பேசவே மாட்டாங்களா?"
"நான் என்ன கேக்கறேன், நீ என்ன பேசற? "
" இல்லக்கா, நைட் அக்கா அழுதுட்டு இருந்துச்சி.. 'நாளைக்கு எல்லாரும் ஒன்னா இருப்பாங்க, நான் போனா லலிதா தனியா போயிடுவா. அதனால நாளைக்கு நான் போக மாட்டேன்' அப்படினு தனியா பேசிட்டு அழுதுச்சி.."

"சாரு அழுதாளா..?"
"ஆமாக்கா, என்னாலயும் நம்ப முடில. ஆனா அக்கா அழுதது ரொம்ப கஷ்டமா இருந்துச்சி.. "

எந்த பிரச்சனையும், அழுதால் தீராது என்ற எண்ணம்

உடையவள் சாரு. அடுத்து என்ன செய்வது என்று யோசிப்பாளே தவிர, கலங்கி நிற்க மாட்டாள். தந்தை இறந்த போது கூட, அதிர்ச்சியில் கல்லாய் உறைந்து நின்றாளே தவிர உடைந்து போகவில்லை.

" காலைல அம்மா கேட்டதுக்கு, 'நல்லதா டிரெஸ் எதும் இல்ல, பீவர் வர மாதிரி வேற இருக்கு, அதனால போகல'ன்னு சொல்லிருச்சி"

"என்ன மணி, என்னென்னமோ சொல்ற.."
"ஆமாக்கா, அக்கா ரொம்ப அழுதுச்சி, நெறைய தடவ சொல்லிருக்கு, சங்கவிக்கு அடுத்து, எனக்கு ரொம்ப பிடிச்சது லலிதா தான்னு.. அதனால தான் அக்காவால தாங்க முடியல.? ரெண்டு பேருக்கும் என்ன சண்டனு எனக்கு தெரியாது. ஆனா நான் கூட லலிதாக்கா கிட்ட சாரி கேக்கறேன். பேச சொல்லுங்க அக்கா. இவங்க பேசாம இருக்கறதால, முன்ன மாதிரி குமரன் அண்ணன் கூட என்கிட்ட பேசறது இல்ல.."

கண்கள் கலங்க அவன் சொல்லி முடித்ததும், சங்கவிக்கு என்ன செய்வது என்றே தெரியவில்லை. அவனிடம் "நீ எதுக்கு இப்ப இவ்ளோ பீல் பண்ற. நீ நெனைக்கற மாதிரி எல்லாம் இல்ல. சின்ன சண்ட தான், சீக்கிரம் பேசிடுவாங்க" என்று சொன்னாள்.

" ரெண்டு வருஷமா நானும் அப்படித்தான் நெனச்சேன், ஆனா லலிதாக்கா பேசற மாதிரி தெரியலயே"

"அதான் இப்ப என்கிட்ட சொல்லிட்டல்ல, நான் கண்டிப்பா லலிதா கிட்ட பேசறேன்.. நீ அழாம க்ளாஸ்கு போ, நான் பாத்துக்கறேன் "
" சரிக்கா.. " என்றபடி தன் வகுப்புக்கு போனான் மணிகண்டன்.

மணிகண்டன் கிளம்பியதும், லலிதாவிடம் எப்படி பேசுவது என்று யோசித்துக் கொண்டே சங்கவி நடக்க, கையைக் கட்டிக் கொண்டு இவளைப் பார்த்தவாறு நின்றிருந்தாள் லலிதா.

"லலிதா... "
" இங்க பாரு, நீ மொதல்ல இருந்து ஆரம்பிக்காத.. மணி பேசும் போதே நான் கேட்டுட்டேன். இப்பவும் எனக்கு அவ கூட பேச புடிக்கல தான். ஆனா அதுக்காக அவ உங்கள விட்டு தனியா இருக்கனும்னு நான் நெனைக்கல. அவள யாராவது போயி கூட்டிட்டு வாங்க. இன்னும் டைம் இருக்கு ப்ரோக்ராம் ஆரமிக்க.. "

" அவ வந்தா, நீ தனியா போக மாட்ட தான, எங்களுக்கு ரெண்டு பேரும் முக்கியம் தான்.. "
" போக மாட்டேன், அதே மாதிரி அவ கூட பேசவும் மாட்டேன்"

எப்படியாவது கல்லூரியில் சேர்வதற்குள் இருவரையும் பேச வைத்து, ஐவரும் ஒரே கல்லூரியில் சேர வேண்டும் என்று நினைத்துக் கொண்டு பெருமூச்சு விட்டபடி பவித்ராவுடன் சாரு வீட்டிற்கு கிளம்பினாள் சங்கவி..

பாகம் - 17

சங்கவி பவித்ரா இருவரும் கேட்டிற்கு வரவும் சாரு குமரனுடன் வந்து இறங்கவும் சரியாக இருந்தது. சாருவை பார்த்து இருவரும் அதிர்ந்து நிற்க, அவளோ கண்கள் சிவந்து அழுது வீங்கிய முகத்துடன், இவர்களை நோக்கி வந்தாள்..

"அடேய், என்னடா நடக்குது இங்க, ஏற்கனவே அவ கால்ல சலங்க கட்டி ஆடறா, நீ மோளம் வேற வாசிக்கற? என்ன நெனச்சிட்டு இப்படி பண்ற நீ? நல்ல வேள, லலிதா இங்க இல்ல. ஒழுங்கா அவ பாக்கறதுக்குள்ள ஓடிப் போயிரு.."

"பவி, கொஞ்சம் அமைதியா இரு.. அண்ணா, நீங்க எப்படி இவள கூட்டிட்டு வந்திங்க. எங்க எல்லார விட, லலிதாவ பத்தி உங்களுக்கு தான தெரியும்? அப்புறம் ஏன் இப்படி? அகிலா மிஸ் அன்னைக்கு சொன்னது எல்லாம் மறந்துடுச்சா?"

" அப்படிலாம் இல்லம்மா, நான் சொல்றத கேளு ஒரு நிமிஷம். அதுக்கு முன்னாடி..... லதா நீ உள்ள போ, பவித்ரா நீ ரெஸ்ட் ரூம் கூட்டிட்டு போயி முகம் அலம்ப வெச்சி, அப்புறம் இவள ஆடிட்டோரியம் கூட்டிட்டு போ.."
" எது.... லதாவா? அது யாரு குமரா?"
" ஏய் எரும, இது இப்ப ரொம்ப முக்கியமா? அண்ணன் சாருவ தான் சொல்றாங்க.. போடி மொதல்ல, அங்க போயி எதையாவது ஒளரி வெக்காத.. என்ன கேட்டா, வந்துட்டு இருக்கேன்னு மட்டும் சொல்லு.."

" என்னங்கடா, ஒன் சைடு லவ்வுக்கு செல்ல பேருலாம் வெக்கறிங்க "
" உன்ன கௌம்ப சொன்னேன் பவி"

" போறேன் டி, அந்த ராணுவ ரகசியங்கள நீயே கேட்டுக்க.. இதுங்க எல்லாம் பிஞ்சுல இல்ல, பூவுலயே பழுத்துடுதுங்க.. நாம தான், இன்னும் இப்படியே இருக்கோம்.. "

பவித்ரா புலம்பியபடி சாருவுடன் கிளம்பியதும் சங்கவி குமரனை முறைத்தாள்.

" ஏன் சங்கவி மொறைக்கற.. நான் எந்த தப்பும் பண்ணலையே "
" இன்னைக்கு எப்படியாவது ரெண்டு பேரையும் பேச வெச்சிடனும்னு நாங்க பிளான் பண்ணா, நீங்க ஜோடி போட்டுட்டு வந்து எறங்கறிங்க? அப்ப மொறைக்காம என்ன செய்வாங்க?"
"இல்லம்மா, நீ தப்பா புரிஞ்சிக்கிட்ட. நடந்ததே வேற.. இப்ப கூட அவள திட்டி கட்டாயப்படுத்தி தான் கூட்டிட்டு வந்தேன்.. "

" அவள எங்க இருந்து கூட்டிட்டு வரிங்க "
"அவ வீட்ல இருந்து தான், ஏன் மா? "
" வீட்ல இருந்தா? நீங்க எதுக்கு அவ வீட்டுக்கு போனிங்க"
" நான் முழுசா சொன்னா தான் உனக்கு புரியும் "

சாரு வீட்டிற்கு முதல் முறை சென்றதில் இருந்து, இப்போது சாரு இல்லாத சமயம் பூங்கொடியைப் பார்ப்பது வரை சொல்லி முடித்தான்..

இன்று வழக்கம் போல லலிதா வீட்டிற்கு சென்ற போது, அவள் புடவையில் கிளம்பிக் கொண்டிருந்தாள்.

"அத்த, லலிதாவ காணோம், எங்கயாவது பாத்திங்களா.."
"டேய் கொழுப்பா..?
" ஹை, லலிதா குரல் கேக்குது.. மேடம், என் அத்த

பொண்ணு லலிதா உங்கள மாதிரியே இருப்பா. வாய் மட்டும் கொஞ்சம் ஜாஸ்தி, அவள எங்கயாவது பாத்திங்களா "

" அம்மா, இவன் என்ன ரொம்ப கிண்டல் பண்றான் மா"
" அடப்போங்க மேடம், நானே எம்பொண்ண காணோம்னு காலைல இருந்து தேடிட்டு இருக்கேன்.. நீங்க உங்க கம்ப்ளைன்ட்ட வேற யாரு கிட்டயாவது சொல்லுங்க "
" நீயும் கிண்டல் பண்றியா? இரு இரு, அப்பா கிட்ட சொல்றேன்.. அப்பா, அப்பா, இந்த குமரனும் அம்மாவும் என்ன கலாய்க்கறாங்க"

" ஓ.. அப்படியா..? அதுசரிங்க, நீங்க யாரு, என்ன வந்து அப்பான்னு சொல்றிங்க? என் பொண்ணு காதுல விழுந்தா என்ன தான தப்பா நெனைப்பா? "
" யோவ் அப்பா, நீயும் இவங்க கூட கூட்டா? "

" சரிசரி, விடு லலி.. என்ன சேரி எல்லாம் கட்டிருக்க? "
"பிசாசே, போடா.. ஃபேர்வெல் டே இன்னைக்கு.. அதான் சேரி, எல்லாரையும் சீக்கிரம் வரணும்னு சொல்லிருக்காங்க"
" ஓ.. ஜாலி தான், என்ஜாய் பண்ணு. மாமா, அவ சைக்கிள்ல போக வேணாம். வண்டில கூட்டிட்டு போங்க"
" சரி குமரா.."
"எப்பா, தந்தையே.. நானும் இதத்தான நேத்துல இருந்து கேட்டேன். இந்த வீணாப்போனவன் சொன்னதும் ஒரு செகண்ட் கூட கேப் விடாம, தலையாட்டுற?"
" அது அப்படி தான், நீ சீக்கிரம் கௌம்பி வா.."

பின் அங்கிருந்து கிளம்பியவன், தூரத்தில் இருந்தாவது சாருவை புடவையில் பார்த்து விடவேண்டும் என்று, அவள் வீட்டிற்கு சற்று தள்ளி, மறைந்து நின்றான். சிறிது நேரத்தில் மணிகண்டன் மட்டும் தனியாக வரவும், அவள் சீக்கிரம்

கிளம்பி விட்டாள் என்று நினைத்து விட்டான்.

சரி, இவ்வளவு தூரம் வந்ததற்கு பூங்கொடி அம்மாவைப் பார்த்து விட்டு போகலாம் என்று வீட்டிற்கு வந்தான். அவன் உள்ளே நுழைகையில், சாரு அழுகையை அடக்கியபடி பூங்கொடியிடம், "நான் போகல மா, ஓடம்பு சரியில்ல, விடுங்கம்மா" என்று சொல்லிக் கொண்டிருந்தாள்..
இவனைப் பார்த்ததும் பூங்கொடி, வரவேற்க, சாரு அதிர்ச்சி அடைந்தாள்.

"வா குமரா, எப்படி இருக்க"
"நல்லாருக்கேன் மா, என்னாச்சி, ஏன் சத்தம் போட்டுட்டு இருக்கிங்க?"
"இன்னைக்கு ஸ்கூல்ல ஃபங்ஷன்னு மணி சொன்னான். இவ என்னடான்னா நான் போகல, லீவு போட்டுக்கறேன்னு சொல்றா"
"ஏன்..?"

"காய்ச்சல் வர மாதிரி இருக்காம், அதுமில்லாம..."
"அம்மா..... கொஞ்சம் அமைதியா இருங்க.."
"ப்ச், அம்மா நீங்க சொல்லுங்க. என்னாச்சி.. "
"ஏன்டி, குமரனும் இந்த வீட்டு பையன் தான்.. ஒன்னும் இல்ல பா, நல்லதா பொடவ எதுவும் இல்லையாம். 'இருக்கறதுல எதையாவது ஒன்ன கட்டிட்டு போடி, ஸ்கூல்ல நடக்கற கடைசி ஃபங்ஷன்'னு சொன்னா கேக்க மாட்டேங்குறா"

'நல்ல வேள, என் பையன்னு சொல்லாம, இந்த வீட்டுப் பையன்னு சொன்னாங்க' என்று நினைத்துக் கொண்டான் குமரன். 'உனக்கு உன் பிரச்சனை..?' என்று அவன் மனசாட்சி அவனை கேவலமாக பார்த்தது. அதை எல்லாம் கவனிக்கும் நிலையில் அவன் இல்லை..

சாரு " அதெல்லாம் எதும் இல்ல, லேசா ஃபீவர், அதான் லீவ் போட்டுட்டேன்"
" அம்மா, இருங்க, நான் கொஞ்ச நேரத்துல வரேன் " என்று சொல்லி விட்டு, அங்கிருந்து கிளம்பியவன், அருகில் இருந்த துணிக்கடையில் மயில் கழுத்து நிறமும் ஊதா நிறமும் கலந்து இருந்த ஒரு புடவையை வாங்கிக் கொண்டு வந்தான்..

புடவையை பூங்கொடியிடம் கொடுக்க, அவரோ தயங்கிபடி பார்க்க, சாரு "இதெல்லாம் எதுவும் தேவை இல்லை, நீங்க கௌம்புங்க" என்று சொல்லி விட்டாள்.

"அம்மா, நீங்க என்ன பத்தி எதுவும் தப்பா நெனைக்கலன்னா, இத கட்டிட்டு வர சொல்லுங்க"
"இல்லப்பா, சாரு சொன்ன மாதிரி இதெல்லாம் வேணாம்"
"அம்மா, நீங்க என்ன இந்த வீட்டு பையனா நெனச்சா வாங்கிக்க சொல்லுங்க. அப்புறம் எனக்கு பசிக்குது, சாப்பாடு போடுங்க"

அவன் உரிமையாக பேசியவுடன், எதுவும் சொல்ல முடியாமல், சாருவின் கையில் புடவையை கொடுத்து விட்டு, அடுப்படிக்கு சென்றார் பூங்கொடி. அவர் சென்றதை கூட கவனிக்காமல், அதே இடத்தில் சிறிதளவும் அசையாமல் நின்றாள் சாரு.

" லதா... "
" ________ "
" இங்க பாரு லதா, என்ன தயவுசெஞ்சி தப்பா நெனைக்காத. நான் அம்மாவ பாக்க தான் வந்தேன். அப்பறம், இந்த சேரி கூட அம்மாவுக்காக தான்... என்ன, அப்படி பாக்கற? நிஜமா தான் சொல்றேன். நீ எதுக்காக லீவு போட்டன்னு புரியுது,

ஆனா அதுக்கு அம்மாகிட்ட நீ சொன்ன காரணம், அவங்கள எவ்ளோ சங்கடப் படுத்தும்னு தெரியுமா? அவங்க மொகத்துல, அவ்ளோ வருத்தம்.. "

" நீங்கல்லாம் அகிலா மிஸ் மேல எவ்ளோ மரியாத வெச்சிருக்கிங்களோ, அதே அளவு நானும் வெச்சிருக்கேன். நான் என் கால்ல நிக்கற வரைக்கும் உன்ன நான் எந்த விதத்திலும் கஷ்டப்படுத்த மாட்டேன்.. இது அம்மாவுக்காக மட்டும் தான். நீ மட்டும் இப்ப கெளம்பி வரலன்னா, நான் ஸ்கூலுக்கு போய் லலிதாவ வீட்டுக்கு கூட்டிட்டு போயிடுவேன்.. மத்த மூனு பேருக்காகவாது சீக்கிரம் போயி கெளம்பி வா, பிளீஸ்.."

எதுவும் பேச தோன்றாமல், சாரு புடவையோடு உள்ளே போக, பூங்கொடி சாப்பாடோடு வந்தார். பின் சாப்பிட்டு விட்டு, "நானே ஸ்கூல்ல விட்டுறேன் மா" என்று சொல்லிவிட்டு, அவளோடு கிளம்பினான்.

குமரன் சொல்லி முடித்தவுடன், சங்கவி அமைதியாக நிற்க, "நான் லதாவையோ லலிதாவையோ, ரெண்டு பேரையும் எந்த விதத்துலையும் கஷ்டப்படுத்த கூடாதுன்னு தான் ஒதுங்கி இருக்கேன். ஆனா இன்னைக்கு அம்மா ரொம்ப வருத்தப்பட்டதால தான் இப்படி... நீயும் என்ன தப்பா நெனைக்காதடா சங்கடமா இருக்கு.."

"நான் தப்பாலாம் நெனைக்கலண்ணா, லலிதா பாத்தா, இன்னும் கோவப்படுவாளேன்னு தான்.. "
" அவ கிட்ட நானே இத பத்தி அப்பறமா சொல்லிக்கறேன் மா. அவகிட்ட நாம ஒரு விஷயத்த சொல்லாம மறைக்கறது தான் அவளோட கோவத்துக்கு காரணம்.."

" அதெல்லாம் இருக்கட்டும், நீங்க ஏன் மணி கூட பேசறது இல்ல"

" அப்டிலாம் இல்லையேம்மா"
" பொய் சொல்லாதிங்க, அவன் எவ்ளோ வருத்தப்பட்டான் தெரியுமா.."

மணிகண்டனுடன் பேசியதை அவள் சொல்லவும், "அவன் எப்பவும் லதா கூடவே இருக்கான், நான் அவனோட பேசுனா லதா தப்பா நெனைப்பான்னு தான் சரியா பேசல. வேற எதும் இல்லடா"

" அவ எதுவும் நெனைக்க மாட்டா, நான் அவகிட்ட பேசறேன்.. இனிமே அவனோட நல்லா பேசுங்க.."
"சரிடா, நான் பேசறேன்.. நீ உள்ள போ, லேட்டாகுது. ஈவ்னிங் பாக்கலாம்.. "
" சரிண்ணா.."

சங்கவி, ஆடிட்டோரியம் சென்று நால்வரையும் தேட, ஒரு மூலையில் சாரு அழுதபடியும் லலிதா கோபமாக திரும்பி நின்றபடியும் இருக்க, மற்ற இருவரும் ஆளுக்கு ஒருவரை சமாதானம் செய்து கொண்டிருந்தார்கள்.. 'இப்ப என்ன பஞ்சாயத்துனு தெரிலயே' என்று பதட்டத்துடன் அவர்களிடம் சென்றாள்.

"என்னாச்சி டி..?"
"வழக்கம் போல தான்.. இவ பேச சொல்றா, அவ பேச மாட்டேன்னு சொல்றா.."
"ஏன்டி இப்படி பண்றீங்க? நம்ம பிரச்சனையை அப்பறம் பாத்துக்கலாம்.. இப்ப ப்ரோக்ராம பாக்கலாம் வாங்க, சாரு கண்ண தொடச்சிட்டு வா"

ஐவரும் ஒன்றாக சென்று முதல் வரிசையில் அமர்ந்தார்கள். கலை நிகழ்ச்சிகள் எல்லாம் முடிந்த பிறகு, ஆசிரியர்கள் சிலர் பேசினார்கள். பின் மேடையேறிய தலைமை ஆசிரியர், பொதுவாக பேசிவிட்டு, இவர்கள் ஐவரையும்

மேடைக்கு அழைத்தார்..
'நம்மள எதுக்கு வர சொல்றாங்க' என்று அவர்களுக்குள் பேசிக்கொண்டு மேடைக்கு போனார்கள்.

"இவங்கள பாக்கும் போது ரொம்ப பெருமையா இருக்கு. இந்த வயசுல, ஜாலியா இருக்கறதுக்கு மட்டும் தான் ப்ரெண்ட்ஸ்னு எல்லாரும் இருக்கும் போது, இவங்க படிக்கறதுலயும் ஒற்றுமையா இருக்காங்க. டென்த்ல வாங்குன மாதிரி இப்பவும் இவங்க தான் ஸ்கூல் ஃபர்ஸ்ட் வருவாங்கனு எனக்கு நம்பிக்கை இருக்கு.. வாங்குவிங்க தான..?"

ஐவரும் "கண்டிப்பா வாங்குவோம்" என்று சொல்ல, பவித்ரா, "ஏன்டி, கோரசா கத்தறமே, முடியுமாடி..? ஏற்கனவே உள்நாட்டு கலவரம் வேற இன்னும் முடியல.. இந்த உலகம் நம்மள ரொம்ப நம்புதே, நம்ம இந்த உலகத்துக்காக என்ன பண்ணப் போறோம்.." என்று மெதுவாக பேசினாள்..

மற்ற நால்வரும் அவளை, அனலாக பார்க்க, "உண்மைய தான சொன்னேன், என்ன ஏன் மொறைக்கறிங்க" என்று கேட்டாள்.. மீண்டும் அவளை மற்றவர்கள் முறைக்க, அந்த நேரம் தலைமை ஆசிரியர், "சொல்லுங்கம்மா, எப்படி உங்களால முடிஞ்சது?" என்று கேட்டார்..

"ஆத்தி, இவங்க என்ன பேசிட்டு இருந்தாங்கனு தெரியலயே.. ஏய், நீங்க யாராவது கவனிச்சிங்களாடி?" என்று கீர்த்தி புலம்ப, மற்றவர்களும் திருதிருவென விழித்தார்கள்..
"போச்சி, மானம் போச்சி, மரியாதை போச்சி எல்லாம் போச்சி.. இப்ப தான் பெருமையா பேசுனாங்க.. அதுக்குள்ள நாமளே தேடி வந்து அசிங்கப் படறோமே.."

பவித்ரா "ஏன்டி லல்லி, நமக்கு அதெல்லாம் இருக்கா..?"
லலிதா " பவி, ஒழுங்கா ஓடிரு.. இல்ல, கல்லெடுத்து மண்டைய ஒடச்சிருவேன்.."
பவித்ரா "என்ன தான்டி ஈசியா மெரட்டிட்டு இருக்கிங்க.."

தலைமை ஆசிரியர் " என்னம்மா, யாரும் பேசாம இருக்கிங்க..?"

சங்கவி "கேள்வி தெரிஞ்சா தானடி பதில் சொல்ல முடியும்?"
லலிதா " சங்கவி, நீயுமா..? கேள்வி என்னன்னு யாராவது இன்டேரக்டா கேளுங்க டி"
கீர்த்தி "ஏன், டேரக்ட்டா கேக்க கூடாதா?"
லலிதா "நன்னாரி நாயே, மூடிட்டு இரேன்டி"

" நன்னாரியா? அப்படின்னா என்ன?" என்று பவித்ரா கேட்க, லலிதா முறைத்ததில் அமைதியானாள்.

"என்ன எல்லாரும் இன்னைக்கு இவ்ளோ அமைதியா இருக்கிங்க?" என்று தலைமை ஆசிரியர் கேட்க, கீர்த்தி "ஹைய்யா, நாம ஜெயிச்சிட்டோம்" என்று இவர்களுக்கு மட்டும் கேட்கும் குரலில் சொன்னாள்.

" பவி, காலைல கூட பாத்தோமே, நல்லா தான இருந்தா?"
"அதான, அதுக்குள்ளயா பைத்தியம் புடிச்சிருச்சி..?" என்று பவித்ரா கேட்டுக் கொண்டிருக்க, சாரு மைக்கை நோக்கி நகர்ந்தாள்..

" சிங்கம் களம் எறங்கிருச்சி" என்று கீர்த்தி சொன்னதும், லலிதா அவள் தலையில் கொட்டி, "சினிமா டயலாக் சொல்லாதன்னு உனக்கு எத்தன தடவ சொல்றது?" என்றாள். சங்கவியோ இவர்களை கவனிக்காமல் சாருவைப் பார்த்து, நகத்தை கடித்து துப்பிக் கொண்டிருந்தாள்.

"யேய் சங்கவி, நீயேன்டி இவ்ளோ டென்சனா இருக்க?"
" அது ஒன்னும் இல்ல லலிதா, சாரு நேரா அங்க போறாளே.. கேள்வி தெரிஞ்சி போறாளா? இல்ல குத்துமதிப்பா எதையாவது பேசலாம்னு போறாளா? அதான் டவுட்டு"
" அப்படி ஒன்னு இருக்கா..."

இவர்களுக்குள் பேசிக்கொண்டு கீழே பார்க்க, அகிலா முறைத்துக் கொண்டு இருந்தார். அதைப் பார்த்த கீர்த்தி, "நாம கொஞ்சம் ஓவரா தான் போறோம் போல, மிஸ் நம்மள அம்புட்டு பாசமா பாக்கறாங்க.." என்று சொல்லியதும், மற்றவர்கள் கப்சிப் என்று ஆனார்கள்..

சாரு " சொல்லுங்க, எங்கள பத்தி, என்னென்ன தெரியனும் உங்களுக்கு?" என்று எல்லோரையும் பார்த்து பொதுவாக கேட்டாள்..

சங்கவி, "அப்பாடா, நல்லவேள, நம்ம மானம் மரியாதைய காப்பாத்திட்டா"

தலைமை ஆசிரியர் "எப்படி நீங்க இவ்ளோ ஒற்றுமையா இருக்கிங்கன்னு சொல்லும்மா அண்ட் அத எல்லா விதத்திலும் இத்தன வருசமா எப்படி மெயின்டெய்ன் பண்றிங்க..?"

கேள்வி தெரியாமல், ஏதோ சமாளிக்கலாம் என்று பேசப்போன சாரு, தெரிந்ததும் கண்கள் தத்தளிக்க நின்றாள். பின் தன்னை நிதானப்படுத்திக் கொண்டு பேசத் தொடங்கினாள்...

அவள் பேசியதில் மற்ற நான்கு பேரும் அழுகையை கட்டுப்படுத்த முயன்று முடியாமல், கண்ணில் நீர் வழிய நின்றனர். அங்கு இருந்த மற்ற அனைவருக்கும் கூட கண்கள் கலங்கியது...

பாகம் - 18

"நானும் சங்கவியும் ஃபர்ஸ்ட் ஸ்டாண்டர்டுல இருந்து இந்த ஸ்கூல்ல தான் படிக்கறோம். நாங்க ரெண்டு பேரும் மத்தவங்க மாதிரி ப்ரெண்ட்ஸா தான் மொதல்ல இருந்தோம். அப்புறம் நான் 5வது படிக்கும் போது என் அப்பா இறந்துட்டாரு. அதுல ரொம்ப ஒடஞ்சி போன என்ன தேத்துனது அவ தான். எனக்கு அப்பா இல்லங்கற கொற வராம பாத்துக்கிட்டா, இப்பவும் பாத்துக்கறா. அதனால தான் ஃபீஸ் கட்ட முடியாத நெலமைல கூட, எங்கம்மா இங்கயே இவகூட படிக்க வெச்சாங்க..

நாங்க ரெண்டு பேரும் மட்டும் இருந்த வரைக்கும், பெருசா ஜாலியாலாம் இருந்ததில்ல. எப்பவும் ஒன்னா இருப்போம், ஒன்னா படிப்போம் அவ்ளோ தான்.. ஆனா 6வதுல மொதல்ல லலிதா வந்ததும் நாங்க நெறைய சேட்டை எல்லாம் பண்ண ஆரமிச்சோம். அப்பறம் தான் ப்வி, கீர்த்தி ரெண்டு பேரும் சேந்தாங்க எங்க கூட.. நாங்க அஞ்சு பேரா ஆனதுக்கு அப்பறமா தான் ஸ்கூல் லைப்ப அவ்ளோ சந்தோஷமா என்ஜாய் பண்ணோம். என்ன பொறுத்த வரைக்கும், இவங்க நாலு பேரும் தான் எனக்கு, அப்பா, அம்மா, அக்கா, பிரெண்ட் எல்லாமே.. நாங்க ப்ரெண்ட்ஸ் மட்டும் இல்ல, நாங்க ஒரு ஃபேமிலி..

எப்பவும் பிரிய கூடாதுன்னு தான், நாங்க டென்த்ல சேட்டைய எல்லாம் விட்டுட்டு நல்லா படிச்சி ஒரே மாதிரி மார்க் வாங்குனோம். எனக்கு பயாலஜி புடிக்கும்னு நான் தான் தனியா போயிட்டேன். ஆனால் இந்த ஒரு விஷயம் எங்கள பிரிக்க முடியாது.

எங்களுக்குள்ள சண்ட வரும், ஆனா அது அப்பவே முடிஞ்சிடும். அதான் எங்களோட 'சீக்ரெட் ஆஃப் அவர்

ப்ரெண்ட்ஸிப்'.. ஈகோ இல்லாம, யார் மேல தப்பு இருந்தாலும் அப்பவே ஒத்துக்கிட்டு அந்த தப்ப மாத்திக்குவோம்.

அகிலா மிஸ் கூட, அதனால தான் எங்களுக்கு 'பஞ்ச பாண்டவிகள்'னு பெட் நேம் வெச்சாங்க. கடைசியா ஒரு முக்கியமான விஷயம்.. உங்க நாலு பேருல யாரையாவது நான் கஷ்டப் படுத்தி இருந்தாலோ, புடிக்காதத பண்ணி இருந்தாலோ, தயவுசெஞ்சி என்ன மன்னிச்சிடுங்க. இனிமே நிச்சயமா மாத்திக்கறேன்"

கடைசியில் சொன்னதை மட்டும், லலிதாவை பார்த்தபடி சொல்லி விட்டு, கீழே இறங்கி அழுதபடி ஓடினாள்.. எல்லோரும் எழுந்து நின்று கை தட்டினார்கள். மற்றவர்கள், பள்ளி முடிவதை நினைத்து அழுகிறாள் என்று நினைக்க, தோழிகள் வருவதற்கு முன்பாக, சாருவின் பின்னால் போனார் அகிலா.

"ஜாலியா பேசாம, எதுக்கு இவ்ளோ எமோஷனல் ஆகற நீ?"
"எனக்கு ரொம்ப கஷ்டமா இருக்கு மிஸ், அவ பேசிடுவா பேசிடுவான்னு நம்பி, ரெண்டு வருஷம் போயிடுச்சி. ஆனா இப்ப கூட என்ன பாத்தா திரும்பிட்டு தான் போறா. அவ பேசாம, இவ்ளோ நாள் தனியாவே இருந்துட்டேன். இனிமேலும் இதே மாதிரிதான் இருக்குமோன்னு பயமா இருக்கு மிஸ்"
"விடு சாரு, அவ கண்டிப்பா பேசுவா.. அவளுக்கு குமரன் மேல பாசம் அதிகம். அதான் இப்படி இருக்கா"

இவர்கள் இருவரும் பேசிக்கொண்டு இருக்க, தோழிகள் பட்டாளம் அவர்களை நோக்கி வந்தார்கள். ஆனால் அவர்களோடு லலிதா இல்லை.

அகிலா " லலிதா எங்க..? "

சங்கவி "அவ அங்கயே உக்காந்துகிட்டு இருக்கா.."
பவி "இவ அங்க பேசுன பேச்சுக்கு, ஓடி வந்து பேசுவான்னு பாத்தா, நீங்க போங்கனு சொல்லிட்டு, ஹாயா உக்காந்துருக்கா"
அகிலா "சரி, நீங்க பேசுங்க, எனக்கு வேல இருக்கு" என்று சொல்லி சென்று விட்டார்.

எல்லோரும், அவர்கள் பிரச்சினையை பற்றி பேசிக்கொண்டு இருக்க, அப்போது அங்கு வந்த சங்கீதா தேம்பி தேம்பி அழுதாள்.

கீர்த்தி "நீ ஏன் இப்ப அழுகற"
பவி "அதான, நீ அழுக இன்னும் 5வருசம் இருக்கு"
சாரு "சும்மா இருங்கடி ரெண்டு பேரும்.. என்னாச்சிடா, ஏன் அழற?"

சங்கீதா "உங்களுக்கு என்ன பத்தி எந்த கவலையும் இல்ல தான?"
சங்கவி "ஏன்டி அப்படி கேக்கற? உன்கிட்ட பிரெண்ட் மாதிரி தான எல்லாரும் பழகறோம்"
சங்கீதா "அது தான் இப்ப எனக்கு பிரச்சினையே.."
சாரு" என்னடா சொல்ற? புரியல.."

சங்கீதா "உங்களுக்குள்ள பேசிட்டு இருக்கிங்களே, என்ன விட்டுட்டு போறது யாருக்கும் தெரியலயா? எனக்குன்னு எந்த பிரெண்டும் இல்ல, இவ்ளோ நாள் உங்க கூடவே தான சுத்திட்டு இருக்கேன். நீங்க போயிட்டா நான் என்ன பண்ணுவேன்?"

சாரு "இதுக்கு ஏன் இவ்வளவு பீல் பண்ற? உனக்கு என்ன வேணும்னாலும், மணி கிட்ட கேளு. அவன் பாத்துப்பான் உன்ன. அப்பறம் அகிலா மிஸ் இருக்காங்க, அவங்க கிட்டயும் சொல்லிட்டு போறோம். அதுக்குள்ள, உனக்கு

செட்டாகற மாதிரி நீயே பிரெண்ட் புடிச்சிக்கோ சரியா..?"

ஒருவழியாக சங்கீதாவை சமாதானம் செய்து, மீண்டும் நிகழ்ச்சி நடக்கும் இடத்திற்கு சென்றார்கள். பின் மதிய உணவு நேரத்திலும், சாரு பயந்து கொண்டு, தனியே செல்லப்போக, சங்கவி வற்புறுத்தி உடன் இருக்க வைத்து விட்டாள். லலிதாவும் ஏற்கனவே சொன்னபடி எதுவும் பேசாமல் அமைதியாக இருந்தாள்..

அப்போது தான் பவித்ரா கீர்த்தியிடம் கேட்டாள். "ஏய் கீர்த்தி, ஸ்டேஜ்ல திடீர்னு லூசு மாதிரி 'நாம ஜெயிச்சிட்டோம்னு ஏன் கத்துன?"
லலிதா "அதான, நானும் அத மறந்துட்டேன். ஏன்டி அப்படி சொன்ன?"
கீர்த்தி "சொன்னா திட்டக்குடாது.."
சங்கவி "சரி, திட்டமாட்டோம் சொல்லு"
கீர்த்தி "நம்ம ஸ்டேஜ்ல பேசிட்டு இருந்தது தெரியாம நாம அமைதியா இருக்கோம்னு சொன்னாங்கல்ல, அதுக்கு தான் சொன்னேன். அவங்களுக்கு தெரியாம பேச கத்துக்கிட்டோம்ல.."

லலிதா" அடிங்கடி அவள"
கீர்த்தி "எதுக்குடி..?"
பவித்ரா," அவவ அங்க பீதில நின்னா, இந்த பிசாசு, புத்தி எத நெனச்சிருக்கு பாருங்கடி"
சங்கவி" திட்ட மாட்டோம்னு தான சொன்னேன், அடிங்கடி இவள"

அவரவர் பங்குக்கு அடித்து முடித்து தான் விட்டார்கள் அவளை. மாலை நேரம் வந்ததும், லலிதாவை அழைத்து செல்ல குமரன் வந்தான். வந்தவன் எல்லோரையும் விட்டுவிட்டு சங்கீதா, மணியோடே பேசினான். மணி ஆர்வமாக பேசினான். அவன் முகத்தில் அவ்வளவு

சந்தோஷம். ஏற்கனவே சங்கவி இதைப் பற்றி பேசி இருந்ததால், சாரு கண்டு கொள்ளாமல் நின்றாள். சிறிது தூரம் நடந்தபடி பேசிக்கொண்டு வந்தவர்கள், பின் அவரவர் வீடுகளுக்கு கிளம்பினார்கள்.

சங்கவியின் நிலைமை தான் பாவமாக இருந்தது. மாதேஸ்வரி எப்போதும் இவர்கள் வீட்டிலேயே இருப்பதால் எல்லாவற்றிலும் குறை கண்டுபிடித்து மீனாவை தூண்டிவிட, பிள்ளைகள் எதை செய்தாலும் திட்டிக்கொண்டு இருந்தார் மீனா..

கொடுமை என்னவென்றால், மாதேஸ்வரியின் நோக்கம் என்னவோ சங்கீதாவை அழ வைப்பது தான், ஆனால் அவள் தான் எதற்கும் அசர மாட்டாளே.. அதனால், சங்கவி தான் பாவம் மாட்டிக்கொண்டு விழித்தாள்.

எதையும் யோசித்து அறிவுரை சொல்லும் சாரு, லலிதா இருவருக்கும் ஏற்கனவே அவர்களுக்குள் பிரச்சனை இருந்ததால் இதைப் பற்றி அவர்களிடம் சொல்ல மனம் வரவில்லை. சங்கீதாவும் இதை கவனிக்காமல் விட்டு விட்டாள். பவி, கீர்த்தி இருவரும் ஏற்கனவே பயப்படுவார்கள் என்பதால் அவர்களிடமும் பகிரவில்லை.

வேறு வழியில்லாமல், சகித்துக் கொண்டு இருந்தாள் சங்கவி. நாட்கள் செல்லச் செல்ல, பழகிவிட்டது அவளுக்கு. சில நாட்களில், தேர்வு அட்டவணை வந்ததும், மற்றவற்றை மறந்து எல்லோரும் படிப்பதில் கவனம் செலுத்தினார்கள்.

இதற்கிடையே, குணாவையும் அவர்களால் முடிந்த அளவுக்கு கண்காணித்துக் கொண்டு தான் இருந்தார்கள். மூன்று முறை வெவ்வேறு பெண்களோடு அவனைப் பார்த்தும், அருள்ராஜனிடம் அவனைப் பற்றி

சொல்வதற்குள் தப்பியிருந்தான்.

தன்னை, இந்த சிறுபெண்கள் கவனிப்பது தெரியாமல், நிம்மதியாக சுற்றிக்கொண்டு இருந்தான். தெரியும் போது என்ன செய்வானோ? பெண்களோடு பழகி, பின் அவர்களை ஏமாற்றி அவர்களிடம் இருப்பதை மிரட்டி பிடுங்கி கொள்வான். ஆனால், பணம், நகையை விட, அந்த பெண்களின் பயந்த முகத்தைக் காண்பதில் அற்ப சந்தோஷம் அவனுக்கு. தன் நோக்கத்திற்காக, அடிக்கடி வேலையையும் மாற்றிக் கொண்டே இருந்தான்..

பாண்டவிகள் தேர்வில் கவனம் செலுத்திக் கொண்டிருக்க, கடைசி தேர்வுக்கு முந்தைய நாள், சங்கவி மற்றவர்களிடம் "நாளைக்கி எக்ஸாம் முடிச்சிட்டு வெயிட் பண்ணுங்க. நாம கொஞ்சம் பேசனும்" என்றாள். கீர்த்தி பதறி "கடைசி எக்ஸாம் நமக்கு ராசி இல்லடி. வேணா, இன்னொரு நாள் பேசிக்கலாமா?" என்று கேட்க, லலிதா வெறியாய் அவளை முறைத்தாள்.

"இப்ப எதுக்கு மொறைக்கற, நடந்தத வெச்சி தான சொன்னேன்"
" இவ வேற, நான்சிங்கா பேசிக்கிட்டு.. ஏய் சங்கவி என்னடி பேசனும்? இப்பயே சொல்லிடு"
" நாளைக்கு பேசிக்கலாம் பவி, இப்ப படிக்கலாம் வாங்க "
" சாரு கிட்ட சொன்னியா, நாளைக்கு பேசனும்னு"
" சொல்லிட்டேன் கீர்த்தி"
" ஓகே டி "

அடுத்த நாள், தேர்வு முடிந்ததும், எல்லோரும் ஒன்றாக கூடினார்கள்.
"என்னடி பேசனும் "
"அடுத்து என்ன படிக்கறதுன்னு எதாவது யோசிச்சிங்களா"
" மனசாட்சி இருக்காடி உனக்கு?"

"ஏன்டி அப்படி கேக்கற?"
"இப்ப தான ட்வெல்த் எக்ஸாம் முடிச்சோம். முழுசா ஒருநாள் கூட ஆகல, அதுக்குள்ள அடுத்தத ஆரமிக்கற? ஏன்டி இந்த கொலவெறி உனக்கு?"

"லூசா கீர்த்தி நீ..? இப்ப என்ன உடனேவா காலேஜ்கு போக போறோம். பேசி வெக்கறதுல என்ன இருக்கு?"
" ஏன்டி இப்படி படிக்கறத பத்தியே பேசறிங்க?"
" நான் ஒன்னு சொல்லவா? "
" என்ன சாரு?"
"இதப்பத்தி தான் பேச போறன்னு சொல்லிருந்தா நான் வந்துருக்க மாட்டேன் சங்கவி. நான் கெளம்பறேன், நீங்க பேசுங்க"

" ஏய், நில்லுடி.. இப்ப எதுக்கு இப்படி பேசற..? என்ன ஐடியால இருக்க நீ..?"
"ஐடியாலாம் எதுவும் இல்ல பவி, அதனால தான் சொன்னேன்"
" நாங்களும் தான் ஐடியா இல்லாம இருக்கோம், அத பத்தி பேச தான சங்கவி கேக்கறா? நீ பாட்டுக்கு போனா என்ன அர்த்தம்?"
" நான் அந்த அர்த்தத்துல சொல்லலடி, எனக்கு மேல படிக்கற ஐடியா இல்லன்னு சொல்ல வந்தேன்"

கீர்த்தி " ஏய், உனக்கென்ன பைத்தியமாடி?"
பவித்ரா "படிக்காம வேற என்ன மேடம் பண்ண போறீங்க?"
சங்கவி "சாரு, நீ எதுக்கு இப்படி பேசறன்னு எனக்கு ஓரளவுக்கு புரியுது. ஆனா, இது ரொம்ப தப்பான எண்ணம், இத மாத்திக்கோ. இப்ப படிக்காம விட்டுட்டு, பின்னாடி ரொம்ப வருத்தப்பட வேண்டி இருக்கும்"

ஆளாளுக்கு மாறி மாறி சாருவை திட்ட, அசையாமல்

நின்றது சாரு மட்டுமல்ல, லலிதாவும் தான்.. ஒரு வார்த்தை கூட பேசாமல், வேடிக்கை பார்த்தபடி இருந்தாள்.

"இப்ப எதுக்கு இந்த மாதிரி நெனப்பு உனக்கு வந்துச்சி, அத சொல்லுடி மொதல்ல?"
"அம்மாவ இதுக்கு மேல கஷ்டப்படுத்த வேணாம்னு நெனைக்கிறேன், அவ்ளோ தான்.. அம்மாவ ரெஸ்ட் எடுக்க சொல்லிட்டு, இனிமே நான் வேலைக்குப் போலாம்னு பாக்கறேன். அப்படியே ஈவ்னிங்ல டியூசன் எடுத்து, மணியவாச்சும் நல்லா படிக்க வெக்கனும்"

அவள் சொல்லி முடிக்கும் வரை அமைதியாக இருந்த லலிதா, அவளை பளாரென்று அறைந்தாள். சாரு கன்னத்தை தாங்கியபடி அழக்கூட இல்லாமல் நிற்க, மற்றவர்கள் அதிர்ந்து போய் நின்றனர். கீர்த்தி கன்னத்தில் கையை வைத்தபடி நிற்பதைப் பார்த்து, பவித்ரா " அவ என்ன உன்னையா அறஞ்சா? நீ ஏன்டி இப்படி நிக்கற?"

"இவ என்னடி இப்படி அறையறா?"
"அத, அடிவாங்குனவ பீல் பண்ணிக்குவா.. உனக்கு என்ன?"
"பவி, கீர்த்தி ரெண்டு பேரும் அமைதியா இருங்க. லல்லி, ஏன்டி அடிச்ச அவள?"
"அடிக்காம என்ன பண்ண சொல்ற? மேடம் எந்த வேலைக்கு போவாங்களாம் ட்வெல்த் படிச்சிட்டு.. அப்புறம் எந்த ஸ்டாண்டர்டுக்கு டியூசன் எடுப்பாங்கன்னு கேட்டு சொல்லு சங்கவி.."
" அவ கேக்கறதும் கரெக்ட்டு தான? சொல்லுடி, என்ன யோசிச்சி வெச்சிருக்க?"

சங்கவியின் கேள்விக்கு பதில் இல்லை சாருவிடம், அதனால் அமைதியாக நின்றாள். சிறிது நேரம் யாரும் பேசவில்லை. பின் லலிதா, "கௌம்ப சொல்லுடி, அதான் படிக்கற ஐடியா இல்லை தான. அப்பறம் என்ன வேல

இங்க"

லலிதா சொன்னவுடன் லேசாக கண்கள் கலங்க கிளம்பி விட்டாள் சாரு. கீர்த்தி அவளை தடுக்கப் போக, அவளை பார்வையிலேயே அடக்கி விட்டனர் மற்றவர்கள். பின் அவள் சென்றதும் அனைவரையும் கோபப் பார்வை பார்த்தாள் கீர்த்தி.

" ஏன்டி அவ தான் அப்படி பேசறான்னா, நீங்க வழியனுப்பி வெக்கறிங்க? ஏன் லலிதா, உனக்கு அவ மேல கோவம் இருந்தா, அத இப்படி தான் காட்டுவியா?"
"அவள அடிச்ச மாதிரி உன்னையும் அறையறதுக்குள்ள வாய மூடிட்டு இரு"
"ஓ.. அடிக்க வேற செய்வியா?"

சங்கவி "கீர்த்தி, புரியாம பைத்தியம் மாதிரி பேசாத. கொஞ்சம் சும்மா இரு"
கீர்த்தி "நானா பைத்தியம்? "
பவித்ரா "அதுல என்ன டவுட்டு.. கன்பார்ம் நீயே தான்.."
சங்கவி" கொஞ்ச நேரம் பேசாம இருங்கடி ரெண்டு பேரும். என்ன லல்லி இவ இப்படி பேசிட்டு போறா? அம்மா கஷ்டம் தான் படுறாங்க, இல்லன்னு சொல்ல முடியாது. ஆனா அதுக்காக இப்ப படிக்காம விடுறது சரின்னு தோணல"

லலிதா "அதே தான் நானும் யோசிக்கறேன். இவ அவங்கம்மாவுக்காக மட்டும் இப்படி பேசற மாதிரி தோணல எனக்கு. என்னப் பத்தியும் யோசிச்சி தான், இப்படி பேசறா. நீ வேணா அவங்கம்மா கிட்ட போயி பேசிப் பாக்கறியா?"
சங்கவி "அவங்க கிட்ட பேசி...?"

பவித்ரா "புரியல, என்ன சொல்ல வர?"

சங்கவி" இப்ப அவ பேசுனது எல்லாம் அவளோட முடிவு, அம்மாவுக்கு தெரியாதுன்னு நெனைக்கறேன்.. அம்மா கிட்ட சொன்னா, அவங்க கஷ்டப்பட்டாவது படிக்க வெக்கறேன்னு தான் சொல்லுவாங்க"

கீர்த்தி "அப்ப அவங்கம்மா கிட்ட பேசறது தான சரி?"
சங்கவி" இல்லடி, அவங்க ரொம்ப வருத்தப்படுவாங்க இவள நெனச்சி. உண்மையாவே அவங்க காலேஜ் படிக்க வெக்கறது கஷ்டம் தான். இப்ப அவ படிக்கறதுக்கு வேற எதாவது சோர்ஸ் டிரை பண்ணிட்டு தான் நாம அவ கிட்ட பேசணும்"

பவித்ரா" சோர்ஸா? நாம என்னடி பண்ண முடியும்? "
லலிதா" அகிலா மிஸ் கிட்ட ஐடியா கேக்கலாமா? "
கீர்த்தி" எச்.எம் கிட்ட கூட நாம கேக்கலாம், அவங்க கண்டிப்பா நல்ல யோசனை சொல்லுவாங்க"

சங்கவி" அகிலா மிஸ் கிட்ட கேட்டாலே எச்.எம் கிட்ட பேசலாமா வேணாமான்னு சொல்லிடுவாங்க. நானும் அப்பா கிட்ட கேட்டு பாக்கறேன்"
கீர்த்தி "ஏய் சூப்பர் ஐடியா..."
லலிதா "என்னடி ஐடியா..?"
கீர்த்தி" பவி, உங்கப்பா என்ன வேல பண்றாங்க.."
பவித்ரா" பேங்க்ல வொர்க் பண்றாங்க"

கீர்த்தி" அப்பா கிட்ட சொன்னா, லோன் அரேன்ஞ் பண்ணுவாங்க தான?"
பவித்ரா" ஹே, கண்டிப்பா பண்ணுவாரு.. ஆனா இதுக்கு சாரு ஒத்துக்கணுமே?"
லலிதா," அத அப்பறம் பாத்துக்கலாம். இப்ப நாம பேசுன எல்லா ஐடியாவையும் திரும்ப ஒரு தடவ யோசிச்சிட்டு, அப்பறம் பாத்துக்கலாம். இப்ப நம்ம என்ன பண்ணப் போறோம், அத சொல்லுங்க"

சங்கவி" என்கிட்ட ஒரு ப்ளான் இருக்கு, அத சொல்ல தான் மாநாடு போட்டேன். அதுக்குள்ள டாபிக் டைவர்ட் ஆயிருச்சி"
பவித்ரா" என்ன ப்ளான் டி?"
சங்கவி" எல்லாரும் ஒரே காலேஜ்ல பி.எஸ்சி படிக்கலாம். மேஜர் மட்டும் அவங்கவங்களுக்கு புடிச்சதா எடுத்துக்கலாம்"

லலிதா" எனக்கு ஓகே தான், ரிசல்ட் வந்ததும் எந்த காலேஜ்னு பாத்துக்கலாம்"
கீர்த்தி, பவித்ராவும் சம்மதம் என்று சொன்னதும், இந்த விடுமுறையில் ஏதாவது ஒரு தற்காப்பு கலை கற்றுக் கொள்ளலாம் என்று பேசிவிட்டு வீடு திரும்பினார்கள்.

பவித்ரா, தன் தந்தையிடம் சாருவைப் பற்றி சொல்லி வைத்தாள். அவரும் ரிசல்ட் வந்த பிறகு நிச்சயம் உதவுவதாக கூறிவிட்டார். சங்கவியும் அருள்ராஜனிடம் இதை பற்றி பேச, பூங்கொடியிடம் பேசி சாரு படிக்க ஏற்பாடு செய்வதாக கூறினார்.

லலிதா, சாரு சண்டை வீட்டு பெரியவர்கள் யாருக்கும் தெரியாது என்பதால் லலிதாவும் பூபதியிடம் சாரு படிப்பை பற்றி பேச, அந்த நேரம் பார்த்து அங்கே வந்த குமரன் அதை கேட்டுவிட்டான். இரண்டு நாட்கள் யோசனையாகவே இருந்தவன், ஒரு முடிவுக்கு வந்தவனாக சபாபதியிடம் போய் பேசினான்.

நாட்கள் நகர, இரண்டு மாதம் முடிந்த நிலையில், பாண்டவிகளின் ரிசல்ட் வந்தது. எல்லோரும் எதிர்ப்பார்த்த மாதிரியே இவர்களே முதல் ஐந்து இடங்களில் இருந்தனர். அதிலும் முதலாவதாக சாரு தான் இருந்தாள்.

பின் லோன் பற்றி அவளிடம் பேச, மற்றவர்கள் அவளை தனியாக அழைத்து சென்ற நேரம், குமரன் பூங்கொடியிடம் பேச அங்கு சென்று கொண்டிருந்தான். அவனைப் பார்த்ததும், அவர் மகிழ்ச்சியாக பேச, குமரன் "அம்மா நான் உங்க கூட கொஞ்சம் பேசனும்" என்றான்..

பாண்டவிகள் ஐவரும் பள்ளியில் அமர்ந்து பேச, சாரு அமைதியாக கேட்டுக் கொண்டிருந்தாள். இங்கே குமரன் பேசப்பேச பூங்கொடியும் அப்படித்தான் இருந்தார்..

அதே நேரம், மணிகண்டனுன் ஓவியப் பள்ளியில் இருந்த சங்கீதா, அவனை தள்ளிவிட்டபடி, "அம்மா...." என்று கத்தினாள்...

பாகம் - 19

பாண்டவிகள் ஐவரும் பள்ளியில் அமர்ந்திருக்க, சாருவிடம் லோன் பற்றி பேசினார்கள். பேசி முடிக்கும் வரை கேட்ட சாரு, பின் "இதெல்லாம் எதுவுமே தேவையில்ல, என்ன இப்படியே விட்ருங்க. எனக்கு மேல படிக்க ஆசயில்ல" என்று சொல்லி விட்டு, அமைதியாகி விட்டாள்.

சங்கவி "ஏன்டி இப்படி பேசிட்டு இருக்க? நீ அம்மாவ கஷ்டப்படுத்த மாட்டேன்னு தான சொன்ன? இப்ப லோன் போட்டு தான படிக்க சொல்றோம். நீ இப்படியே பேசிட்டு இருந்தீனா நான் அம்மா கிட்ட போயி பேசிடுவேன்.. ஒழுங்கா அடுத்து என்ன படிக்கலாம்னு மட்டும் யோசி"

ஒரே காலேஜில் சேர்வது பற்றி பேசியதை அவளிடம் சொல்லி விட்டு, பின் அகிலாவை பார்க்க சென்றார்கள். அவர் தலைமை ஆசிரியர் அறையில் இருந்து வெளியே வந்தார்.

அகிலா" என்னம்மா பாண்டவிகளா, ஒரு வழியா, ஸ்கூல விட்டு போக போறிங்களா? அடுத்து என்ன பண்றதுன்னு பேசியாச்சா?"
லலிதா "ஏற்கனவே உங்க கிட்ட சொன்னது தான். எந்த காலேஜ்னு மட்டும் இன்னும் முடிவு பண்ணல"
பவித்ரா "பெரிய மேடம் தான் இன்னும் சீன் போட்டுட்டு இருக்காங்க. அவங்க மட்டும் இன்னும் என்ன படிக்கறதுன்னு முடிவு பண்ணல மிஸ்"

அகிலா" என்னாச்சி சாரு? ஸ்கூல் பர்ஸ்ட் வாங்கிருக்க. எச்.எம் கூட உங்க அஞ்சி பேரையும் பாராட்டுனாங்க.."
கீர்த்தி" பாராட்டுலாம் வேணாம் மிஸ், அத வெச்சி இட்லி தோச கூட வாங்க முடியாது"

பவித்ரா " திங்கறதுலயே இருடி நீ.. ஆனா இப்படி இருந்துகிட்டு நீ எப்படி செகண்ட் மார்க் எடுத்தன்னு தான்டி தெரில"

லலிதா" எனக்கும் அந்த டவுட்டு ரொம்ப நாளா இருக்குடி. ஒண்ணு எப்ப பாத்தாலும் திங்கறா, இல்லன்னா எப்ப பாத்தாலும் படம் பாக்கறா. ஆனா மார்க் மட்டும் எப்படி வாங்கறான்னு தெரில"
கீர்த்தி" அதெல்லாம் ரகசியம், சொல்றதுக்கில்ல"

அவள் சொல்லி முடித்ததும் தோழிகளோடு சேர்ந்து அகிலாவும் 'தூ...' என்று துப்பினார்.
அகிலா" ஆனா கீர்த்தி கேட்டதும் உங்களுக்கு கெடைக்கும்"
சங்கவி "எது மிஸ்? இட்லி தோசையா...?"
அகிலா" எம்மா,ஏன்மா இப்படி இருக்கிங்க..? என்னால முடியல.."
பவித்ரா" அட அப்பறம் பீல் பண்ணுங்க, இப்ப எங்களுக்கு என்ன கெடைக்கும்னு சொல்லுங்க.."

அகிலா "ஸ்கூல் ஓபன் பண்ணதும், உங்க அஞ்சு பேருக்கும் ட்ராபியும் ஒரு அமௌன்ட்டும் தரனும்னு எச்.எம் சொல்லிட்டு இருந்தாங்க. எவ்ளோன்னு தெரில, நீங்க தெரிஞ்ச மாதிரி காட்டிக்க வேணாம், சரியா..?"
சங்கவி," அஞ்சி பேருக்கா..? பர்ஸ்ட் மூனு பேருக்கு தான எப்பவும் குடுப்பாங்க?"
பவித்ரா "அதுவும் ட்ராபி மட்டும் தான்.."
கீர்த்தி," அதான.. பணம்லாம் குடுக்க மாட்டாங்களே.."

அகிலா," இது வரைக்கும் குடுத்தது இல்ல தான், ஆனா உங்களுக்கு எல்லார் முன்னாடியும் குடுத்தா, உங்க ஜூனியர்ஸ் நாமளும் நல்லா படிக்கனும்னு நெனைப்பாங்களாம். அதுக்கு தான் இது... அதுமில்லாம நீங்க மத்தவங்களுக்கு விட்டு குடுக்காம,

உங்களுக்குள்ளயே போட்டி போட்டு படிச்சிங்களாம். அதனால எல்லாரும் அதே மாதிரி வரனும்னு என்கரேஜ் பண்றதுக்கு தான்.."

கீர்த்தி" ராஜ தந்திரம்..."
பவித்ரா "ஆனா, என்ன திடீர் ஞானோதயம்..?"
லலிதா, "அதுவும் அஞ்சி பேருக்கும்.."
சங்கவி "என்னவா இருந்தா நமக்கு என்னடி..? மறுபடியும் ஒண்ணா ஸ்டேஜ் ஏற போறோம், அன்னைக்கு மாதிரி இல்லாம நல்ல பிள்ளைங்களா இருந்துட்டு வரணும். அவ்ளோ தான்.."

சாரு "மிஸ், உங்க கிட்ட ஒன்னு சொல்ல மறந்துட்டேன்"
அகிலா" என்ன சாரு? "
சாரு, "மணி, சங்கீதா ரெண்டு பேரையும் அப்பப்ப கொஞ்சம் பாத்துக்கங்க மிஸ்.. நாங்க போயிடுவோம்னு சங்கீதா ரொம்ப அழுதா அன்னைக்கு.."

அகிலா" சாரி பாண்டவிகளா... அது என்னால முடியாது. நானும் உங்க கிட்ட ஒன்னு சொல்ல மறந்துட்டேன்.. நான் வேற ஊருக்கு டிரான்ஸ்பர் வாங்கிட்டேன். அப்பாவ வேற ஊருக்கு மாத்திட்டாங்க. அதான்.. சாரி.."
கீர்த்தி" நாங்க இல்லாத ஸ்கூல்ல நீங்களும் இருக்க குடாதுன்னு விதி இருக்கு போல.."

அகிலா," இருக்கலாம்... சரி ஓகே, நீங்க பீல் பண்ணாதீங்க. நான் அவங்க கிளாஸ் டீச்சர்ஸ் கிட்ட சொல்றேன்.."
சாரு" அப்ப, நாங்க ட்ராபி வாங்கும் போது நீங்க இருக்க மாட்டிங்களா? "
அகிலா" நான் இல்லாமலா? லீவு போட்டுட்டாவது கண்டிப்பா வருவேன்"

ஒன்றும் பேசாமல், அகிலாவை அணைத்தபடி கண்கலங்க

நின்றனர் பாண்டவிகள். அவருக்கும் கண்கள் கலங்கியது. பின் "எனக்கு ஒரே ஒரு வருத்தம் தான்.." என்றார் அகிலா. "என்ன மிஸ்..?" என்று ஒரே நேரத்தில் ஐவரும் கேட்டார்கள்..

அகிலா " உங்கள எப்பவும் ஒண்ணாவே பாக்கணும்னு நெனச்சேன். ஆனா அது முடியாம போயிடுச்சி.."
சங்கவி "அதெல்லாம் நீங்க ஒண்ணும் பீல் பண்ண வேணாம். கண்டிப்பா லலிதா, சாரு கூட ஒருநாள் பேசிடுவா மிஸ்.. எனக்கு நம்பிக்கை இருக்கு.."
அகிலா "எனக்கும் அந்த நம்பிக்கை இருக்கு.. பாக்கலாம்.."
சம்பந்தப்பட்ட இருவரும் அமைதியாக இருக்க, பேசி முடித்ததும், அவரவர் வீடுகளுக்கு கிளம்பினார்கள்.

பூங்கொடியோ, குமரன் பேசிவிட்டு போனதைப் பற்றி யோசித்து கொண்டிருந்தார். அவன் பேசியதை ஏற்றுக் கொள்ளவும் முடியாமல் மறுக்கவும் முடியாமல் மேற்கொண்டு என்ன செய்யலாம் என்று யோசித்துக் கொண்டு இருந்தார். அப்போது தான் பரபரப்பாக உள்ளே வந்தான் மணிகண்டன். அவன் வந்தது கூட தெரியாமல் இருந்த பூங்கொடியை "அம்மா அம்மா..." என்று அழைத்தபடி உலுக்கினான்..

"ஹான்.. என்னடா இன்னைக்கு சீக்கிரமா வந்துட்ட? அதுக்குள்ள முடிஞ்சிடுச்சா? சங்கீதா கெளம்பிட்டாளா..?"

"அதெல்லாம் இல்லம்மா.. கிளாஸ் நடந்துட்டு தான் இருக்கு"
"அப்பறம் ஏன்டா இந்நேரத்துல வந்துருக்க ?"
"சங்கீதா பெரியவ ஆயிட்டாம்மா.. நல்லா தான் வரஞ்சிட்டு இருந்தா. திடீர்னு என்ன தள்ளி விட்டுட்டு கத்த ஆரமிச்சுட்டா. அப்பறம் பக்கத்துல இருந்த ஒரு அக்கா தான், சார் கிட்ட சொல்லிட்டு அவ வீடு வரைக்கும்

கூட்டிட்டு வந்து விட்டாங்க. என்னையும் அவங்க தான் கூட வர சொன்னாங்க..."

"ஓ... சரி சரி, நாள் போறதே தெரில. இப்ப தான் சின்னப் பிள்ளையா சங்கவி கூட நம்ம வீட்டுக்கு வந்த மாதிரி இருக்கு. அதுக்குள்ள பெரிய மனுஷி ஆயிட்டா"
" கையில என்னம்மா பை..?"
"இதுவா...? ஒண்ணுமில்ல, நீ போயி விளையாடு போ.."
"அம்மா, அக்கா ஃபர்ஸ்ட் மார்க் வாங்கிருக்குல்ல.. எதாச்சும் ஸ்வீட் பண்ணி குடுங்கம்மா.."
"சரி, நீ விளையாடிட்டு வா. நான் செஞ்சு வெக்கறேன்.."
"தேங்ஸ் மா..."

அவன் வெளியே செல்லும் வரை பார்த்து விட்டு, கையில் இருந்த பையை பார்த்து பெருமூச்சு விட்டார். பின் பத்திரமாக பீரோவில் வைத்து பூட்டினார். சாருவுக்கு பிடிக்கும் என்று குலோப்ஜாமூன் என்று செய்து கொண்டிருந்த போது தான் சாரு வந்தாள்..

"என்னம்மா, திடீர்னு குலோப்ஜாமூன் செய்யறிங்க?"
"நீ ஃபர்ஸ்ட் மார்க் வாங்கிருக்கன்னு மணி செய்ய சொன்னான். அப்பறம் நம்ம சங்கீதா வயசுக்கு வந்துட்டாளாம். அதான் செஞ்சி வெச்சா, அவள பாக்க போகும் போது எடுத்துட்டு போலாம்னு செய்யறேன்"
"சங்கீதா வயசுக்கு வந்துட்டாளா.."
"ஹ்ம்ம், மணி தான் வந்து சொன்னான்.."
"சாயங்காலம் போலாமாம்மா அவள பாக்க..?"
"சரி போலாம்.."

"ஓகே மா.. நான் கொஞ்ச நேரம் டி.வி பாக்கறேன்.."
"ஒரு நிமிஷம் நில்லு சாரு.. உன்கிட்ட கொஞ்சம் பேசனும்.."
"என்னம்மா..?"

"அடுத்து என்ன பண்ணலாம்னு இருக்க? என்ன படிக்க போற?"
"இன்னும் யோசிக்கலம்மா..?"
"இன்னும் யோசிக்கலன்னா எப்ப யோசிப்ப..? நீ சொன்னா தான அடுத்து என்ன பண்றதுன்னு பாக்க முடியும்?"

" இல்லம்மா, நான் படிக்கனுமான்னு தான் யோசிக்கறேன். வேலைக்கு போலாம்னு இருக்கேன்.."
"ஏன் படிக்காம கெடைக்கற வேலையெல்லாம் பாத்து நான் கஷ்டப்படறது போதாதா..? ஏன் உனக்கு வேலைக்கு போற எண்ணம் வந்துச்சி?"
"_______? "
" நான் சொல்லுட்டா..? எனக்கு ரெஸ்ட் குடுக்கணும்னு நெனைக்கற. அப்படி தான? என்கூட வா ஒரு நிமிஷம்.."

அடுப்பை அணைத்து விட்டு, அவள் கையைப் பிடித்து இழுத்துக் கொண்டு போனார். பீரோவில் வைத்திருந்த பணத்தைக் காட்டினார். சாரு அதிர்ச்சியில் அவரை கேள்வியாக பார்த்தாள்.

" நீ மேல படிக்கறதுக்காக சேத்து வெச்ச பணம் தான். தேவ இல்லாம நீயா எதாவது நெனச்சிட்டு தப்பு தப்பா யோசிக்கறத விட்டுட்டு என்ன படிக்கலாம்னு மட்டும் யோசி.. போ.."

அவள் வெளியே சென்றதும் மீண்டும் குமரன் பேசியதை யோசித்தவர், 'முருகா, என் பிள்ளைங்க எந்த கஷ்டமும் இல்லாம சந்தோஷமா இருக்கனும்' என்று வேண்டிக் கொண்டு, அடுப்படிக்கு சென்றார்.

மாலை சங்கவி வீட்டுக்கு பூங்கொடி, சாரு இருவரும் கிளம்பினார்கள். அங்கு, முன்பு சங்கவி இருந்த அறையில் சங்கீதாவை அமர வைத்து இருந்தனர். ஒரு

குலோப்ஜாமுனை அவளுக்கு ஊட்டி விட்டுவிட்டு மீதியை சங்கவி கையில் கொடுத்தார் பூங்கொடி. சங்கவியுடன் சாரு பேசிக்கொண்டு இருக்க, சங்கீதா பூங்கொடியிடம் மன்னிப்பு கேட்டாள்.

"சாரிம்மா, மணி கிட்டயும் நான் சாரி சொன்னேன்னு சொல்லிடுங்க. வலியில தெரியாம தள்ளி விட்டுட்டேன்.."
"நீ என்ன பெரிய மனுஷி மாதிரி பேசற. அவனும் அக்கா கூட பொறந்தவன் தான். அவனுக்கும் வெவரம் தெரியும். அதனால இப்படி எல்லாம் பேசாத, சரியா.."

சிறிது நேரம் பேசிவிட்டு கிளம்பி விட்டார்கள். மற்ற மூவருக்கும் சங்கவி போன் செய்து சொன்னதால், அவர்களும் வந்து பார்த்து விட்டு போனார்கள். விடுமுறை சமயம் என்பதால் எப்போது சடங்கு வைப்பது பற்றி குணாவுடன் பேசினார் அருள்ராஜன்.

'உன்னால் முடிந்ததை மட்டும் செய், மற்றதை நான் பார்த்து கொள்கிறேன்' என்று ஏற்கனவே சொல்லி விட்டார். ஏற்கனவே பட்டதே போதும் என்று, சங்கீதா வாயே திறக்கவில்லை. பின் நல்லபடியாக சடங்கு முடிய, அதற்குள் இவர்கள் எல்லோருக்கும் குறைந்த தொலைவில் இருப்பது போல ஒரு கல்லூரியை தேர்ந்தெடுத்து இருந்தார்கள்..

சாருவும், பிஎஸ்சி பயாலஜி என்று சொன்னதால், பாண்டவிகள் கல்லூரியிலும் ஒன்றாக அடியெடுத்து வைத்தார்கள். அதேபோல எல்லோரும் சைக்கிள் வாங்கி, அதில் தான் கல்லூரிக்கு வந்தார்கள். லலிதா கூட சாருவிடம் இப்போதெல்லாம் கொஞ்சம் ஜாடையாக பேசத் தொடங்கி இருந்தாள்..

கல்லூரி வாழ்க்கை இனிமையாக நகர்ந்த வேளையில்,

பள்ளியில் இருந்து இவர்களுக்கு அவார்ட் கொடுக்க அழைத்தார்கள். அகிலாவுக்கு போன் செய்து அவரை கண்டிப்பாக வரவேண்டும் என்று அன்புக் கட்டளையிட்டனர்.

விழா அன்றும், தலைமை ஆசிரியர், நம் பாண்டவிகள் ஐவரையும் ஆகா ஓகோ என்று புகழ, இவர்களே கடுப்பாகி "இவங்க கொஞ்சம் ஓவரா தான் பேசுறாங்க" என்று புலம்பினார்கள். பவித்ரா ஒருபடி மேலே போய், "நான் கொஞ்சம் பேசனும்" என்று மைக்கை வாங்கி விட்டாள். கீழே இருந்து அகிலா முறைத்ததை அவள் கண்டுகொள்ளவே இல்லை.

மைக்கை வாங்கி மனதில் தோன்றியதை எல்லாம் அவள்பாட்டுக்கு பேச, கீர்த்தியும் அவளோடு சேர்ந்து பேசினாள். ஐவரின் பெற்றோரும் கீழே இருந்து, இவர்களைப் பார்த்து, கேவலமாக லுக் விட்டார்கள். ஒரு வழியாக தலைமை ஆசிரியர் கடுப்பாகி ஸ்டேஜை விட்டு இறங்கியதும் தான் பேசுவதை நிறுத்தினார்கள்.

லீலாவதியோ, அகிலாவிடம் சென்று, "மேடம், எனக்கு என்னமோ சந்தேகமா இருக்கு. இவளுங்க எல்லாம் இவ்ளோ மார்க் வாங்கிருக்க மாட்டாங்க. பேப்பர் எதாவது மாறிடுச்சான்னு எதுக்கும் செக் பண்ணிக்கோங்க. இதெல்லாம் வானர கூட்டம், நல்லா படிக்கறதுலாம் டவுட்டு தான்" என்று சொல்ல, அகிலா, சிரிப்பை அடக்க முடியாமல் இருந்தார்.

பின் விழா முடிந்ததும் இவர்களோடு சிறிது நேரம் பேசிவிட்டு அகிலா கிளம்பி விட்டார். நாட்கள் செல்லச் செல்ல, கல்லூரி வாழ்க்கை அவர்களை பலவவித்தில் பண்படுத்தியது. கல்லூரியிலும் அவரவர் பிரிவில் இவர்களே முதல் இடத்தில் இருந்தார்கள். ஒரு நாள்,

கல்லூரியில் இருந்து, ஐவரும் கதை பேசியபடி நடந்து வரும் பொழுது, சிலர் ஒரு குட்டி நாயை மரத்தில் கட்டி வைத்து, கல்லால் அடித்துக் கொண்டு இருந்தார்கள்.

சங்கவி பதறி அந்த நாய்க்குட்டியிடம் ஓடி, அதை தடவி கொடுத்தாள். சுற்றி இருந்தவர்கள் சில நொடி எதுவும் செய்யாமல் இருந்துவிட்டு, பின் சங்கவியை திட்ட ஆரம்பித்தார்கள். நம் பாண்டவிகளோ, 'என்ன நடக்குது இங்க' என்ற ரீதியில் வேடிக்கை பார்த்துக் கொண்டிருந்தார்கள்..

"ஏம்மா, நகரு மா அந்த பக்கம். இந்த நாய கொல்லாம விட மாட்டேன் இன்னைக்கு"
"எதுக்கு இந்த குட்டிய அடிக்கறிங்க?"
"என் கொழந்த கைய கடிக்க வந்துருச்சி மா, ஒரு செகண்ட் நான் பாக்கலன்னா இந்நேரம் என் கொழந்த ஹாஸ்பிடல்ல இருந்துருக்கும்"

எதுவும் பேசாமல், அந்த குழந்தையை பார்த்த சங்கவி, அதன் கையில் இருந்த பிஸ்கட்டை வாங்க, குழந்தையை நோக்கி கையை நீட்டி "எனக்கு...?" என்றாள். அந்த குழந்தையும் "ஒண்ணு தான் தருவேன்" என்று சொல்லி விட்டு, ஒரு பிஸ்கட்டை கொடுத்தது.

அதை அந்த குட்டி நாயிடம் நீட்ட, அது ஆர்வமாக கடித்து சாப்பிட்டது. நாய் குட்டி சாப்பிடுவதை பார்த்து, "நானும் குடுக்கறேன்" என்று அந்த குழந்தை ஒரு பிஸ்கட்டை கொடுக்க, அதையும் சாப்பிட்டது, அந்த குட்டி..

அதை பார்த்து, மற்றவர்கள் மௌனமாக நிற்க, சங்கவியோ உச்சகட்ட கோபத்தில் இருந்தாள்.
"ஒரு நாய், அதுவும் குட்டி நாய்.. அதென்ன அப்படியா கடிச்சிடும் உங்கள..? இத்தன பேரு சேந்து இப்படி

அடிக்கறிங்க? அது, பாவம் பசில கொழந்த பக்கத்துல போயிருக்கு. அந்த கொழந்தயே இப்ப அந்த குட்டி கூட வெளயாடுது. கொழந்த மனசுல நல்ல எண்ணத்த வெதைக்காம, இப்படி தப்பான எண்ணத்த வளக்கறிங்க..? அசிங்கமா இல்ல உங்களுக்கு? அதுசரி, ஒரு மனுசன் பசின்னு கேட்டாலே நாம மதிக்க மாட்டோம். நாயவா மதிக்கப் போறோம்..?"

இன்னும் சிலபல அர்ச்சனைகளை முடித்துக் கொண்டு, நாய் குட்டியின் கயிறை அவிழ்த்து விட்டாள். பின் அருகே இருந்த டீக்கடையில் அந்த நாயை விட்டு விட்டு, "அண்ணா, தப்பா நெனைக்காதிங்க. இந்த நாய நீங்க உங்க கடைல வெச்சி பாத்துக்கறிங்களா ப்ளீஸ்.. இத பாத்துக்க, நான், என்னால முடிஞ்ச அளவு பணம் தரேன். நான் எடுத்துட்டு போனா, எங்க வீட்ல அம்மா திட்டுவாங்க, அதான் கேக்கறேன், ப்ளீஸ்........"

"நீ விட்டுட்டு போம்மா நான் பாத்துக்கறேன்" என்று அவர் சொன்னதும் அவள் தன் சைக்கிளை நோக்கி வந்தாள். அவள் அருகே வந்ததும் மற்ற நால்வரும் அவளை அணைத்து, கன்னத்தில் முத்தமிட்டனர்.

" கலியுக தெரசா டி நீயி..." என்று நால்வரும் அவளை பெருமையாக பார்க்க, கூட்டத்தில் இரு ஜோடி கண்கள், ஆச்சரியமாக சங்கவியை பார்த்தது.. அதில் ஒருவன் மற்றொருவனிடம் கேட்டான், "மச்சி, அந்தப் பொண்ண பாத்தா, நம்ம சரவணன் வரஞ்சி வெச்ச பொண்ணு மாதிரி இருக்குல்ல?"

" மாதிரி இல்லடா சக்தி, அவளே தான்.. ஆனா, இப்ப பாத்து என்ன பிரயோஜணம்..? பாக்க வேண்டியவன் தான் உயிரோட இல்லயே..?" என்றவன் குரலில், அவ்வளவு வலி....

பாகம் - 20

நள்ளிரவு வேளையில், சக்தி தன்னுடைய அறையில் தூங்காமல் நடந்து கொண்டிருந்தான். அவனால் உணர்வுகளை கட்டுப்படுத்த முடியவில்லை. மூன்று வருடங்களுக்கு முன்பு நடந்த நிகழ்வுகள் அனைத்தும் கண் முன்னே நிழலாடின.

மதுரை பொறியியல் கல்லூரியில் ஐ.டி இரண்டாம் ஆண்டு படித்துக் கொண்டிருந்தார்கள் சக்தி, சரவணன், குமார் மற்றும் ரிஷி... நான்கு பேரும் நண்பர்கள். இதில் ரிஷி மட்டும் கல்லூரியில் இவர்களோடு சேர்ந்தவன். மற்ற மூவரும் பார்ன் ப்ரெண்ட்ஸ். மூன்று பேரின் குடும்பங்களும் ஒரே குடும்பமாக வசித்தவர்கள்...

இப்போது வேலை காரணமாக மூன்று பேரின் குடும்பமும் வெவ்வேறு இடங்களில் இருந்தாலும், இவர்கள் மூவரும் பள்ளி, கல்லூரி காலங்களை விடுதியில் தங்கி நட்பை வளர்த்து வருகிறார்கள்..

இவர்கள் வகுப்பில் படிக்கும் மாணவன் ஒருவன், ஏற்காடு சுற்றுலா செல்ல திட்டமிட்டிருந்த நேரத்தில், இவர்களையும் உடன்வருமாறு அழைக்க, மறுக்க தோன்றாமல் கிளம்பினார்கள். எல்லா இடங்களையும் சுற்றி விட்டு, இறுதியில் ஒரு குளத்தைப் பார்த்து நின்றனர்...

ஒரு நண்பன் ஜாலிக்காக, ஒரு பந்தயம் வைத்து, குளத்தில் இருந்த இருநிற தாமரை மலர்களையும் யார் முதலில் எடுத்து வருகிறாரோ அவரே வென்றவர் என அறிவிக்க கண் இமைக்கும் நேரத்தில் அனைவரும் குளத்தில் விழுந்து நீந்த ஆரம்பித்தனர்.

சரவணன் நன்றாக நீச்சல் தெரிந்தவன் என்பதால் முதலில் சென்று கொண்டிருந்தான். இரண்டு நிறத்திலும் தாமரையை பறித்து விட்டு, மீண்டும் எதிர் திசையில் நீந்த தொடங்கிய போது தான், சங்கவி பேசியதை கேட்டு, அவள் முகத்தைக் காணும் ஆவலுடன் கரை ஓரம் நீந்தி வந்தான்..

சரியாக, அவன் கரையோரம் வந்த நேரத்தில் தான் சங்கவி தவறி விழ, அவள் நீரில் மூழ்குவதற்குள் தன் கையில் ஏந்தினான்.அதற்கு பின் நடந்தது தான் நமக்கு தெரியுமே.. பின் சங்கவியின் வகுப்பில் படிக்கும் மாணவிகள் அவனை கிளம்ப சொன்னதும், கையில் இருந்த மலர்களை சங்கவியின் கையில் திணித்து விட்டு வெறும் கையுடன் திரும்பி வந்தான்..

கையில் எதுவும் இல்லாமல், மந்திரித்து விட்டவனை போல வந்த சரவணனை ஆச்சரியமாக பார்த்தான் சக்தி. "டேய் சரவணா... அடேய், உன்ன தாண்டா, எங்கடா இருக்க? மலையெறங்குடா மகராசா.." என்று கத்தியும், தனக்குள் சிரித்தபடியே எங்கோ பார்த்துக் கொண்டு இருந்தான் சரவணன்.

கோபத்தில் அவன் முதுகில் சக்தி அறைய, பின் தலையை உலுக்கி சக்தியை பார்த்தான்.
"என்ன வேணும் உனக்கு, எதுக்கு இப்ப அடிச்ச?"
"என்ன... வேணுமா? நாசமா போறவனே.. பூ பறிக்க தான போன..? இவ்ளோ நேரம் எங்க போயி தொலஞ்ச? பூ எங்கடா..? நீ பெரிய இவன்னு, நீ தான் ஃபர்ஸ்ட் வருவன்னு நான் பெருமையா பேசிட்டு இருந்தேன். மானமே போச்சிடா உன்னால.. டேய், நான் உன்கிட்ட தாண்டா பேசிட்டு இருக்கேன். மறுபடியும் என்னடா காத்துல படம் வரஞ்சிட்டு இருக்க..?"

அவன் இந்த உலகத்திலேயே இல்லை. சக்தி 'பூ..' என்று

சொன்ன அடுத்த நொடி, அவன் நினைவு சங்கவியிடம் சென்று விட்டது. தலையில் அடித்துக் கொண்டு, அவனை மற்ற நண்பர்கள் இருந்த இடத்துக்கு இழுத்து சென்றான் சக்தி.

மற்றவர்களுக்கும் அவன் தோற்றம் குழப்பத்தை தர, சக்தியிடம் கேள்வியாய் குடைந்தனர். "டேய் வீணா போனவனுங்களா.. அவன் தானடா காணாதத கண்ட மாதிரி இருக்கான், அவன கேளுங்கடா? என்ன ஏன்டா பிச்சி எடுக்கறீங்க..." என்று கத்தினான் சக்தி.

குமார் தான், "எனக்கு என்னவோ இவன் எங்கயோ சிக்குன மாதிரி இருக்கு" என்க.. "நீ தான்டா என் மனசாட்சி" என்று அவனைக் கட்டிப் பிடித்து முத்தம் கொடுத்தான் சரவணன். "அடச்சீ, விட்றா என்ன.. அவனா நீ..." என்று அவனை தள்ளி விட்டான் குமார்.

வெக்கமே இல்லாமல் "ஈ...." என்று சரவணன் இளிக்க, "டேய் எங்கயாச்சும் கூட்டிட்டு போய், தாயத்து கட்டி விடுங்கடா.. இவனோட இந்த கோலம் பயமா இருக்குடா.." என்று சக்தியின் பின் ஒளிந்து கொண்டான் ரிஷி. "இருடா, பயப்படாத, எங்களுக்கும் அப்படித்தான் இருக்கு.." என்ற சக்தி, சரவணனிடம் திரும்பி "யப்பா ராசா, என்னடா ஆச்சி உனக்கு.. சொல்லித் தொலையேண்டா, முடியலடா சாமி" என்றான்..

" ஒரு பொண்ண பாத்தேன்டா.."
"நெனச்சேன்.. " குமார்
" செம அழகு டா.."
"சரி.." ரிஷி
"என் தேவதை மச்சி அவ.."
"ஹ்ம்ம்ம்.. அப்புறம்.." சக்தி
"அவ கொளத்துல விழுந்தாடா.."

"நீ தாங்கி புடிச்சு காப்பாத்திருப்பியே?" குமார்

" மறுபடியும் நீ தாண்டா என் மனசாட்சி" என்று அவனை கட்டிப் பிடிக்க போனவனை விட்டு, இரண்டு அடி தள்ளி நின்ற குமார், "சீச்சீ.. எதா இருந்தாலும் அங்க நின்னே பேசு.. நீயெல்லாம் வந்து கட்டிப்புடிக்கவாடா நான் கிளாமர வளத்துட்டு இருக்கேன்" என்று கேட்டான்..

ரிஷி, "மச்சி எனக்கு ஒரு டவுட்டு? "
சக்தி, " என்னடா.."
ரிஷி, "எல்லாரும் 'நீ தான்டா என் உயிர் நண்பன்'னு தான சொல்லுவாங்க? இவன் என்னடா 'நீ தான் என் மனசாட்சி'னு சொல்றான்.."

குமார்,"அவன் தான் பித்தம் தலைக்கு ஏறி போய் இருக்கானே.. இந்தளவுக்கு தெளிவா பேசுறதே பெருசு.."
சரவணன்" என்னங்கடா, என்ன வெச்சி காமெடி பண்ணிக்கிட்டு இருக்கிங்க.."
ரிஷி" நாங்க பண்ணல ராசா, நீயே தான் உன்ன வெச்சி காமெடி பண்ற.."

"குனிஞ்சி உன் கோலத்தப் பாருடா பரதேசி" என்று குமார் சொன்னதும், 'எதுக்கு இப்ப இவ்ளோ சீன் போடறானுங்க' என்று நினைத்து கொண்டு குனிந்தவன் நெளிந்து கொண்டு அவர்களைப் பார்த்து சிரித்தான்.

" கருமம் புடிச்சவனே, அப்படி பண்ணாதடா, பாக்க முடில, கேவலமா இருக்கு" என்றான் ரிஷி. சரவணன் சட்டை முழுவதும் குளத்தில் இருந்த அழுகிய இலை மற்றும் சகதிகள் ஒட்டி இருந்தது. "மறுபடியும் போயி ஒரு தடவ கொளத்துல குளிச்சிட்டு வந்துரவா.. ஒரு மாதிரி இருக்குடா.." என்று முகத்தை சுருக்கிக் கொண்டு சொன்ன சரவணனிடம் "இப்ப தான் அது தெரியுதா? மறுபடியும்

உன்ன அனுப்புனா நீ குளிக்க மாட்ட, உன் ஆள தான் தேடுவ.. சோ மரியாதையா வா.. ரூமுக்கு போயி ரெஃப்ரெஸ் பண்ணிக்க" என்றான் சக்தி..

" அவ என் ஆளாடா... 😍😍😍 " என்று ஒருமாதிரியாக சரவணன் கேட்க மற்ற மூன்று பேரும் தலையில் அடித்து கொண்டார்கள். "எப்படி இருந்தவன், இப்படி ஆயிட்டான் டா.." என்று ரிஷி கூற, "யாருடா அந்தப் பொண்ணு, பேராவது தெரியுமா" என்றான் சக்தி.

" பேரு மட்டும் தான்டா தெரியும், சங்கவி, என்னோட கவி.. ஸ்கூல் தான் படிக்கறா போல. நெறய பேரு க்ரூப்பா டூர் வந்த மாதிரி இருந்தாங்க.. ஆனா எத்தனாவது படிக்கறான்னு தெரிலடா.." என்று சரவணன் சொல்ல, "நம்ம சரவணன் தானாடா இது..?" என்று சந்தேகமாக கேட்டான் ரிஷி...

"இவன ஒரு பொண்ணு சைட் அடிச்சதே, அந்தப் பொண்ணு பேரு என்ன மச்சி..? ஆங், சவிதா.. அவ பின்னாடி அத்தன பேரு சத்துனானுங்க. ஆனா பாவம் அது என்னமோ இவன் பின்னாலயே சுத்துனுச்சி.. அவ வந்து ப்ரபோஸ் பண்ணதுக்கு கேவலமா திட்டி அனுப்புனான்டா இவன்.. இன்னிக்கு யாருன்னே தெரியாத பொண்ண நெனச்சி, இவ்ளோ ஃபீல் பண்ணிட்டு இருக்கான்" என்றான் குமார்..
"டேய், உன்ன பத்தி தான பேசிட்டு இருக்கோம்.. நீ என்ன அடிக்கடி வேற உலகத்துக்கு போயிடற..?" என்று சரவணனிடம் கத்தினான் சக்தி..

குமார் "மச்சான், அந்தப் பொண்ண பத்தி எப்படி தெரிஞ்சிக்குவ..?"
சரவணன் "அதான்டா எனக்கும் தெரில.."

சக்தி" தெரியலன்னா விடுடா.. இந்த பொண்ணு இல்லன்னா வேற பொண்ணு. த்ரிஷா இல்லன்னா திவ்யா" என்று சொல்லி முடிப்பதற்குள் அவனை எட்டி உதைத்தான் சரவணன். "செருப்பாலயே அடிப்பேன், பரதேசி நாயே.. அவ என் கவி, அவ தான் என் பொண்டாட்டி.. மூடிக்கிட்டு இரு.." என்று கத்த 'தேவையா உனக்கு' என்பது போல பார்த்தார்கள் ரிஷியும் குமாரும்..

ரிஷி" சரிடா.. இப்ப என்ன பண்றதா இருக்க.."
குமார் "வேற என்ன.. ஒன்னு இப்ப தெருத்தெருவா தேடனும். இல்லன்னா.. நம்ம தான் டிபார்ட்மென்ட்ல சேரப் போறோம்ல, அதனால ரெண்டு வருஷம் கழிச்சி நம்ம இன்ஃபுளுயன்ச வெச்சி தேடனும்.."

சக்தி உடனே "அதுக்குள்ள அந்தப் பொண்ணுக்கு கல்யாணம்...." என்று ஆரம்பிக்கும் போதே அவனை சரவணன் எரிப்பது போல பார்க்க, வாயை மூடிக் கொண்டான். "மூடிக்கிட்டு பேசாம தான் இரேன்டா" மெதுவாக சொன்னான் ரிஷி..

" மச்சி நீ நல்லா வரையுவ தான.. அந்த பொண்ணு ஃபேஸ் நியாபகம் இருக்கா" என்று கேட்ட குமாரையும் அவன் முறைக்க, "ஐடியா சொல்ல தான கேக்கறேன். இப்ப எதுக்குடா எல்லாரையும் மாத்தி மாத்தி மொறச்சிட்டு இருக்க.." என்றான் குமார்..

சரவணன் "இந்த நிமிஷம், அவள தவிர வேற எதுவுமே மைண்ட்ல இல்லடா.. அதுக்கு இப்ப என்னடா பண்ணனும்கிற..?"
"அந்தப் பொண்ண வரைஞ்சி காட்டு, நாங்களும் பாப்போம்ல.."ரிஷி
சரவணன் "அதுக்கு முன்னாடி, அங்க போயி மறுபடியும் அவ இருக்காளான்னு பாக்கலாமா டா?"

சக்தி," எதுக்கு...? அது இந்நேரம் கெளம்பி இருக்கும்.." என்று சொல்ல "உயிரோட ஊருக்கு போகனும்னு நெனச்சா வாய தொறக்காம கூட மட்டும் வா.." என்றான் சரவணன்.. நான்கு பேரும் அங்கு சென்று பார்த்த போது, அங்கு யாரும் இல்லை.

மேலும் பல இடங்களில் சுற்றி அலைந்து திரிந்து விட்டு, அவளைக் காணாமல், கிளம்பினார்கள். அன்று இரவே, ஒரு நொடி கூட உறங்காமல், அவளை குளத்தில் இருந்து தூக்கி வந்து, தரையில் கிடத்திய நிகழ்வை தத்ரூபமாக வரைந்தான், அவள் கையில் தாமரை மலர்களோடு...

மற்ற மூன்று பேரும் காலையில் கண் விழித்த போது, இறுதி வடிவம் கொடுத்தபடி ஓவியத்தை ரசித்துக் கொண்டிருந்தான்.. வாயைப் பிளந்து கொண்டு பார்த்த மூவரும், "மச்சி, இத்தன வருசமா நீ வரஞ்ச மத்த டிராயிங்க விட இதாண்டா, தி பெஸ்ட்.." என்றனர்..

"அது எனக்கே தெரியும், அப்படி வரனும்னு தான நான் இவ்ளோ நேரம் பொறுமையா வரஞ்சிருக்கேன்" என்று பெருமை பொங்க சொன்னவன் "எப்படி இருக்கா என் பொண்டாட்டி...?" என்று கேட்டான்..

சக்தி "நல்லா தான் இருக்கா.. எங்க தங்கச்சி"
ரிஷி "இவ்ளோ பேசறவன், அங்கேயே இருந்து, அவள பத்தி எதாவது தெரிஞ்சிட்டு வந்துருக்கனும்.. இப்ப எப்படி தேடுவ..? எந்த ஊருன்னு கூட தெரில.."
சரவணன் "இவ எங்க இருந்தாலும் சரி, இவ தான் என் பொண்டாட்டி, இவள பாக்க வெச்ச விதி, நிச்சயமா என்ன இவ கூட சேத்து வைக்கும். எனக்கு அந்த நம்பிக்கை இருக்கு.."

குமார்" அவ்ளோ தான், அவ உனக்கு தான்னா, அத யாராலையும் மாத்த முடியாது.. விடு பாத்துக்கலாம்.."
சக்தி" இப்படித்தான்டா உசுப்பி விட்டு வேடிக்கை பாக்கறிங்க"

சக்தி சொல்லி முடித்த அடுத்த நொடி, சரவணன் கையில் ஃப்ளவர் வாஷ் டன் அவனை நோக்கி திரும்ப, பின்னாலிருந்து அவனைப் பிடித்த ரிஷி, "நீ வாய வெச்சிக்கிட்டு சும்மா தான் இரேண்டா.." என்றான் சக்தியிடம்..

சரவணன் "நானும் பாக்கறேன், நேத்துல இருந்து நெகட்டிவாவே பேசிட்டு இருக்கான்.. என் கண்ணு முன்னால நிக்காம ஓடிருடா, சாவடிச்சிருவேன் உன்ன.."
குமார் "விட்றா, தெரியாம பேசிட்டான்"

சரவணன் வரைந்த ஓவியத்தை, அவரவர் போனில் புகைப்படம் எடுத்துக் கொண்டனர். பின் சரவணன் திருப்திக்காக, புகைப்படத்தை வைத்துக் கொண்டு, அந்த நாளும், ஏற்காடு முழுவதும் சல்லடை போடாத குறையாக ஆளுக்கு ஒருபுறம் தேடினார்கள்.. எங்கும் கிடைக்காமல் போக, அவனை இழுத்துக் கொண்டு கல்லூரிக்கு கிளம்பினார்கள்..

கல்லூரியில் படிப்பில் கவனம் செலுத்த முடியாமல் தவித்தான் சரவணன். ஒரு நாள் விடுமுறை கிடைத்தாலும், ஏற்காடு செல்வதை வழக்கமாக்கிக் கொண்டான்.. மூன்று மாதம் இப்படியே போக, அடுத்து வந்த தேர்வில், மிக குறைந்த மதிப்பெண் வாங்கியிருந்தான்..

இப்படியே விட்டால் சரி வராது என்று நினைத்து, அவனிடம் பேச வேண்டும் என்று மீனாட்சி அம்மன் கோவிலுக்கு அவனைக் கூட்டிக் கொண்டு போனார்கள்

மூன்று பேரும்.. அம்மனை தரிசித்து விட்டு, சொக்கநாதர் சந்நிதி முன்பு அமர்ந்தார்கள். சரவணனோ, கோவிலுக்கு வந்த பெண்களில் தன்னவள் எங்காவது இருக்கிறாளா என்று தேடிக் கொண்டு இருந்தான்..

மூன்று பேரும் அவனை, முறைத்துக் கொண்டிருக்க, சக்தி "டேய், நாம இப்ப எதுக்கு வந்துருக்கோம், இவன் என்ன வேலடா பண்ணிக்கிட்டு இருக்கான்..?" என்று கேட்டான்.. இது எதையும் காதில் வாங்காதவன், பிரகாரத்தை சுற்றி வந்த ஒரு பெண்ணைப் பார்த்ததும், அவளை நோக்கி தன்னை மறந்து ஓடினான்..

குமார் "டேய் சரவணா...."
சக்தி "நில்லுடா, எங்கடா போற.."
ரிஷ "டேய்.. உன்ன தாண்டா.. டேய்..."

அவனுக்கு கோவிலில், அந்தப் பெண்ணைத் தவிர எதுவும் தெரியவில்லை. நண்பர்கள் அவனிடம் வருவதற்குள் அந்தப் பெண்ணை நெருங்கி இருந்தான் சரவணன்.. "கவி..." என்று அந்தப் பெண்ணை தன்புறம் திருப்பியவன் அதிர்ந்து போய் நின்றான்..
PART

பாகம் - 21

சரவணன் கோவிலில் இருந்த ஒரு பெண்ணைப் பார்த்ததும், அவளிடம் ஓடி, அவளை "கவி..." என்றவாறு திருப்ப, அது வேறு யாரோ ஒரு பெண்... அந்தப் பெண், சரவணனை அனலாய் முறைக்க, "சாரிங்க.. நான் தெரியாம.." என்று சொல்லும் போதே, அவனை அறைய கை ஓங்கினாள் அவள்.

அவள் கை ஓங்கவும், மூன்று பேரும் அவர்களை நெருங்கவும் சரியாக இருந்தது. அவசர அவசரமாக, அந்தப் பெண்ணுக்கும் சரவணனுக்கும் இடையே வந்து நின்ற ரிஷி, "சாரி, சாரி சிஸ்டர். அவனுக்கு தெரிஞ்ச பொண்ணுன்னு நெனச்சிட்டான். ப்ளீஸ் சாரி சிஸ்டர், விட்ருங்க.."

சரவணனை திரும்பி முறைத்தபடி, அங்கிருந்து நகர்ந்தாள் அவள். அதீத கோபத்தோடு மூன்று பேரும் அவனை வேறு இடத்திற்கு இழுத்து சென்றனர். அவன் மீண்டும், ஆராய்ச்சியாக சுற்றிலும் பார்க்க, பளாரென்று அவனை அறைந்து விட்டான் குமார்..

ரிஷி" டேய், அவன் தான் புரியாம பண்றான்னா, நீயும் ஏன்டா இப்படி பண்ற..?"
குமார் "அடிக்காம என்னடா பண்ண சொல்ற? பேசி புரிய வெக்கலாம்னு கூட்டிட்டு வந்தா, வந்த எடத்துல என்ன வேலடா பண்றான் இவன்?"
சக்தி "ஜஸ்ட் மிஸ் டா, இல்லன்னா தர்ம அடி கன்பார்ம்.."
குமார் "எதாவது வாய தொறந்து பேசறானா பாரு.."

" நீ கொஞ்சம் பொறுமையா இருடா, நான் பேசறேன்" என்று அவனை சமாதானப்படுத்திய ரிஷி, "டேய் சரவணா,

நீ நடந்துக்கறது உனக்கே தப்புன்னு தோனலயா.. ஏன்டா இப்படி இருக்க? இவ்ளோ கேவலமா நீ மார்க் வாங்குனதே இல்ல. ப்ரொபசர் எல்லாம் எங்கள கேக்கறாங்கடா, உனக்கு என்ன பிரச்சனைன்னு.."
சக்தி" டேய் பதில் சொல்லுடா.."

சரவணன் "எனக்கு அவள பாக்கணும் போல இருக்குடா.. அவள தவிர வேற எத பத்தியும் நெனைக்க முடில. அவ யாரு, எங்க இருக்கான்னு தெரிஞ்சா போதும். அவளுக்கு மெச்சூரிட்டி வர வரைக்கும் நான் வெயிட் பண்ணுவேன்.. ஆனா அவள பாக்காம இருக்க முடிலடா"

இப்போது குமாருடன் சக்தியும் அவனை அடிக்க போக, ரிஷி தான் அவர்களை தடுத்தான். பின் "என்னடா இது புதுப் பழக்கம், நமக்குள்ள அடிச்சிக்கறது..? பப்ளிக் ப்ளேஸ்ல இருக்கோம்னு கொஞ்சமாது நெனப்பு இருக்கா.." என்று கேட்டான்.

சக்தி" அத அவன்கிட்ட கேளுடா, இப்படி போற வர பொண்ணுங்கள வெறிக்க வெறிக்க பாத்தா பொறுக்கின்னு சொல்லுவாங்க.. இவங்க அண்ணன், லீடிங் லாயர் கிட்ட ஜுனியரா இருக்காங்க. சீக்கிரம் ஃபேமஸ் ஆயிடுவாரு. இவன் நல்லா படிச்சி டிபார்ட்மெண்ட்ல சேந்து, அவருக்கு ஹெல்ப் பண்ணுவான்னு நம்பிக்கிட்டு இருக்காரு அந்த மனுசன். இவன் என்னடான்னா, பேரு மட்டும் தெரிஞ்சி வெச்சிக்கிட்டு, அவ தான் உலகம்னு சுத்திட்டு கெடக்கறான்.."

குமார் "சரி, அப்படி தான் அந்தப் பொண்ணு கெடச்சிடுச்சின்னு வெச்சிக்கோ, அந்தப் பொண்ணு கிட்ட போயி என்னன்னு பேசுவ..? கமிட் ஆகற அளவுக்கு உன் கிட்ட என்ன குவாலிபிகேஷன் இருக்கு..?"
ரிஷி," அவன் கேக்கறது சரி தான? பதில் சொல்லுடா

சரவணா.."

சரவணன்" பாத்தா போதும்னு தானடா சொல்றேன்.. நான் ஒரு பொசிஷனுக்கு வர வரைக்கும் அவள கண்டிப்பா டிஸ்டர்ப் பண்ண மாட்டேன்டா.."
குமார்," பாத்தா போதும், பேசுனா போதும்னு சொல்றதெல்லம், இந்த நிமிஷம் தான்.. நான் கண்டிப்பா சொல்றேன், அவள பாத்ததும் உனக்கு ப்ரபோஸ் பண்ணனும்னு தான் தோனும்..."

சக்தி" அதுக்கு தான் சொல்றோம், மொதல்ல நல்லா படி, போலீஸ் ஆகு.. நீ தான சொன்ன அவ ஸ்கூல் படிக்கற பொண்ணுன்னு.. எப்படியும் அவ படிச்சி முடிக்க இன்னும் மூனு நாலு வருஷம் ஆகும். அதுக்குள்ள நாம போலீஸ் ஆயிடுவோம். அதுக்கப்புறம் நமக்கும் சங்கவிய தேடுறது ஈசி.. ஒரே மாசத்துல உன் டிராயிங்க வெச்சி கண்டு புடிச்சிடலாம்.. அப்ப நீ கெத்தா, அவ வீட்டுக்கு போயி பொண்ணு கூட கேக்கலாம்.."

என்னென்னவோ பேசி, அவனை ஒரு வழியாக பட்டி டிங்கரிங் எல்லாம் செய்து மீண்டும் ஹாஸ்டலுக்கு அழைத்து போனார்கள். நண்பர்கள் பேசியதில் கொஞ்சம் தெளிவான சரவணன், அதன் பிறகு நன்றாக படிக்க தொடங்கினான். அதைப் பார்த்ததும் தான் மூன்று பேருக்கும் நிம்மதியானது..

ஆனால், தினமும் காலையில் கண் விழித்ததும் சங்கவியின் புகைப்படத்தை தான் முதலில் பார்ப்பான். எப்படியோ படித்தால் சரி என்று நினைத்தனர் நண்பர்கள்.. நாட்கள் அப்படியே வேகமாக நகர, நான்கு பேரும் படித்து முடித்து, காவல் துறையில் சேர்வதற்கான பயிற்சியில் இருந்தனர்.

நல்ல மதிப்பெண்களுடன் இருந்ததாலும் பயிற்சியிலும்

நன்றாக பெர்பார்ம் செய்ததாலும், நான்கு பேருக்கும் எஸ்.ஐ ஆனதற்கான ஆர்டர் வந்தது. ஆனால் நான்கு பேரும் வெவ்வேறு இடங்களில் போஸ்டிங் போட்டிருந்தார்கள்.

இரண்டு மாதம் அப்படியே போக, ஒரு முக்கியமான கேஸ் விஷயமாக குமாரையும் சரவணனையும் கமிஷனர் ஒரே பிரிவில் வேலை செய்ய சொன்னார். அதே போல சக்தி மற்றும் ரிஷிக்கும் அவரவர் ஏரியாவில் கொஞ்சம் வேலைப்பளு அதிகமாக இருந்ததால், நான்கு பேரும் ஒன்றாக இருக்கும் நேரம் குறைந்தது..

சரவணனும் குமாரும் ஒரு வாரமாக அலைந்து, அந்த கேஸின் ஆரம்பப் புள்ளியை நெருங்கி இருந்தார்கள். ஒரு நாள் இரவு நேரத்தில், அந்த கேஸின் ஒரு முக்கிய குற்றவாளியை இருவரும் பைக்கில் ஃபாலோ செய்யும் போது, எதிரில் ஹெட் லைட் போடாமல் வந்த ஒரு லாரி, இவர்கள் வந்த வண்டியை தூக்கி எறிந்தது..

இருவரும் ஆளுக்கு ஒருபுறம் பலத்த காயங்களுடன் குற்றுயிரும் குலையுயிருமாக கிடக்க, அந்த லாரி டிரைவர், சிதைந்த பைக்கை பார்த்து மர்மமாக புன்னகைத்தபடியே வண்டியை எடுத்துக் கொண்டு போனான்.. அதை சரவணன் பார்த்து குழப்பமானவன், குமாரைத் தேடினான்.. அவன் இவனை விட்டு கொஞ்ச தூரம் தள்ளி, மயங்கிய நிலையில் கிடந்தான்.

அவனைப் பார்த்து பதறிப் போய், தவழ்ந்தபடி அவனை நெருங்கி அவனை எழுப்ப முயன்றான். ஆனால் அவன் கண்ணைக் கூட திறக்கவில்லை. அடுத்து என்ன செய்வது என்று யோசித்தவன், தன் போனை தேட, அது எங்கே விழுந்தது என்றே தெரியவில்லை..

அவனாலும் ஒரு அடி கூட எடுத்து வைக்க முடியவில்லை.

சிறிது நேரத்தில் அவனும் மயங்கி விட்டான். வெகு நேரமாகியும் இருவரையும் காணவில்லை என்று சக்தியும் ரிஷியும் இருவரின் எண்ணுக்கும் மாறி மாறி அழைத்துக் கொண்டே இருந்தனர்..

போன் அடிக்கும் சத்தம் கேட்டு, அந்த வழியாக வந்த ஒருவர், போனை எடுத்து பேச, ரிஷி தான் பதறிப் போனான். அவரிடம் சொல்லி அருகில் யாராவது இருக்கிறார்களா என்று தேட சொன்னான். சில நிமிட தேடலில் இருவரையும் பார்த்து, ரிஷியிடம் சொன்னவரிடம், தாங்கள் அங்கு வரும் வரை அங்கு இருக்க சொல்லி வேண்டினான்.

பின் ஆம்புலன்ஸுக்கும் அருகில் இருந்த ஸ்டேஷனுக்கும் தகவல் சொல்லி விட்டு, சக்தியுடன் அந்த இடத்தை நோக்கி வேகமாக கிளம்பினான். அங்கு செல்லும் போதே இருவரையும் ஆம்புலன்ஸில் ஏற்றிக் கொண்டு இருந்தனர்..

சக்தி, ஆம்புலன்ஸில் ஏறிக் கொள்ள, ரிஷி பைக்கில் பின் தொடர்ந்தான். ஆம்புலன்ஸில் இருந்தே இருவரின் பெற்றோருக்கும் போன் செய்து, தகவல் சொன்னான்.. அடித்து பிடித்து ஓடி வந்தார்கள் இருவர் வீட்டிலும்.

குமாருக்கு தந்தை இல்லை. தாய் கனகவதி மட்டும் தான்.. ஒரு அக்கா மதியரசி, கணவனை இழந்து பன்னிரண்டு வயது மகள் மயூரியுடன் தாயோடு இருக்கிறாள்.

சரவணனின் அண்ணன் கதிரவன் ஒரு முக்கியமான கேஸில் வாதாட சென்னை சென்றிருந்தார். அதனால் அவன் அப்பா கேசவனும் அம்மா சிந்தாமணியும் தான் வந்தார்கள்..

ஐசியு வார்டு முன்பு பதற்றமாக மூன்று பெரியவர்களும் நிற்க, சக்தி ரிஷியை ஹாஸ்பிட்டலில் விட்டு விட்டு,

ஏதாவது தடயம் கிடைக்கிறதா என்று பார்க்க விபத்து நடந்த இடத்திற்கு சென்றான்.

இரண்டு மணி நேர தீவிர சிகிச்சைக்குப் பிறகு வெளியே வந்த டாக்டர்கள், 'இருவருமே ஆபத்தான நிலையில் தான் இருக்கிறார்கள். எட்டு மணி நேரம் கழித்து தான் உறுதியாக சொல்ல முடியும்' என்று சொன்னதும் அந்த இடத்திலேயே மயங்கி சரிந்தார் கனகவதி.

அவரையும் அதே மருத்துவமனையில் சேர்க்க, பிபி மிகவும் அதிகமானதால் வந்த மயக்கம் என்ற மருத்துவர், அவர் ஓய்வெடுக்க வேண்டும் என்று சொல்லிச் சென்றார்.. பின் கனகவதிக்கு ஒரு ஊசியை போட, சில நிமிடங்களில் ஆழ்ந்த உறக்கத்திற்கு சென்று விட்டார்.

மீண்டும் அவர் கண் விழித்த போதும் இன்னும், இருவரும் கண் திறக்காமல் இருந்தனர். சிந்தாமணி, கனகவதியின் அருகில் சென்று, "பயப்படாத கனகு, எதுவும் ஆகாது" என்று சொல்லி சமாதானம் செய்ய முயன்றார்.

ஆனால் கனகவதியோ "எந்த பிள்ளைக்கும் எதுவும் ஆகாதில்ல.. பயமா இருக்கு அண்ணி" என்று புலம்பினார். சிறிது நேரத்தில் வெளியே வந்த மருத்துவர், சரவணன் இறந்து விட்டதாகவும் குமார் மட்டும் பிழைத்துக் கொண்டதாகவும் இரண்டு நாட்கள் ஐசியுவில் தான் இருக்க வேண்டும் சொன்னார்..

கனகவதி இறுகி போய் கண்ணில் நீர் வழிய அப்படியே அமர்ந்துவிட, கேசவன் சுவற்றை பிடித்துக் கொண்டு நின்றார். ரிஷி, சக்திக்கு போன் செய்து விவரம் சொன்னதும் அவனும் பறந்து வந்தான்.

சிறிது நேரத்தில் தங்களை நிலைப்படுத்திக் கொண்ட

கேசவனும் சிந்தாமணியும், சீப் டாக்டரிடம் சென்று, உறுப்பு தானம் செய்ய சம்மதித்து, அதற்கான பேப்பர்களில் கையெழுத்து போட்டு விட்டு ஒரு இடத்தில் சென்று அமர்ந்து கொண்டார்கள்.

சிறிது நேரத்தில் உறுப்புகள் எல்லாம் எடுக்கப்பட்டு பொட்டலமாக வந்த சரவணனை மனம் முழுவதும் பாரத்தோடு எடுத்து சென்று அடக்கம் செய்தனர். கனகவதியோ, "ஒரு புள்ள பொழச்சிட்டான்னு சந்தோசப்பட முடியாம, இன்னொரு புள்ள போயிட்டானே" என்று கதறி அழுதார்..

சம்பவம் நடந்து நான்கு மாதங்கள் ஆனாலும், மறக்க முடியாமல் உள்ளுக்குள் நரக வேதனையை அனுபவித்தான் சக்தி. அவனுக்கு அடுத்து என்ன செய்வது என்று கூட தெரியவில்லை..

இவன் நிலை இப்படி இருக்க, குமார் தனதறையில் சங்கவியின் படத்தைப் பார்த்தபடி கதறி அழுது கொண்டிருந்தான். 'என்னால எதுவுமே பண்ண முடியாம போயிடுச்சே' என்று கத்திக் கொண்டே கையில் கிடைத்த பொருளை எல்லாம் உடைத்தான்.

பாகம் - 22

சக்தி ஒருபுறமும் குமார் ஒருபுறமும் உறக்கமின்றி தவிக்க, அடுத்த நாள் காலை சக்தியின் அறைக்கதவை தட்டினான் குமார். வெகுநேரம் கழித்து கதவைத் திறந்த சக்தி, குமார் கையில் பெட்டியுடன் நிற்பதைக் கண்டு அதிர்ந்தான்..

"எங்கடா கௌம்பிட்ட, திங்ஸ் எல்லாம் எடுத்துக்கிட்டு..?"
"இந்த கேஸ் முக்கியமானது, நம்ம ப்ரமோஷனும் இத வெச்சி தான்னு எனக்கு நல்லா தெரியும் மச்சான். ஆனா, இங்க நான் இருந்தா, நானும் வேல செய்யாம, உன்னையும் செய்ய விடாம பண்ணிருவேன். சோ, நான் கௌம்பறேன், கமிஷனர் கிட்ட பேசிட்டேன், ரிஷிய இங்க அனுப்பி வெக்கறேன்"
"நீ இவ்ளோ யோசிக்கற அளவுக்கு இப்ப என்ன நடந்துச்சி?"

" சங்கவி..."
"சங்கவிய பாத்தது எனக்கும் ஷாக் தான். ஆனா அதுக்காக ஏன் கையில எடுத்த கேஸ விட்டுட்டு போற..? இது நீ இல்லடா. நேத்து வரைக்கும் நான் பாத்த குமார், எந்த காரணத்துகாகவும் ஆரமிச்ச வேலைய பாதில விடமாட்டான். என்னடா ஆச்சி உனக்கு இப்ப..?"
"புரிஞ்சிக்கடா, என்னால பழசு எதையும் மறக்க முடில. இதே மைன்ட் செட்டோட என்னால அந்த க்ரிமினல புடிக்க முடியாது. அதனால தான் சொல்றேன்.."

"நீ தாண்டா புரியாம பேசற. நாம எந்த கேஸ்காக வந்துருக்கோம்னு உனக்கு நியாபகம் இருக்கா..? நெறைய வசதி இருந்தும் தனிமைல இருக்க பொண்ணுங்களா பாத்து ஒரு க்ரூப் டார்கெட் பண்றாங்க. அதுல நம்ம கமிஷனரோட ரிலேட்டிவ் ஒரு பொண்ணும் இருக்கு. நீ தான் சால்வ்

பண்ணுவன்னு, உன்ன நம்பி தான் இந்த கேஸ் குடுத்துருக்காரு. நான் உனக்கு சப்போர்ட் பண்ண தான் இருக்கேன். நீ என்னடான்னா எனக்கு சப்போர்ட்டுக்கு அவன அனுப்பிட்டு கெளம்பறேன்னு சொல்ற. இது ரொம்ப ரிஸ்க்கான கேஸ், பாதி கெணறு தாண்டிட்டு நடுவுல போறது ரொம்ப ஆபத்துடா. இது எல்லாத்துக்கும் மேல இந்த கேஸ் முடிஞ்சதும், உன்ன ப்ரமோஷனோட க்ரைம் ப்ரான்ச்கு டிரான்ஸ்பர் பண்ண போறதா பேசிக்கிறாங்க. நீ எல்லாத்தையும் ஸ்பாயில் பண்ற மாதிரி பேசற..?"

" எனக்கு மட்டும் இதெல்லாம் தெரியாதாடா..?"
"அப்பறம் ஏன் இப்படி கெளம்பறதுக்கு ரெடியா நிக்கற..?"
"என்னால இந்த வொர்க்குல இப்ப கான்சன்ட்ரேட் பண்ண முடியாதுடா, அதனால தான் கமிஷனர் கிட்ட நானே பேசிட்டேன்"
"நீ முடிவெடுத்துட்டு பேசற. நான் என்ன சொன்னாலும் உனக்கு இப்ப புரியாது. நீ கெளம்பு.."

அவன் கிளம்பி இரண்டு நாள் கழித்து விழுப்புரம் வந்தான் ரிஷி. முகம் முழுவதும் குழப்பத்தோடு வந்தவனை பேருந்து நிலையத்தில் இருந்து அழைத்து வந்தான் சக்தி.

" டேய், கொழப்பத்துக்கு பொறந்தவனே, எந்த கோட்டைய புடிக்க இப்படி இருக்க? "
" டேய், நம்ம சரவணன் தவறி எவ்ளோ நாள் ஆகுது?"
"அத ஏன்டா இப்ப கேக்கற? நானே ரெண்டு நாளா பொலம்பிட்டு இன்னைக்கு தான் கொஞ்சம் தெளிவா இருக்கேன்.."
"கேட்டதுக்கு பதில் சொல்லுடா.."

"நாலு மாசம் ஆகுது, அதுக்கு என்ன இப்ப? "
"குமார் சொன்னான்டா, சங்கவிய இங்க பாத்தத. இத்தன

வருசமா அவன் கண்ணுலயும் படாம நம்ம யாரோட கண்ணுலயும் படாம, இப்ப அவளா வந்து கண்ணுல படறா. சரவணன் அன்னைக்கு சொன்னான்ல, 'அவள கண்டிப்பா விதி என்கூட சேத்து வைக்கும்'னு, அது நடக்காமலே போயிடுச்சே டா.. இதுக்கு அவன் சங்கவிய பாக்காமலே இருந்துருக்கலாம்..."

சொல்லும் போதே ரிஷியின் கண்கள் நீரில் தளும்பியது. அவனைத் தேற்றும் பொருட்டு ஆதரவாக அணைத்துக் கொண்டான். யாராலும் எதுவும் செய்ய முடியாத நிலையில் இருந்தனர்.

"நீ பாக்கறியாடா நாளைக்கு..? நேத்து ஃபுல்லா அலஞ்சி அவ காலேஜ், வீடு எல்லாம் கண்டு புடிச்சாச்சி "
"வேண்டவே வேண்டாம்..."
"ஏன்டா..?"
"பாக்க வேண்டியவனே பாக்கல, நாம பாத்து என்னாக போவுது?"
"அதுவும் சரிதான். ஆனா அவள பாக்கும் போது ஒரு தங்கச்சி பீலிங் வருதுடா.."
"விடு மச்சான், நாம என்ன பண்ண முடியும்? அந்த பொண்ணாவது நல்லா இருந்தா சரி.."

இதற்கு பிறகு தான் சங்கவி தன் வாழ்வில் படாத பாடு படப்போகிறாள் என்று யாருக்கும் தெரியவில்லை.. ஒரு வாரம் அப்படியே போக, ரிஷி கேஸ் விஷயமாக வேலையில் மூழ்க, சக்தியோ ஒருபுறம் வேலையையும் மறுபுறம் அடிக்கடி சங்கவியை பார்த்து வருவதையும் வழக்கமாகக் கொண்டிருந்தான்..

அப்படி ஒரு நாள் கல்லூரி முடிந்து அனைவரும் பேசியபடியே நடந்து வர, ஏதோ புரியாத உணர்வுடன் சுற்றிலும் தேடினாள் சங்கவி. அவளுக்கு யாரோ தன்னை

உற்றுப் பார்ப்பது போல இருந்தது. சிறிது நேர தேடலுக்கு பின் சக்தியை பார்த்தவள், குழப்பத்துடன், தோழிகளை காத்திருக்க சொல்லி விட்டு, அவனை நோக்கி நடந்தாள்.

"அண்ணா..."
"என்னையாம்மா..?"
"உங்கள தான்"
"சொல்லும்மா, எதாவது வேணுமா?"
"ஆமா"
"என்ன வேணும்.?"
"பதில் வேணும்"
"பதிலா..? 🙄🙄"

"நான் இந்த ஒரு வாரமா அடிக்கடி, உங்கள பாக்கறேன். எங்க பின்னாடியே வரிங்க.. ஏன் வரிங்க, யாருக்காக வரீங்க?"
"அய்யய்யோ.. அப்படிலாம் இல்லம்மா."
"பொய் சொல்லாதிங்க. நான் நோட் பண்ணிட்டு தான் இருக்கேன். ஆனா உங்கள பாத்தா தப்பான எண்ணத்தோட வந்த மாதிரியும் தெரில. சொல்லுங்க, எதுக்கு வரிங்க? எங்க அஞ்சு பேருல யாருக்காக வரிங்க.."

அவள் புத்திசாலித்தனத்தை மெச்சாமல் இருக்க முடியவில்லை சக்தியால்.. ஆனால் அவளிடம் என்ன பதில் சொல்வது என்று தான் பாவம் அவனுக்கு தெரியவில்லை. அந்த நேரம் பார்த்து ரிஷி வேறு அவனுக்கு போன் செய்து கொண்டே இருந்தான்.. வெகுநேரம் சங்கவியை காணாமல் நம் பாண்டவிகளும் வந்து அவனை சூழ்ந்து கொண்டனர்..

லலிதா "என்னடி ஆச்சி..?"
கீர்த்தி "யாருடி இது.. என்ன பேசிக்கிட்டு இருக்க இங்க?"
சாரு "யாருங்க நீங்க, என்ன பண்றீங்க இங்க..?"
பவித்ரா "நீ என்னடி மரியாதை எல்லாம் குடுக்கற? ஏய்

சங்கவி, எதாவது பிரச்னையாடி? உன் கிட்ட வம்பு பண்ணானா இவன்?"

ஆளாளுக்கு கேள்வியாய் குடைய, பவித்ரா பேசியதில் கடுப்பான சக்தி, அவளை முறைத்துக் கொண்டே, தனது அடையாள அட்டையை காட்டி "என் பேரு சக்தி, இன்ஸ்பெக்டர் ஆஃப் போலீஸ் இன் சென்னை" என்று கம்பீரமாக சொன்னான்...

வழக்கம் போல கீர்த்திக்கு தலைசுற்ற, பவித்ரா பின்னால் நகர்ந்து சாருவின் முதுகில் ஒட்டிக் கொண்டாள். சாரு, லலிதாவும் அமைதியாக நிற்க, சங்கவி சக்தியை குழப்பமாகவும் கேள்வியாகவும் பார்த்தாள்..

அவள் பார்வையை புரிந்து கொண்ட சக்தி, அவளை சமாளிக்க, தன் கேஸை பற்றி மேலோட்டமாக சொல்லி விட்டு, "அத பத்தி விசாரிக்க தான் நான் இந்த ஏரியாவுல அடிக்கடி ரவுண்ட்ஸ் வருவேன். அந்த மாதிரி வரும் போது தான் உங்கள பாத்தேன். உன்ன பாக்கும் போது சிஸ்டர் பீலிங் வந்துச்சி. அதான் மா.. வேற எதும் இல்ல, நீ பயப்படாத.. உனக்கு எதாவது உதவி வேணும்னா என் நம்பருக்கு கால் பண்ணும்மா.." என்று தன் கார்டை நீட்டினான்.

ஆனால் சங்கவி அதை வாங்காமல், "நீங்க சொன்னதுக்கு தேங்ஸ்.. பட் நீங்க போலிஸ், உங்களுக்கே தெரியும். உங்க கிட்ட இன்னைக்கு தான் பேசறேன். இதுல போன் நம்பர் எல்லாம்...... வேணாமே. தப்பா நெனச்சிக்காதிங்க. நாங்க கௌம்பறோம். போலாம் வாங்கடி" என்றாள்.

சக்தி அவளை பெருமையாக பார்த்து, "நீ சொன்னது சந்தோஷமா தான்மா இருக்கு. ஆனா உனக்கு எதாவது ஹெல்ப் தேவைப்பட்டா, பக்கத்துல இருக்க

ஸ்டேஷனுக்கு போய், என் பேர சொல்லி கேளு.
இல்லன்னா எனக்கு போன் பண்ணி குடுக்க சொல்லு. நீ
என் தங்கச்சின்னு சொல்லு.. நான் சொல்லிட்டு போறேன்..."

'யாருன்னே தெரில, இவங்க ஏன் நம்ம கிட்ட இவ்ளோ
கேரிங்கா பேசனும். தப்பா நெனைக்க முடியாம சிஸ்டர்னு
வேற சொல்றாங்க' என்று மனதில் நினைத்த சங்கவி,
அதற்கு மேல் மறுத்து பேசினால் அவனை அவமதித்தது
போல இருக்கும் என்று நினைத்து "தேவப்பட்டா
கண்டிப்பா கேக்கறேன். வரேண்ணா.." என்று
தோழிகளுடன் கிளம்பி விட்டாள்..

பெருமூச்சு விட்டபடி சக்தி ரிஷிக்கு போன் செய்து
கொண்டே அங்கிருந்து தனது இடத்திற்கு சென்றான். இங்கு
பாண்டவிகள் ஐவரும் குழப்பத்தில் இருந்து விடுபடாமல்
நடக்க, கீர்த்தி "ஏய் சங்கவி, உனக்கு ஒரு போலிஸ்கார
அண்ணன் இருக்காங்கனு ஏன்டி ஒரு தடவ கூட சொல்லல"
என்று உள்ளே போன குரலில் கேட்டாள்..

அவள் குரலில் தெரிந்த பயத்தில், மற்ற நால்வரும் அவரவர்
சிந்தனையில் இருந்து வெளிவந்து சத்தமாக சிரித்தார்கள்.
அதில் வெறியான கீர்த்தி "இப்ப எதுக்குடி எல்லாரும்
ஈ..ன்னு இளிக்கறிங்க..?" என்று கத்தினாள்..

சங்கவி "ஹ்ம்ம், இப்ப தான் தத்தெடுத்தேன்.. கேக்கறா பாரு
கேள்வி. நானும் உங்க கூட தான இருந்தேன். இப்ப எதுக்கு
நீ இப்படி பயந்து சாகற. அந்த அண்ணன் டீசன்ட்டா தான
பேசுனாங்க. அவங்க வந்த வேல முடிஞ்சதும் அவங்க
ஊருக்கு கௌம்பி போயிடுவாங்க. அதுக்கப்புறம் நமக்கும்
அவங்களுக்கும் எந்த சம்பந்தமும் இல்ல. தேவ இல்லாம
கண்டத யோசிச்சி டைம் வேஸ்ட் பண்ணாதிங்க. நாம
பாட்டுக்கு நம்ம வேலைய பாக்கலாம்" என்று அத்தோடு
அந்த பேச்சுக்கு முற்றுபுள்ளி வைத்தாள்..

அடுத்து வந்த பத்து நாட்களில் சக்தி மற்றும் ரிஷியின் திறமையால் முக்கிய குற்றவாளியான, அந்த தொகுதியின் எம்எல்ஏ மகனையும் அவன் நண்பர்களையும் ஆதாரத்தோடு கைது செய்தனர். ரிஷியும் குமாரைப் போல திறமையானவன் தான். ஆனால் முன்கோபம் அதிகம். அதனால் தான் முதலில் குமாருடன் சக்தியை அனுப்பினார் கமிஷனர்.

கிளம்பும் போது சங்கவியிடம் சொல்லி விட்டுப் போக சக்தி காத்திருந்தான். ரிஷி அப்போதும் அவளை பார்க்க மறுத்து விட்டான். சங்கவி வந்ததும் அவளிடம் சொல்லி விட்டு, எது வேண்டுமானாலும் எப்போது வேண்டுமானாலும் தன்னை அழைக்கும்படி மீண்டும் ஒருமுறை சொல்லி விட்டு சென்றான்.

அதற்கு பிறகு சங்கவி, சக்தியைப் பற்றி மறந்தே போனாள். ஆனால் யாரும் எதிர்பாராத விதமாக, ஒரு மாதம் கடந்த நிலையில், குமார் கமிஷனரிடம் பேசி டிரான்ஸ்பர் வாங்கிக் கொண்டு விழுப்புரம் வந்தான். நண்பர்களிடம் ராஜினாமா செய்ததாக சொல்லும்படியும் கேட்டுக் கொண்டான். பின் ரிஷி, சக்திக்கு போன் செய்து, தான் சிலகாலம் தனிமையில் இருக்க விரும்புவதாகவும் யாரும் தன்னை தொடர்பு கொள்ள வேண்டாம் என்றும் கூறி விட்டான்.. அதையே தான் கனகவதியிடமும் சொன்னான். சக்தி, சங்கவியை பார்க்க வருவானோ என்று தோன்ற, அவனை கண்காணித்து சொல்லவும் ஒரு ஆளை ஏற்பாடு செய்தான்.

வந்தவன் வேலையில் சேர்ந்ததற்கான பார்மாலிட்டிஸ் முடிக்க, தங்குமிடம் என்று இரண்டு நாளில் எல்லா வேலைகளையும் முடித்துக் கொண்டு, அடுத்த நாள் காலை நேரத்தில் சங்கவி கல்லூரி செல்லும் வழியில் அவளுக்காக காத்திருந்து அவளைப் பார்த்து விட்டு டியூட்டிக்கு

சென்றான். இதே போல மாலையும் அவள் கல்லூரி முடிந்து வரும் நேரமும் கொஞ்சம் மறைந்து அவளைப் பார்த்து விட்டு வீடு திரும்பினான்..

ஆனால் மூன்றாவது நாள், சங்கவி அவனை கண்டுகொண்டாள். அதை மற்றவர்களிடமும் சொல்லி விட்டாள். கீர்த்தியை தவிர யாருக்கும் பயம் வரவில்லை. குழப்பம் தான் வந்தது. நாளையும் இதே போல நடந்தால், பார்த்துக் கொள்ளலாம் என்று, அவனை கவனிக்காதது போல சென்று விட்டார்கள்..

மறுநாளும், எதிர்ப்பார்த்தது போலவே குமார், சங்கவிக்காக காத்திருக்க, முதலில் பொங்கியது கீர்த்தி தான்.. அதில் நம் பாண்டவிகளுக்கே ஆச்சரியம் தான். "கீர்த்தி வெர்சன் டூ" என்று பவித்ரா அவளை கிண்டல் செய்ய, அவளை முறைத்துக் கொண்டே, குமாரிடம் வாக்குவாதம் செய்தாள் கீர்த்தி..

கீர்த்தி "ஏய், யாருடா நீ.. எதுக்கு ஃபாலோ பண்ற..?"
குமார் "எது... டாவா...?"
கீர்த்தி "பின்ன உனக்கு மரியாத வேற குடுப்பாங்களா..?"
குமார் "குடுக்குறது நல்லது.."
கீர்த்தி "குடுக்க முடியாது. என்னடா பண்ணுவ? ஆளப்பாரு.. எங்கள பத்தி என்ன தெரியும் உனக்கு..? போலிஸ் கம்ப்ளைன்ட் பண்ணிருவோம். இவ அண்ணன் இன்ஸ்பெக்டர் தான். ஒழுங்கா திரும்பி பாக்காம போயிடு.."

'அட நாதாரி நாயே, இந்த தைரியத்துல தான் இவ்ளோ லென்த் டயலாக் எல்லாம் பேசினியா?' என்று மற்றவர்கள் அவளை கேவலமாக பார்க்க, குமார் ஒரு நிமிடம் அதிர்ந்து போய் நின்றான். அவன் சங்கவியை பற்றி முழுமையாக விசாரித்து விட்டு தான் வந்திருந்தான். 'யார் இந்த

அண்ணன்? அதுவும் போலிஸ்..' என்று யோசித்துக் கொண்டிருந்தான்.

அந்த இடைவெளியில் அவன் பயந்து விட்டான் என்று நம்பிய கீர்த்தி, "ஏய் சங்கவி, இதுக்கே பயந்துட்டான் டி.. நீ சக்தி அண்ணனுக்கு போன் பண்ணி சீக்கிரம் இங்க வர சொல்லுடி. அப்ப தான் இவனுக்கு நம்மள பத்தி தெரியும்" என்றாள்.

சக்தி என்ற பெயரைக் கேட்டதும் 'நீ தானா அது' தனக்குள் சிரித்துக் கொண்ட குமார், கீர்த்தியிடம் திரும்பி "ஏய் அஞ்சர டப்பா, யார வேணா கூப்டு பாப்போம்" என்று தைரியமாக சொல்ல, கீர்த்தி மிரண்டு, நான்கடி பின்னே நகர்ந்தாள்.

பவித்ராவும் லலிதாவும், "எதுக்கு உனக்கு இந்த வேண்டாத வேலை, நீ எல்லாம் அதுக்கு சரிபட்டு வரமாட்டடி பட்டிக்குட்டி.." என்று கிண்டலடிக்க, சாரு குமாரை தீயாக முறைத்துப் பார்த்தாள். சங்கவியோ அமைதியாக அவனைப் பற்றி மனதில் எடை போட்டு கொண்டிருந்தாள்

சங்கவி "எதுக்கு என்ன ஃபாலோ பண்றிங்க? உங்க பார்வையும் சரி இல்லயே.. எல்லாத்துக்கும் மேல, என் பிரெண்ட மரியாதை இல்லாம பேச உங்களுக்கு என்ன உரிமை இருக்கு? யாரு நீங்க?"

அவள் பேசப்பேச, பேசுவதை கவனிக்காமல் அள்ளிப் பருகுவது போல அவள் முகத்தையே குமார் பார்க்க, ஒரு நொடி திணறியவள், மீண்டும் கடுப்பாகி, "ஹலோ, உங்க கிட்ட தான் கேக்கறேன். பதில் சொல்ல போறிங்களா இல்ல நிஜமாவே போலிஸ்ல சொல்லனுமா?" என்று கோபமாக பேசினாள்..

குமார் மறுபடியும் ஒரு நிமிடம் அவளை கூர்ந்து பார்த்து

விட்டு, "ஐ லவ் யூ சங்கவி, இத சொல்ல தான் உன்ன பாலோ பண்ணேன். அப்பறம் உன் பிரெண்ட்.. உன் பேரு கீர்த்தி தான? நீ டா போட்டு பேசுனதால தான் நானும் கொஞ்சம் ஓவரா பேசிட்டேன். இருந்தாலும் சாரிம்மா கீர்த்தி.. நீ தான சாரு, ரொம்ப மொறைக்காத, எனக்கு பயமம்ம்மா இருக்கு" என்று சொல்லி விட்டு, யாரும் பதில் பேசும் முன் "ஓகே, நாளைக்கு பாக்கலாம், பை.." என்று சொல்லி விட்டு பைக்கை எடுத்துக் கொண்டு கிளம்பி விட்டான்...

பாண்டவிகள் ஐவரும், பேசும் திறனை இழந்தது போல அசையாமல் அப்படியே நின்றனர்..

பாகம் - 23

சங்கவியிடம் காதலை சொல்லி விட்டு, அவள் ஏதாவது மறுப்பு சொல்லி விடுவாளோ என்ற பயத்தில், வேகமாக அங்கிருந்து வந்து விட்டான் குமார்.. இங்கே பாண்டவிகளும் அதிர்ந்து நிற்க, முதலில் தெளிந்தது லலிதா தான்..

"இப்ப எதுக்கு எல்லாரும் பேயறைஞ்ச மாதிரி நிக்கறிங்க..? அவன் திரும்ப வந்தா பேசிக்கலாம் வாங்க.." என்று சொல்ல, மற்றவர்கள் அவளை விசித்திரமாக பார்த்தனர்.

பவித்ரா "அவ்ளோ பெரிய அப்பாட்டக்கரா டி நீ..? இப்ப இங்க எதுவுமே நடக்காத மாதிரி பேசற"
கீர்த்தி "ஏய் அத விடுடி, என்பேரு எப்படிடி அவனுக்கு தெரியும்? ஆனா அவன் பேரு என்னன்னு நம்ம யாருக்குமே தெரியாதேடி"
சாரு "கொரங்கே, நீ இப்படி பேசுனதுக்கு தான் அவங்க உன்ன கலாய்ச்சிட்டு போறாங்க"

ஆளாளுக்கு அவரவர் மனதில் தோன்றியதை பேச, சங்கவி பேசா மடந்தையாக நின்றாள். அவள் மனம் பலவாறு சிந்தித்து கொண்டிருந்தது. 'யாரு இவன்? இதுக்கு முன்னாடி இவன பாத்த மாதிரி கூட நியாபகம் இல்லயே.. ஆனா, நான் ஏன் அவன் பேசும் போது, அமைதியா இருந்தேன்?" என்று அவள் மனதோடு கேள்வி கேட்டுக் கொண்டிருந்தாள்.

வெகுநேர உரையாடலுக்கு பின்னரே சங்கவியை கவனித்தார்கள் நம் தோழிகள். அவள் இன்னும் குழப்பமாகவே இருப்பதைக் கண்டு, அவளை திசை திருப்ப முயற்சி செய்தனர். ஆனால் எங்கு சென்றாலும், அவள் மனம் மீண்டும் குமாரிடமே வந்தது.. அப்போது

தான் பவித்ரா கேட்டாள்.

பவித்ரா "ஏய் சாரு, எனக்கு ரொம்ப நாளா ஒரு டவுட்டு டி?"
சாரு "என்ன..? கேளும் கேட்டுத் தொலையும்..."
பவித்ரா "நீ தான டென்த்ல நம்ம எல்லாரையும் நல்லா படிக்கனும்னு சொன்ன?"
சாரு "ஆமா, அதுக்கு என்னடி இப்ப?"
பவித்ரா "எதுக்கு சொன்ன?"

கீர்த்தி "நீ என்ன லூசாடி? தெரியாத மாதிரி இப்ப வந்து கேக்கற?"
பவித்ரா" பதில் சொல்லுங்கடி, நான் காரணத்தோட தான் கேக்கறேன்"
கீர்த்தி "என்னடி இவ? காரணம் தோரணம்னு ஔரிக்கிட்டு இருக்கா..?"
சாரு" இருடி, இவ ஏதோ சொல்ல வரா.. என்னடி வேணும் இப்ப.. லெவன்த்ல ஒரே க்ரூப் எடுத்து, ஸ்கூல் முடியற வரைக்கும் எல்லாரும் ஒன்னா இருக்கனும்னு சொன்னேன் "

சொல்லும் போது சாருவின் குரலில் தெரிந்த வலியை, யாரும் கவனிக்காமல் இருக்க, லலிதா கண்டு கொண்டாள். ஆனால் காட்டிக் கொள்ளாமல் வேறு எங்கோ பார்த்தபடி நின்றாள்.

பவித்ரா" கரெக்ட்டு.. அப்ப, இந்த சங்கவி ஏன் ட்வெல்த்ல நம்ம என்ன கோர்ஸ் படிக்க போறோம்னு கேட்டா?"
கீர்த்தி "அதே காரணம் தான்டி நாயே.. எல்லாரும் ஒன்னா இருக்கனும்னு.."
பவித்ரா "இதுவும் கரெக்ட்டு.. அப்ப நெக்ஸ்ட் என்ன..?"
கீர்த்தி "என்ன..?"
லலிதா "என்ன தாண்டி சொல்ல வர?"
பவித்ரா" ஸ்கூல், காலேஜ் முடிச்சதும் அடுத்து என்ன டி?"

அப்போது தான் இவர்கள் பேச்சில் கொஞ்சம் கவனம் செலுத்திய சங்கவி, அவளும் ஆர்வமாக, "என்னடி...?" என்று கேட்க, அவள் சொன்ன பதிலில், கடுப்பாகி, சைக்கிளை நிறுத்தி விட்டு, அவளை அடிக்க ஓடினாள் சங்கவி..

சாரு" காலேஜ் முடிச்சதும் ஒன்னு, மேல படிக்கனும், இல்லன்னா வேலைக்கு போகனும்"
கீர்த்தி "திரும்ப படிக்கறதுலாம் என்னால முடியாதுப்பா.. நான் வேலைக்கு தான் போலாம்னு இருக்கேன்"
பவித்ரா "ஏய், வயசு பொண்ணுங்க மாதிரி பேசுங்கடி.. ஓவர் கடமை உணர்ச்சில பொங்காதிங்க.."

லலிதா "சரி, நீங்க என்ன மேடம் பண்ண போறீங்க? எதுக்கு இப்ப, இவ்ளோ பில்டப் குடுக்கறீங்க?"
பவித்ரா" காலேஜ் முடிச்சா, அடுத்து கல்யாணம் தான்.. சோ, அதுலயும் எல்லாரும் ஒன்னா இருக்கறதுக்கு தான அடுத்து நாம பாடுபடனும். அத விட்டுபுட்டு ஏன்டி இங்கயும் படிபடின்னு உயிர வாங்குறீங்க? "

'என்ன பதில காணோம்' என்று பவித்ரா திரும்பி பார்க்க, நான்கு பேரும் கொலைவெறியோடு அவளை அடிக்க துரத்தினர். "ஏய், நாம எப்பவும் ஒன்னா இருக்கலாம்னு நல்ல எண்ணத்துல தானடி சொன்னேன்? ஏன்டி, இப்படி வெரட்டிட்டு வரிங்க?" என்று கத்திக் கொண்டே ஓடினாள்.

எப்படியோ சங்கவி மனதை கொஞ்சம் திசை திருப்பி, கல்லூரிக்கு அழைத்து சென்று விட்டனர் நம் பாண்டவிகள். இங்கே வீட்டுக்கு வந்த குமாரோ, பழைய படங்களில் வருவது போல மனசாட்சியின் முன் நின்றிருந்தான். அவன் அமைதியாக இருக்க, அவன் மனசாட்சி, அவனை பளாரென அறைந்தது. காரணம் புரிந்தவன் சிலை போல

நின்றான்.. பின் அவனை கேள்வி கேட்க தொடங்கியது அவன் மனசாட்சி..

"ஏன் அடிச்சேன்னு கேக்க மாட்டியா?"
"எனக்கு தெரியும்.."
"என்ன நெனப்போட டிரான்ஸ்பர் வாங்கிட்டு வந்தன்னு உனக்கு ஞாபகம் இருக்கா?"
"________"
" உன் கிட்ட தான்டா கேக்கறேன், பதில் சொல்லு"
"சங்கவிக்கு கல்யாணம் ஆகி, அவ சந்தோஷமா வாழறத பாக்கற வரைக்கும் அவளுக்கு காவலா, ஒரு பாடிகார்ட் மாதிரி இருக்கனும்னு தான் கெளம்பி வந்தேன்"

" இப்ப நீ என்ன காரியம் பண்ணிட்டு வந்துருக்க?"
"நான் அவ கிட்ட லவ்வ சொல்லனும்னு நெனைச்சு போகல. ஆனா அவள அவ்ளோ பக்கத்துல பாத்ததும் எனக்கு அந்த வார்த்த மட்டும் தான் மைன்ட்ல இருந்துச்சி.."
"கடைசில என்னையே ஏமாத்திட்டல்ல"
" நானா..?"
"நீயே தான்.."
" நான் என்ன பண்ணேன்..?"

" சங்கவிக்கு காவலா தான் போறேன்னு என்கிட்ட பொய் தான சொன்ன? "
" அப்படிலாம் இல்ல.. ஆனா நான் தான் சொல்றேன்ல..? அவள பாத்ததும், நான் என்ன அறியாம சொல்லிட்டேன்.."
"நீ பொய் சொல்ற? நிஜமாவே உன் மனசுல அப்படி எந்த எண்ணமும் இல்லன்னா, ஏன் சக்தி ரிஷி கிட்ட பொய் சொல்லிட்டு வந்த..? நீ இங்க வரதுக்கு முன்னாடியே சக்தி அவளுக்கு சேஃப்டி பண்ணிட்டு தான் போயிருக்கான். அவன் எதையும் மறச்சி செய்யனும்னு நெனைக்கலயே... நீ இதுக்காக தான் டிரான்ஸ்பர் வாங்கறன்னு சொல்லிருந்தா, அவங்களும் கூட உன்கூட வந்துருப்பாங்க தான? நீ ஏன் அத

பண்ணல"

"இப்ப என்ன தான் சொல்ல வர..?"
"நீ பண்றது தப்புன்னு சொல்றேன்.. இது மட்டும் சக்திக்கும் ரிஷிக்கும் தெரிஞ்சா என்ன ஆகும்னு யோசிச்சியா? "
" நான் அந்த நிமிஷம் எதையும் யோசிக்கல... ஆனா இப்ப சொல்றேன், அவ சந்தோஷமா வாழ்றத பாக்கணும்னு தான் ஆசப்பட்டேன். இனிமே அந்த சந்தோஷத்துக்கு காரணமா நான் இருப்பேன், நான் மட்டும் தான் இருப்பேன்.. ஆனா அதுக்காக எந்த வகையிலயும் அவ விருப்பமில்லாம அவள தொந்தரவு பண்ணவும் மாட்டேன்"
" இதெல்லாம் நடக்கற காரியம் கெடையாது. எந்த கடமைக்காக வந்தியோ அத மட்டும் பாரு. உன்னோட கடமைகள் என்னன்னு ஒரு தடவ நல்லா யோசி. அப்பறமா எந்த முடிவா இருந்தாலும் எடு. அதான் உனக்கும் நல்லது, அவளுக்கும் நல்லது.."

மனசாட்சி தனது கடமையை முடித்து விட்டு கிளம்பியதும், ஆயாசமாக அப்படியே முழங்காலிட்டு தரையில் அமர்ந்து விட்டான் குமரன். 'இப்ப நான் என்ன தான் பண்றது? என் மனசுல இப்ப கடமைய தாண்டி, அவ நெனப்பு மட்டும் தான் இருக்கு. அவள வேற ஒருத்தன் கூட இனிமே என்னால பாக்க முடியாது. எப்படியும் அவ ஒருத்தன கல்யாணம் பண்ணிக்க தான் போறா. அது நானா ஏன் இருக்க கூடாது? ஆனா அந்த கனவு...? கனவ பத்தி இப்ப யோசிக்க வேணாம்... பெர்மிஷன் போட்டுட்டு கோயிலுக்கு போயிட்டு, நிதானமா ஒரு தடவ யோசிப்போம். அப்பறம் பாத்துக்கலாம்' என்று முடிவெடுத்து கோவிலுக்கு கிளம்பினான்...

ஆனால் கோவிலுக்கு சென்று, பலவிதங்களில் யோசித்தும் வீட்டில் எதை சரியென்று நினைத்தானோ அதே தான் அவனுக்கு கோவிலிலும் தோன்றியது. பின்,'என்ன

ஆனாலும் சரி, நாளைக்கு சங்கவியிடம் ஒரு முறை தனியாக பேசிவிட்டு பிறகு முடிவெடுத்து கொள்ளலாம்' என்ற முடிவுக்கு வந்தவனாக, அன்றைய வேலையை கவனிக்க ஸ்டேஷனுக்கு சென்று விட்டான்..

மறுநாள் காலை

குமார் வந்து விடுவானோ என்ற பயத்தில் சங்கவியும், சங்கவியிடம் பேசும் போது, அவள் என்ன பதில் சொல்வாளோ என்ற பதட்டத்தில் குமாரும் கிளம்பிக் கொண்டிருந்தனர். நேற்று அவனை பார்த்த இடம் நெருங்க நெருங்க, சங்கவிக்கு இதயம் படபடவென்று அடித்துக் கொண்டது.

குமாரும் சரியாக அதே இதில் நிற்க, முதலில் பவித்ரா தான் அவனை பார்த்தாள். உடனே ஆர்வத்தில், "ஏய், நான் நேத்து சொன்னத மனசுல வெச்சி கொஞ்சம் பேசுடி. ஆள பாத்தா நல்லா தான் இருக்கு.. அப்படியே அவங்களுக்கும் எத்தன நல்ல ப்ரெண்ட்ஸ் இருக்காங்கனு கேட்டுக்க" என்று சொல்லி மறுபடியும் நான்கு பேரிடமும் வாங்கிக் கட்டிக் கொண்டாள்.

அதிலும் சங்கவி அவள் தலையில் கொட்டிக் கொண்டே இருக்க, "ஹேர் ஸ்டைல் கலஞ்சிரும், விடுடி பாவி.." என்று கத்தினாள். இவர்களின் சண்டைக்கு காரணமானவனோ, தயக்கத்துடன் அருகில் வந்து, "நான் உன்கூட கொஞ்சம் தனியா பேசனும் சங்கவி" என்று, அவளை கண்களால் கெஞ்சி கேட்டான்...

"உங்க கிட்ட பேச எனக்கு விருப்பம் இல்ல, அதையும் மீறி எதாவது சொல்லனும்னா, இங்கயே சொல்லுங்க. தனியா பேசற அளவுக்கு எந்த உரிமையும் உங்களுக்கு இல்ல" என்று சங்கவி சொல்லி விட்டு திரும்பிக் கொண்டாள்..

குமார் பேச வாயைத் திறப்பதற்குள், சாரு "நீ போயி பேசிட்டு வாடி, நாங்க மெதுவா பின்னாடியே வரோம்" என்று சொல்ல, சங்கவி, குமார் இருவருமே அவளை அதிர்ச்சியாக பார்த்தனர்..

குமார் 'நேத்து, அப்படி மொறச்சி பாத்த பொண்ணு தானா இது' என்று பார்க்க, சங்கவி 'என்னாச்சி இவளுக்கு? முன்ன பின்ன தெரியாதவங்க கிட்ட இவளே பேச மாட்டா.. இப்ப நம்மள பேச சொல்றா? அதுவும் தனியா..' என்று ஆச்சரியமாக அவளைப் பார்த்தாள்..

"நான் தான் சொல்றேன்ல, போய் பேசு. உனக்கு எதாவது சரி இல்லன்னு பட்டா திரும்பி மட்டும் பாரு. நாங்க வந்துருவோம்" என்று அவளை அவனோடு பேச வைப்பதிலேயே குறியாக இருந்தாள் சாரு..

லலிதா கூட சாருவை கேள்வியாக பார்க்க, "நீங்க முன்னாடி பேசிட்டு போங்க" என்று குமாரிடம் சொல்லி விட்டு, சங்கவியிடம் 'போ..' என்று கண்களால் சைகை செய்தாள். இதில் பவித்ரா வேறு, "ப்ரதர், உங்களுக்கு நெறைய ப்ரெண்ட்ஸ் இருக்காங்களா?" என்று கேட்டு லலிதாவிடம் மிதி வாங்கினாள்.. குமாரோ அவளை விசித்திரமாக பார்த்தான். சங்கவியும் அவள் பங்குக்கு பவித்ராவை கோபப் பார்வை பார்க்க, மீண்டும் சாரு அவளை கிளம்ப சொல்லி சைகை செய்தாள்..

இதற்கு மேல் பேசாமல் இருந்தால், தேவையில்லாமல் சீன் போட்ட மாதிரி இருக்கும் என்று சங்கவி அவனோடு முன்னால் நடந்தாள். கீர்த்தி "என்னடி சாரு நீ..." என்று ஆரம்பிக்கும் போதே, "தெரிஞ்சி தான் பேச சொன்னேன். நாம பக்கத்துல தான இருக்கோம். பாத்துக்கலாம் வாங்க" என்று சொல்லி, அமைதியாகி விட்டாள் சாரு.

பின் லலிதா பவித்ராவிடம், "அறிவு கெட்ட முண்டம், 'உங்க வீட்ல நெறைய வேலைக்காரங்க இருக்காங்களா'னு கேக்கற மாதிரி பேசற..? என்ன நெனைப்பாங்க நம்மள பத்தி..? கொஞ்சம் கூட புத்தியே இல்லடி உனக்கு" என்று கண்டபடி திட்டினாள்..

பவித்ரா "என்னடி இவ்ளோ கேவலமா சொல்ற..? நான் இப்படியா கேட்டேன்?" என்று பாவமாக கேட்க, மூன்று பேரும் ஒரே நேரத்தில் "இத விட கேவலமா கேட்ட" என்றார்கள்..

இங்கே...

"இப்ப என்ன பேசனும் உங்களுக்கு?"
"நான் பேசுனத பத்தி யோசிச்சியா சங்கவி? என்ன உனக்கு புடிச்சிருக்கா..?"
"இந்த கேள்வி முட்டாள்தனமா தோனலயா உங்களுக்கு?"
" ஏன் அப்படி கேக்கற? "
" நீங்க யாரு, என்னன்னு எனக்கு எதுவுமே தெரியாது.. அவ்ளோ ஏன்? உங்க பேரு கூட தெரியாது. நாலு நாளா ஃபாலோ பண்ணிங்க. ஏன் ஃபாலோ பண்றீங்கன்னு கேட்டதுக்கு லவ் பண்றேன்னு சொல்லிட்டு நீங்க பாட்டுக்கு போயிட்டிங்க. இப்ப பதில் சொல்லுன்னு சொல்றிங்க..? சாரு சொன்னான்னு மட்டும் தான் நான் இப்ப இங்க இருக்கேன். என்ன சொல்லனுமோ சொல்லிட்டு கௌம்புங்க"

"அப்ப என்ன உனக்கு புடிக்கலையா சங்கவி? "
" புடிச்சிருக்கு புடிக்கலன்னு சொல்றதுக்கு, யாருங்க நீங்க எனக்கு..?"
"சரி நான் என்ன பத்தி சொல்றேன். என் பேரு குமார், இன்ஜினியரிங் படிச்சிருக்கேன். அப்பா இல்ல. அம்மா மட்டும் தான். அக்காவுக்கு கல்யாணம் ஆயிடுச்சி. மாமா

நாலு வருஷத்துக்கு முன்னாடி தவறிட்டாரு. இப்ப அக்கா அவ பொண்ணோட எங்க கூட தான் இருக்கா. என்னால உன் வீட்ல வந்து கூட பொண்ணு கேக்க முடியும். ஆனா உன் விருப்பம் தெரியனும்னு தான் நான் இப்ப உன் கூட பேசிட்டு இருக்கேன்.."

(ஏனென்றே தெரியாமல், தான் போலிஸ் என்பதை சொல்ல மறந்து விட்டான். பின்னால் நடக்கப் போவது தெரிந்து இருந்தால் முதலில் அதை சொல்லியிருப்பானோ என்னவோ... விதி.... யாரை விட்டது)

"ஹ்ம்ம்ம், அப்பறம்..?"
"அப்பறமா...?"
" நான் என்ன ரேஷன் கார்டுக்கு பேரெழுதவா வந்துருக்கேன்..? இதெல்லாம் நான் கேட்டனா?"
" நீ தான என்ன பத்தி தெரியாதுன்னு சொன்ன.."
"தெரியாதுன்னு சொன்னேன் தான், ஆனா தெரிஞ்சிக்கனும் சொல்லலயே.."
"இப்ப முடிவா என்ன தான் சொல்ற?"
"நீங்க என் கிட்ட இப்ப பேசறது தேவையில்லாத வேலைன்னு சொல்றேன்.. வீணா என் டைம வேஸ்ட் பண்றீங்க"
"ஓ.. அப்ப சரி, என்னோட முடிவையும் கேட்டுக்க. எல்லாரும் சொல்ற மாதிரி எத்தன ஜென்மம் எடுத்தாலும் நீ தான்னு வசனம் எல்லாம் பேச மாட்டேன். ஆனா இந்த ஜென்மத்துல, எனக்கு உன்ன தவிர வேற யாரும் பொண்டாட்டியா வர முடியாது. நீ என்ன வேணாம்னு சொன்னாலும் நான் உனக்காக மட்டும் தான்.. இனிமே உன்ன நான் டிஸ்டர்ப் பண்ண மாட்டேன், ஆனா நிழல் மாதிரி உன்ன மட்டும் தான் சுத்தி சுத்தி வருவேன்.. எனக்கு டைம் ஆச்சி, நான் வரேன்"

குமார் கிளம்பியதும் பெருமூச்சு விட்டபடி அவள் நிற்க,

பாண்டவிகள் வேகமாக அவளை நெருங்கினார்கள். 'என்ன பேசிருப்பாங்க ரெண்டு பேரும்' என்ற யோசனையுடன் அவளைப் பார்க்க, அவர்கள் கேட்பதற்கு முன்பே சுருக்கமாக சொன்னாள் சங்கவி..

சாரு ஏதோ பேசத் தொடங்க, சங்கவி "யாரும் இத பத்தி இனிமே பேச வேண்டாம்" என்று சொல்லி விட்டாள். பவித்ரா அந்த நேரம் பார்த்து "ஏய், நீங்க யாரும் கமிட் ஆகற மாதிரி தெரில, அட்லீஸ்ட் சைட் அடிக்கவாச்சும் கம்பெனி குடுங்கடி" என்று கேட்க, மற்ற நால்வரும் அவளை 'அட வெக்கங்கெட்டவளே.. என்ன இப்படி எறங்கிட்ட?' என்று பார்த்தனர்..

கீர்த்தி" ஏன்டி, அப்ப நீ சீரியசா தான் பேசிட்டு இருக்கியா நேத்துல இருந்து?" என்று கேட்க "அப்ப நான் காமெடி பண்றேன்னு நெனச்சிங்களா..?" என்று கேட்டாள் பவித்ரா..

பவித்ராவிடம் "இவ்ளோ நாளா நாம ரெண்டு பேரும் இந்த க்ரூப்ல அதுக்கு தான இருக்கோம், அதான் இந்த டவுட்டு" என்று சொன்ன கீர்த்தி, மற்றவர்களிடம் திரும்பி "ஏய், இவள நம்ப முடியாதுடி, நமக்கு தெரியாம சைட் அடிக்கறான்னு நெனைக்கறேன். வாங்க, இன்னைல இருந்து இவள வாட்ச் பண்ணலாம்" என்று சொல்ல "எங்களுக்கு வேற வேல இருக்கு" என்று சொல்லி விட்டு முன்னால் போய் விட்டார்கள்..

" கடைசில நாம தான் அவுட்டா" என்று கீர்த்தி புலம்ப "எப்பயுமே நீ தான் அவுட்டு" என்று அவள் தலையில் கொட்டி விட்டு, ஓடி விட்டாள் பவித்ரா.

அடுத்த நாளில் இருந்து தினமும் காலையும் மாலையும் அவளை கல்லூரிக்கு அருகில் பார்ப்பது குமாருக்கு வாடிக்கை ஆகிவிட்டது. அத போல அவள் எங்கு

சென்றாலும் அவனுக்கு தெரியும் வகையில் ஏற்பாடு செய்து இருந்தான்.

சங்கவி அவனை பார்த்தாலும் பார்க்காதது போல நடந்து கொண்டாள். மற்ற நான்கு பேருக்கும் அவன் செயல்களால், அவன் மீது ஒரு மரியாதை தோன்றியது, ஆனால் சங்கவியிடம் அவனைப் பற்றி பேச தயங்கிக் கொண்டு அமைதியாக நடப்பதை வேடிக்கை பார்த்துக் கொண்டிருந்தனர்..

இப்படியே ஒரு வருடம் போனது. இடையில் சக்தி அவளை காண வரும் போதெல்லாம், முன்பே அவனுக்கு தகவல் வந்து விடுவதால் அந்த நாளில் மட்டும் சங்கவி கண்ணில் கூட மாட்டான் குமார். சக்தியும் அவளிடம் பேசக் கூட மாட்டான், தூரத்தில் இருந்து பார்த்து விட்டு கிளம்பி விடுவான்..

இப்படி இருந்த வேளையில் தான், பள்ளியில் இருந்து, பழைய மாணவ மாணவிகள் கலந்து கொள்ளும் விழாவுக்கு, நம் பாண்டவிகளுக்கு அழைப்பு வந்தது. அன்றைய நாளில் நடக்கப் போகும் விபரீதம் தெரியாமல் அகிலாவுக்கு போன் செய்து, அவளையும் வர சொல்லி கூப்பிட்டனர் நம் தோழிகள்..

பாகம் - 24

நம் பாண்டவிகளின் பள்ளியில் இருந்து, பழைய மாணவ மாணவிகள் கூடும் விழாவுக்கு அழைப்பு வந்ததும் ஐந்து பேருக்கும் விண்ணில் பறக்கும் அளவுக்கு துள்ளி குதித்தனர். என்ன இருந்தாலும் கல்லூரியை விட, படித்த பள்ளிக்கு செல்வது விவரிக்க முடியாத மகிழ்ச்சி தானே...

அந்த நிலையில் தான் இருந்தனர் நம் பாண்டவிகள். அகிலாவையும் காணும் ஆவலில், அவருக்கும் போன் செய்து 'கண்டிப்பாக வர வேண்டும்' என்று அன்புக் கட்டளையிட, அவரும் வருவதாக சம்மதித்து விட்டதால், இவர்கள் சந்தோஷம் இரட்டிப்பு ஆனது.

விழா நாள்...

பழைய மாணவர்களுக்காக மட்டும் ஏற்பாடு செய்யப் பட்டிருந்ததால், படித்து கொண்டிருந்த மாணவர்களுக்கு லீவ் விட்டு விட்டனர். அதனால் சங்கீதா, மணிகண்டன் இருவரும் வீட்டில் இருந்தார்கள்..

ஏற்கனவே பேசி வைத்தபடி, கல்லூரி ஆண்டு விழாவுக்காக ஒரே மாதிரி எடுத்த செட் சுடிதாரில் பாண்டவிகள் கிளம்பினார்கள். பள்ளிக்கு செல்லும் வழியில் எல்லாம் பழைய நினைவுகளை அசைபோட்டவாறு பேசிக் கொண்டே நடந்ததில் எல்லோருக்கும் இனம் புரியாத உணர்வு ஆட்கொண்டது.

குமரனுக்கு ஒரு முக்கியமான செமினார் இருப்பதால், வரவில்லை என்று சொல்லி விட்டான். குமரன்

இல்லாததால் சாருவும் இயல்பாக இருந்தாள். கீர்த்தியும் இன்னும் வரவில்லை..

ஐந்து பேரும் ஒன்றாக தான் பள்ளிக்குள் நுழைய வேண்டும் என்று கீர்த்திக்காக கேட்டிலேயே நான்கு பேரும் காத்திருந்தனர். ஒரு மணி நேரத்திற்கு பிறகு வந்த கீர்த்தியின் முகம் வாடியது போல இருக்க, என்னவென்று விசாரித்தனர்..

கீர்த்தி "வந்தனா வந்துருக்காடி"
பவித்ரா "அக்கா வந்ததுக்கா இப்படி மூஞ்சிய தூக்கி வெச்சிருக்க? உன் சோத்துக்கு பங்கு வந்துரும்னு ஃபீலிங்கா..?"
லலிதா "சும்மா இரு பவி. என்னடி ஆச்சு..? எதாவது பிரச்னையா?"
கீர்த்தி "ஹ்ம்ம், அவ யாரையோ லவ் பண்றாளாம். எனக்கு இப்பவே அவங்களோட கல்யாணம் பண்ணி வைங்கன்னு அப்பா அம்மா கூட ஒரே சண்ட.."
பவித்ரா" ஐ.. அப்ப நமக்கு சீக்கிரம் கல்யாண சோறு கெடைக்கப் போகுது"
சாரு" சோத்து மூட்ட.. மூடிக்கிட்டு இருன்னு ஒரு தடவ சொன்னா கேக்க மாட்டியா பவி..? கீர்த்தி, யாரடி லவ் பண்றாங்களாம் அக்கா..?"

கீர்த்தி "அதெல்லாம் எனக்குத் தெரிலடி, ஆனா சித்திக்கு தெரியும். இவளால அம்மாவுக்கும் சித்திக்கும் பயங்கர சண்ட.." என்றாள் கண்கள் கலங்க..

கீர்த்தியின் அம்மா சத்யவதிக்கு உடன் பிறந்த தங்கை தான் பிரபாவதி.. திருமணம் ஆகி பல வருடங்களாக குழந்தை இல்லாமல் இருந்ததால் மன உளைச்சலில் தற்கொலைக்கு இரண்டு முறை முயற்சி செய்தாள். அப்போது தான், கீர்த்தி பிறந்த இரண்டு வருடம் ஆகி இருந்தது.

தங்கையின் இந்த நிலையை காண முடியாமல், கீர்த்தியின் அப்பா கிருஷ்ண குமாரிடம் கெஞ்சி கூத்தாடி வந்தனாவை அவளிடம் ஒப்படைத்து விட்டாள் சத்யவதி. அன்றிலிருந்து வந்தனா, தன் சித்தி பிரபாவதியிடம் தான் வளர்ந்தாள். விடுமுறை சமயம் மட்டும் தான் தாய் வீட்டுக்கு வருவாள்..

லலிதா "அப்பா என்ன சொல்றாரு?"
கீர்த்தி "அம்மாவ தான் திட்டிக்கிட்டு இருக்காரு. அவள அங்க விட்டதுக்கு.. பாவம் அம்மா தான்..."
சங்கவி "சரி விடுடி, அதெல்லாம் பெரியவங்க பாத்துக்குவாங்க. நீ ஃபீல் பண்ணாத.."
சாரு "ஆமாடி, இந்த மாதிரி ஒரு நாள் திரும்ப எப்ப கெடைக்கும்னு நமக்கு தெரியாது. சோ, வீட்டுப் பிரச்சனைய கேட்டுலயே விட்டுட்டு உள்ள போலாம் வா.."
பவித்ரா "கரெக்ட்டு.. ஏதோ அதிசயமா நம்ம ஸ்கூல்ல நல்ல விஷயம் எல்லாம் பண்றாங்க.. இந்த நாள மிஸ் பண்ண வேணாமே.."
கீர்த்தி " ஹே, கேக்க மறந்துட்டேன். அகிலா மிஸ் வந்துட்டாங்களா..?"
சங்கவி" இன்னும் இல்ல, பட் கண்டிப்பா வந்துடுவாங்க. நீ வா, நாம உள்ள போலாம்.."

எல்லோரும் உள்ளே செல்ல, விழா ஏற்பாடுகள் வியக்கும் படி இருந்தது. ஆடிட்டோரியம் முழுவதும் ரம்மியமான இயற்கை காட்சி போல அலங்கரித்து இருந்தனர். பல நகைச்சுவையான விளையாட்டு போட்டிகள் எல்லாம் மதியம் வரை நடத்தப்பட்டது. அதில் கீர்த்தி கூட, தனது வீட்டுப் பிரச்சனையை மறந்து விட்டாள். பின்னர் அங்கேயே அனைவருக்கும் மதிய உணவும் பள்ளி நிர்வாகம் ஏற்பாடு செய்திருந்தது..

சாப்பிட்டு முடித்ததும் அனைவரும் மீண்டும்

ஆடிட்டோரியம் சென்றனர்... பின் யார் வேண்டுமானாலும், அவர்களுக்கு பிடித்த மற்றும் பிடிக்காத ஆசிரியரை பற்றி என்ன வேண்டுமானாலும் சொல்லலாம் என்ற அறிவிப்பு வர, சரியாக அப்போது தான் உள்ளே நுழைந்தாள் அகிலா...

பாண்டவிகள் அகிலாவை பார்த்ததும் தாம் தூம் என்று குதிக்க, சிறிது நேரத்திலேயே, செமினாரை முடித்துக் கொண்டு குமரனும் வந்து விட்டான். வந்தவன் நேராக ஸ்டேஜிற்கு சென்று, "ஹாய், எல்லாருக்கும் வெரி குட் ஆப்டர்நூன்.. ஸாரி பார் டிலே, ஒரு ப்ராஜெக்ட் செமினார். அத முடிச்சிட்டு வரதுக்கு லேட் ஆயிடுச்சி.. இப்ப என்ன டாபிக் போயிட்டு இருக்குன்னு மைக்ல கேட்டுக்கிட்டே தான் வந்தேன்.

எனக்கு ரொம்ப புடிச்ச டீச்சர்னா, அது அகிலா மிஸ் தான்.. அவங்க எனக்கு எந்த சப்ஜெக்ட்டும் எடுத்தது இல்ல. பட் எனக்கு ஒரு நல்ல வெல்விஷரா, அட்வைசரா அவங்க தான் இருந்தாங்க.. என்னோட லைப்ல நான் எப்பவும் அவங்கள மறக்க மாட்டேன்.. இப்ப கூட, அவங்க ஸ்டூடண்ட்ஸ் கேட்டதுக்காக லீவு போட்டுட்டு இங்க வந்துருக்காங்க.. அப்படிப்பட்ட எங்க பேவரிட் மிஸ்ஸுக்கு என்னால முடிஞ்ச சின்ன கிப்ட் குடுக்கணும்னு ஆசைப்படறேன்.. ப்ளீஸ் ஸ்டேஜிக்கு வாங்க மிஸ்.." என்று அகிலாவை பார்த்து கூப்பிட்டான்.

அகிலா ஒருபுறம் மகிழ்ச்சியாகவும், இன்னொரு புறம், ஸ்டேஜ் ஏற தயக்கமாகவும் இருக்க, நம் பஞ்ச பாண்டவிகள், அவளை இழுத்துக் கொண்டு போய் விட்டார்கள்.. அப்போதும் மேலே ஏறாமல் நிற்க, "அட சும்மா வாங்க மிஸ்.. உங்கள என்ன கிளாஸ் எடுக்கவா வர சொல்றேன், உங்க ஸ்டேஜ் ஃபியருக்குலாம் இங்க வேல இல்ல. வாங்க மிஸ்.." என்று குமரன் சொல்ல, அதிர்ந்து போய் திரும்பி பாண்டவிகளை பார்த்தாள் அகிலா..

'அட பக்கிங்களா.. சொல்ல மாட்டோம் சொல்ல மாட்டோம்னு சொல்லிட்டு ஊரக் கூட்டி மைக் வெச்சி சொல்லி என் மானத்த கப்பலேத்தி கடலுக்கு அடியில போட்டு அமுக்கிட்டிங்களே.. உங்கள...?' என்று ஐவரையும் பார்த்தாள் அகிலா..

அவர்களும் அகிலாவை பார்த்து நமட்டுச் சிரிப்பு சிரிக்க, அவர்களை முறைத்து விட்டு மேலே ஏறினாள் அகிலா. குமரன் அகிலாவுக்கு அவரின் புகைப்படம் நெய்யப்பட்ட புடவையையும், ஏற்காட்டில் எல்லோரும் சேர்ந்து எடுத்த ஃபிரேம் செய்யப்பட்ட போட்டோவையும் கொடுத்தான்..

பிரித்துப் பார்த்த அகிலாவுக்கு அவன் அன்பில் கண்கள் கலங்கி விட்டது. உணர்ச்சி பொங்க அவள் மனதில் தோன்றியதை எல்லாம் கண்ணில் நீர் வழிய மைக்கில் பேச, 'இதுக்கு மேல விட்டா, ஸ்கூல் முழுகிடும்' என்று பாண்டவிகள் மேலே ஏறி "பரவால்லயே மிஸ், டிரெயினிங் பலமா எடுத்துட்டு வந்துருப்பிங்க போல... பயமில்லாம இவ்ளோ நேரம் மைக்க புடிச்சி பேசிட்டிங்க" என்று கிண்டல் செய்தனர்.

அவர்களின் நோக்கத்தை புரிந்து கொண்ட அகிலாவும் கண்களைத் துடைத்துக் கொண்டு ஐவரையும் ஒன்றாக அணைக்க "நானும் நானும்..." என்று குமரனும் அவர்களோடு ஐக்கியமாக, கீழே இருந்து பார்த்த அனைவரும் எழுந்து நின்று கரவொலி எழுப்பினார்கள்...

பின் எல்லோரும் கீழே இறங்கி கடைசிக்கு சென்று வட்ட வடிவில் அமர்ந்து கதை பேசத் தொடங்கி விட்டார்கள்.. குமரனிடம் திரும்பிய அகிலா "என்ன குமரா, சேரி எல்லாம் பலமா இருக்கு.. யாரோட ஐடியா?" என்று கேட்க "என் கிளாஸ்மேட்டோட அப்பா ஜவுளி கடை வெச்சிருக்காரு

மிஸ். அவன் அவனோட ஆளுக்கு இதே மாதிரி பிரெசன்ட் பண்ணான், பாக்க செமயா இருந்துச்சி.. நாமளும் யாருக்காவது வாங்கி தரனும்னு நெனச்சேன். நமக்கு என்ன ஆளா இருக்கு...? அதான் உங்களுக்கு.. இந்த ஃபங்ஷனுக்கு இன்விடேஷன் வந்ததும் உங்க போட்டோ குடுத்து ஆர்டர் பண்ணி ரெடி பண்ண சொன்னேன்" என்று கேஷுவலாக சொன்னான்...

லலிதாவை தவிர எல்லோரும் ஒரே நேரத்தில் சாருவைப் பார்க்க, அவள் எதுவும் கேட்காதது போல இயல்பான முகத்துடன் ஸ்டேஜை பார்த்துக் கொண்டு இருந்தாள்.. பின் அகிலாவே "எப்படியோ, நான் இன்னிக்கு ரொம்ப சந்தோஷமா இருக்கேன். நீங்க எனக்கு ஸ்டூடண்ட்ஸ் மட்டும் இல்ல. அதுக்கும் மேல.." என்று சொல்ல, கீர்த்தி "அதுக்கும்ம்ம்ம்ம் மேலன்னா என்ன மிஸ்?" என்று கேட்டு வழக்கம் போல 'சினிமா பைத்தியம்' என்று எல்லோரிடமும் அடி வாங்கினாள்.

வெகு நேரம் பேசிய பிறகு அனைவரும் வீட்டிற்கு கிளம்ப, அகிலா சங்கவியை தனியாக கூட்டிக் கொண்டு போனாள்..

"ஏய் சங்கவி, லலிதா இன்னும் சாரு கூட பேசலயா?"
"எங்க மிஸ்.... எங்க கிட்ட பேசற மாதிரி ஜாடையா அப்பப்ப பேசுவா மிஸ்.. அவ்ளோ தான்"
"இன்னைக்காவது எல்லாரையும் ஒத்துமையா பாக்கணும்னு ஆசைப்பட்டு வந்தேன்... ☹ ☹"
"விடுங்க மிஸ் பாத்துக்கலாம், எனக்கு நம்பிக்கை இருக்கு. ரெண்டு பேரையும் பேச வெக்க வேண்டியது என்னோட பொறுப்பு..."
"அடுத்த தடவ உங்க எல்லாரையும் நான் ஒன்னா சந்தோஷமா தான் பாக்கனும்... சரியா...?"
"டபுள் ஓகே மிஸ் ... "

அவர்கள் இருவரையும் பேச வைக்கும் நாளில், தான் அவர்களை விட்டு வெகு தூரம் போகப் போவதை சங்கவியோ, அடுத்த முறை சங்கவியை மட்டும் தனியாக, அதுவும் எதிர்ப்பாராத கோலத்தில் பார்க்க போகிறோம் என்று அகிலாவோ அறிந்திருக்க வாய்ப்பில்லை..

அகிலாவை வழியனுப்பி விட்டு, ஆட்டம் போட்டுக் கொண்டே அனைவரும் அவரவர் வீட்டிற்கு சென்றனர். சங்கவியும் அதே மனநிலையில் வெகுநாட்கள் கழித்து சந்தோஷமாக வீட்டுக்கு வர, வீடு பூட்டி இருந்தது. அவள் வந்ததை கவனித்த பக்கத்து வீட்டு பெண் அவளிடம் வந்து சாவியை கொடுத்தாள்..

"அம்மா எங்கக்கா? சொல்லிட்டு போனாங்களா...?" என்று சங்கவி கேட்க "சங்கீதாவுக்கு என்ன ஆச்சின்னு தெரில சங்கவி.. பேச்சு மூச்சு இல்லாம இருந்தான்னு ஆம்புலன்ஸுல ஆஸ்பத்திரிக்கு தூக்கிட்டு போயிருக்காங்க. உங்கப்பா உன்ன வீட்லயே இருக்க சொன்னாரு. அங்க என்ன ஏதுன்னு பாத்துட்டு, உன்ன வந்து கூட்டிட்டு போறாராம்.." என்று சொல்லி விட்டு, அந்தப் பெண் சென்றாள்..

அதிர்ச்சியில் 'சங்கீதாவுக்கு என்ன ஆச்சி..?' என்று புலம்பியபடி கால்கள் வேரூன்ற அங்கேயே நின்று விட்டாள் சங்கவி..

பாகம் - 25

வீட்டிற்கு வந்த சாருவால் இயல்பாகவே இருக்க முடியவில்லை. குமரன் அகிலாவுக்கு புடவை பரிசளித்ததும், அவன் பேசிய பேச்சுமே மீண்டும் மீண்டும் அவள் மனதில் வலம் வர, சங்கவியிடம் பேசினால் மனம் கொஞ்சம் சாந்தமாகும் என்று அவளுக்கு போன் செய்தாள்..

ஆனால் இரண்டு முறை அவள் போனை எடுக்காமல் போக, முழுவதும் ரிங் சென்று கட்டானது. மூன்றாவது முறை தான் போனை எடுத்தாள் சங்கவி. சாரு பேச தொடங்குவதற்குள் "சாரு.. சங்கீதா சங்கீதா..." என்று அலறிக் கொண்டே மயங்கி விழுந்து விட்டாள்..

சாரு பதறி "ஏய் சங்கவி.. என்னாச்சிடி சங்கீதாவுக்கு?" என்று கத்த, பதில் தான் இல்லை. கொஞ்ச நேரத்தில் பக்கத்தில் இருந்தவர்கள், சங்கவிக்கு மயக்கம் தெளிய வைத்து அவளை வீட்டில் விட்டார்கள். உள்ளே வந்ததும் பிரம்மை பிடித்தது போல இருந்தவள் சிறிது நேரம் கழித்து சாருவுக்கு மீண்டும் போன் செய்தாள். ஆனால் அதற்குள், மணிகண்டனுன் சாருவே வந்து விட்டாள்.

"எங்கடி சங்கீதா? என்னாச்சு அவளுக்கு..? ஏய், உன்ன தாண்டி கேக்கறேன். ஏன் இப்படி இருக்க?" என்று சாரு கேட்க, அழுது கொண்டே "என்னாச்சினு தெரிலடி, நான் வரும் போது வீடு பூட்டிருந்துச்சி. பக்கத்து வீட்டு அக்கா தான் சாவி குடுத்தாங்க. பேச்சு மூச்சு இல்லாம இருந்தான்னு சொன்னாங்கடி. ஆம்புலன்ஸுல ஏத்திட்டு போனாங்களாம். பயமா இருக்குடி. எந்த ஹாஸ்பிடல்னு கூட தெரில.."

உடல் நடுங்க சங்கவி பேச, சாருவுக்கும் எதுவும்

புரியவில்லை. மணிகண்டன் மட்டும் குழப்பமான முகத்துடன் இருக்க, சாரு அவனை கண்களால் 'என்ன..?' என்று வினவினாள்.

மணி " மத்தியானம் நான் தான்கா கூட்டிட்டு வந்து விட்டுட்டு போனேன். அப்ப நல்லா தான் இருந்தா.."
சாரு "என்னடா சொல்ற நீ?"
சங்கவி "நீ கூட்டிட்டு வந்தியா..? அவ அங்க வந்தாளா மணி?"

மணி "ஆமாக்கா, மேத்ஸ்ல டவுட்டுன்னு, சொல்லி குடுக்க சொல்லி வந்தா. காலைலயே வந்துட்டா, மத்தியானம் சாப்பிட கூட இல்ல. அம்மா கேட்டதுக்கு வேணாம் பசிக்கலன்னு சொல்லிட்டா. அப்பறம் கொஞ்ச நேரத்துல வயிறு வலிக்குதுன்னு அம்மா கிட்ட சொன்னா. உடனே அம்மா ஏதோ குடிக்க குடுத்தாங்க, குடிச்சதும் அம்மா அவள அங்கயே படுத்து தூங்க சொன்னாங்க. அவ தான் 'நான் வீட்டுக்கு போறேன்'னு சொல்லி கெளம்பிட்டா. அப்பறம் அம்மா தான், அவள தனியா அனுப்ப வேணாம்னு என்ன கூட போக சொன்னாங்க. வரும் போது நல்லா தான் இருந்தாக்கா. நான் வரும்போதும் வீடு பூட்டி தான் இருந்துச்சி... பக்கத்து வீட்டுக்கு போயி தான் சாவி வாங்கிட்டு வந்தா"

சாரு "பாத்தியா.. பீரியட் டைம் வயிறு வலில மயக்கம் வந்துருக்கும். வேற ஒன்னும் இருக்காது. நீ பயப்படாத சங்கவி.."
சங்கவி" ஆனா இதுக்கு முன்னாடி இப்படி வந்தது இல்லயேடி..? அதுவும் இல்லாம மணி வேற வீடு பூட்டி இருந்துச்சின்னு சொல்றான்..?"
மணி" இல்லக்கா, உங்க அம்மா எங்கயோ வெளிய போனாங்கன்னு சொன்னாங்களாம்.."

சங்கவி" எனக்கு ஒன்னுமே புரியலடி"
சாரு" ஹே, அப்பா வர வரைக்கும் வெயிட் பண்ணுடி, பொலம்பாத. அவளுக்கு ஒன்னும் இருக்காது. அப்பாவுக்கு போன் பண்ணியா...?"
சங்கவி" இன்னும் இல்லடி.. பதட்டத்துல தோனல"
சாரு" இப்ப பண்ணு மொதல்ல"
சங்கவி" பயமா இருக்குடி.. அவளுக்கு எதுவும் இருக்காது தான..?"
சாரு" எதுவும் இருக்காது, நீ தைரியமா போன் பண்ணு"

சங்கவி அருள் ராஜனுக்கு போன் செய்து கொண்டே இருக்க, அவர் தான் போனை எடுக்கவே இல்லை. அதில் மேலும் சங்கவியின் பயம் அதிகரித்து விட்டது. சாருவுக்கும் பயம் தொற்றிக் கொள்ள, மணிகண்டன் மட்டும் தான் இருவருக்கும் தைரியம் சொல்லிக் கொண்டு இருந்தான்.

அழுது கொண்டே சங்கவி சாரு மடியில் படுத்து விட, அவள் தலையை கோதி விட்டவாறு மனதில் கடவுளிடம் 'அவளுக்கு எதுவும் ஆக கூடாது' என்று வேண்டிக் கொண்டு அமர்ந்து இருந்தாள் சாரு. அப்படியே இரவு நேரம் வந்துவிட சங்கவியை தனியாக விட்டுச் செல்ல மனமில்லாமல் பூங்கொடிக்கு போன் செய்து, தகவல் சொல்லி, அருள்ராஜன் வந்ததும் வீட்டுக்கு வருவதாக சொல்லி விட்டாள்.

வெகு நேரம் கழித்து, அருள்ராஜன் மட்டும் தனியாக வர, சங்கவி பதறி விட்டாள். எதுவும் கேட்க கூட தோன்றாமல் கண்ணீர் வழிய அவரை ஏக்கமாக பார்த்தாள். ஏற்கனவே நொந்து போய் வந்தவர் சங்கவியின் பார்வையில் மேலும் நொந்து விட்டார்.

ஒரு வார்த்தை கூட பேசாமல், சேரில் அமர்ந்தவர், சங்கவியை நோக்கி கை நீட்ட, ஓடி வந்து அவர் கைகளைப்

பிடித்துக் கொண்டு தரையில் அமர்ந்தாள். சாருவும் மணியும் அருள் என்ன சொல்லப் போகிறாரோ என்ற பதற்றத்துடன் அவர் முகத்தையே பார்த்துக் கொண்டு இருந்தார்கள்..

சில நொடி, சங்கவியையே பார்த்துக் கொண்டு இருந்தவர், அவளை தன் மடியில் சாய்த்துக் கொண்டு கண்ணீர் விட, அது சங்கவியின் கன்னத்தில் விழுந்தது. ஈரத்தை உணர்ந்து நிமிர்ந்து பார்த்தவள் பதறி, "அப்பா, சங்கீதா எங்க? என்னாச்சுப்பா அவளுக்கு? நான் அவள பாக்கனும், இப்பவே கூட்டிட்டு போங்க" என்று மீண்டும் அழ ஆரம்பித்தாள்...

சாரு தான், " நீ அழுகாம இருடி, ஒன்னும் இருக்காது" என்று சங்கவியிடம் சொல்லி விட்டு, அருளிடம் திரும்பி "என்னப்பா ஆச்சி சங்கீதாவுக்கு? ஏன் எதுவுமே பேச மாட்டேங்கறீங்க? சொல்லுங்கப்பா.." என்று கேட்டாள்..

" நான் என்னன்னு சாரு சொல்றது, துருதுருன்னு இருந்தவ, பிரம்மை புடிச்சவ மாதிரி இருக்கா. கண்ணு முழிச்சிட்டா, ஆனா யாரையும் கிட்ட விட மாட்டேங்குறா. எதுவும் பேசவும் மாட்டேங்குறா. அதுவும் என்ன பாத்தா பயந்து கத்தறா. உங்க அம்மாவ பாத்தா அத விட அதிகமா சத்தம் போடறா. டாக்டர கூட விடல, அதுவும் ஜென்ட்ஸ் டாக்டர் வந்தா மெரண்டு போயி பாக்கறாமா. என்னென்னமோ நெனைக்க தோனுது. அவளுக்கு என்ன ஆச்சின்னு சொல்லாம, அவளுக்கு எப்படி ட்ரீட்மெண்ட் பண்றதுன்னு டாக்டருங்க கேக்கறாங்க. எனக்கு ஒன்னுமே புரியலம்மா.. ஸ்கேன் பண்ணி பாக்கணும்னு சொன்னாங்க. இப்ப கூட தூங்கறதுக்கு ஊசி போட்டு தூங்க வெச்சிட்டு, சங்கவி தனியா பயந்துட்டு இருப்பான்னு தான் வந்தேன்..."

சாரு" என்னப்பா சொல்றிங்க, ஒன்னுமே புரியல. நீங்க

மொதல்ல வந்திங்களா அம்மா வந்தாங்களா?"
அருள்" அம்மா வீட்டுல தான்மா இருந்தா. நான் போஸ்ட் ஆபிஸ்ல தான் இருந்தேன். திடீர்னு மயங்கி விழுந்துட்டா எந்திரிக்க மாட்டேங்குறான்னு அம்மா தான் போன் பண்ணா. அப்பறம் தான் நான் என்னமோ ஏதோன்னு பயந்து ஓடி வந்தேன்.."
சங்கவி" அவ வீட்டுக்கு வரும் போது வீடு பூட்டிருந்துச்சின்னு மணி சொன்னானேப்பா..?"

மணி" ஆமாப்பா.." என்றவன் சங்கவியிடம் சொன்னதை அருளிடமும் சொன்னான். அதில் குழப்பமான அருள் சங்கவியிடம், "உங்கம்மா என்கிட்ட ஏதோ பொய் சொல்லிருக்கா. இப்பவே வாங்க, போயி விசாரிக்கலாம்" என்று சொல்ல, சாரு தான் "இந்த நேரத்துல வேணாம்பா, நாளைக்கு மணிய லீவு போட சொல்றேன். நாங்களும் வரோம், எதா இருந்தாலும் நாளைக்கு பேசிக்கலாம்.." என்று விட்டாள்.

பின் "இந்த நேரத்துல நீங்க வீட்டுக்கு போக வேணாம். பூங்கொடி கிட்ட நான் சொல்லிக்கறேன். இங்கயே தூங்குங்க" என்று அருள் சொல்ல, சரியென்று தலையாட்டி விட்டு, அடுப்படிக்கு சென்றாள். எளிதான சமையலாக நான்கு பேருக்கும் தோசை வார்த்து, சட்னி அரைத்தாள். வேண்டாம் என்று சொன்ன, சங்கவியையும் அருளையும் கெஞ்சி, மிரட்டி சாப்பிட வைத்து விட்டு, மணிகண்டனும் அவளும் சாப்பிட்டு முடித்தார்கள். பின் பாத்திரங்களை கழுவி சுத்தம் செய்து, கிச்சனையும் சுத்தம் செய்தாள்..

மணிகண்டனை அருளுக்கு ஆதரவாக இருக்க சொல்லி விட்டு, சாரு சங்கவியுடன் அவள் அறையில் படுத்துக் கொண்டாள். சாருவுக்கு புது இடத்தில் தூக்கம் வராமல் புரண்டு புரண்டு படுக்க, சங்கவி விம்மும் சத்தம் கேட்டு எழுந்து அமர்ந்தாள். எவ்வளவோ சமாதானம் செய்தும்

அவள் அழுது கொண்டே இருக்க, சங்கவியை தன் மடியில் படுக்க வைத்து, அவள் முதுகை நீவி விட்டவாறே "சங்கீதா சீக்கிரமா சரியாகி வந்துருவா. நீ தைரியமா இருடி" என்று நேர்மையாக பேசிக் கொண்டே இருக்க, கொஞ்சம் கொஞ்சமாக அழுகை குறைந்து, அப்படியே தூங்கி விட்டாள்.

சாருவுக்கு தான் அதன் பிறகு தூக்கம் பறிபோனது. எப்படியும் நாளை கல்லூரிக்கு போக முடியாது என்று நினைத்தவள், மற்ற மூன்று பேருக்கும் விஷயத்தை சொல்ல வேண்டுமே என்று போனை எடுத்து டைம் பார்த்தாள். பத்தரை மணி ஆகியிருக்க, யாருக்கு சொல்லலாம் என்று யோசித்தாள்.

கீர்த்தி, பவித்ரா இருவரும் இந்த நேரத்தில் சொன்னால் பயந்து விடுவார்கள், அதுவும் கீர்த்தி வீட்டில் ஏற்கனவே பிரச்சனை என்று நினைத்தவள், இந்த சாக்கிலாவது லலிதாவிடம் பேசலாம் என்று, கொஞ்சம் தயக்கத்துடன் அவளுக்கு போன் செய்தாள். சாருவின் நேரம், லலிதா இன்று நேரத்திலேயே தூங்கி விட்டாள். ஆனால் சாருவோ, அவள் தன்னை வெறுப்பதால் தான், போனை எடுக்கவில்லை என்று நினைத்து கலங்கினாள்...

அடுத்து என்ன செய்யலாம், என யோசித்தவள், சிறிது தயக்கத்துடன், குமரனிடம் சொல்லி லலிதாவுக்கு சொல்ல சொல்லலாம் என்று முடிவு செய்து விட்டாள். சாருவிடம் அவன் நம்பர் இல்லாததால் சங்கவியின் போனை எடுத்து குமரனுக்கு போன் செய்ய, இரண்டு ரிங்கிலேயே எடுத்த குமரன் "சொல்லு சங்கவி, இந்த நேரத்துல கால் பண்ணிருக்க..?" என்றான்..

ஏனோ, பேசவே வராமல் சாரு அமைதியாக இருக்க, "ஹலோ, சங்கவி.. கேக்குதா..?" என்றான் குமரன். "நான்.....

நான் சாரு.." என்று அவள் திக்கித் திணர, "ஓ.. சொல்லுங்க, சங்கவி எங்க, அவ போன்ல இருந்து நீங்க பேசறீங்க?" என்று யாரோ போல குமரன் பேச, அதிர்ந்து போய் விட்டாள் சாரு..

சில நொடிகள் அவளுக்கு பேச்சே வராமல் போக, மீண்டும் "ஹலோ.. ஹலோ.." என்றான் குமரன். அதில் சுதாரித்தவள், நடந்ததை அவனிடம் சொல்லி விட்டு, "லலிதா கிட்ட சொல்லி, எனக்கும் சங்கவிக்கும் நாளைக்கு லீவ் சொல்ல சொல்லிடுங்க. இந்த டைம்ல போன் பண்ணதுக்கு சாரி" என்றாள்.

அவள் பேசி முடிக்கும் வரை பொறுமையாக கேட்டவன், பின் "சங்கவி சாப்பிட்டாளா லதா.. சாரி, சாரு..?" என்று கேட்டான். அவன் வார்த்தை மாற்றியதில் கொஞ்சம் கலக்கமானவள், " அவ சாப்டுட்டா.." என்று சொல்லி சிறு இடைவெளிக்குப் பின் "சாரி, அன்னைக்கு நான் உங்கள அடிச்சிருக்க கூடாது" என்று மன்னிப்பு கேட்டாள்.

குமரன் "உங்க மேல தப்பில்ல, நான் தான் புரியாம இருந்துட்டேன். என்னப் பத்தியே எனக்கு தெரில இதுல உங்கள பத்தி எல்லாம் தெரிஞ்ச மாதிரி நான் பேசிருக்க கூடாது. பரவால்ல, பழச விடுங்க. சங்கவிய ஜாக்கிரதையா பாத்துக்குங்க.. சங்கீதாவுக்கும் மணிக்கும் நானே லீவ் சொல்லிடறேன். முடிஞ்சா நாளைக்கு வந்து பாக்கறேன், சங்கவிய எந்த ஹாஸ்பிடல்னு மட்டும் மெசேஜ் பண்ண சொல்லுங்க.." என்று சொன்னதும் அவள் தான் திகைத்து நின்றாள்.

பின் "நான் அவள பாத்துக்கறேன், நாளைக்கு மெசேஜ் பண்ண சொல்றேன், தேங்ஸ்" என்று சொல்லி விட்டு போனை கட் செய்தாள் சாரு. ஏனோ, அவனிடம் பேசிய பிறகு, மனம் மேலும் பாரமாகி விட்டது அவளுக்கு..

அடுத்த நாள் காலை, ஒவ்வொருவருக்கும் ஒவ்வொரு மனநிலையில் விடிந்தது. அருள் முதல் வேலையாக, குளித்து விட்டு தயாராகி சங்கவியையும் தயாராக சொன்னார்.

அவளும் குளித்து விட்டு வந்ததும், சாரு, மணிகண்டனுடன் சாரு வீட்டிற்கு சென்று, இருவரையும் அங்கே விட்டு விட்டு, அவர்களை ரெடி ஆகி ஹாஸ்பிடலுக்கு வர சொல்லி விட்டு, சங்கவியை அழைத்துக் கொண்டு கிளம்பினார். அங்கே மீனா, சங்கீதாவை பார்க்க பயந்து கொண்டு, வராண்டாவிலேயே தூங்கிக் கொண்டிருந்தார்.

மீனாவை பார்த்ததும் வந்த கோபத்தை அடக்கி கொண்டு, சங்கவியை விட்டு மீனாவை எழுப்ப சொன்னார். அவள் சென்று எழுப்பியதும், முதலில் பயந்து விழித்தவள், பின்பு அருள்ராஜனை பார்த்ததும் "ஏங்க, சங்கீதா நைட்டு பூராவும் தூங்காம ரொம்ப கத்தி ஆர்ப்பாட்டம் பண்ணிட்டா.." என்று தன் பாட்டில் பேச, மீனாவை பேசாமல் இருக்க சொல்லி சைகை செய்தார் அருள்.

மீனா பேச்சை நிறுத்தியதும், அவளை வர சொல்லி விட்டு, முன்னால் அருள் செல்ல, சங்கவியும் மீனாவும் அவருக்கு பின்னால் போனார்கள். சற்று ஆட்கள் குறைந்த இடத்திற்கு சென்று நின்றவர், மீனாவை அருகே வர சொல்லி, பளாரென்று அறைந்து "நேத்து எங்க போயி சுத்திட்டு வந்த..?" என்று கண்கள் சிவக்க கேட்க, மிரண்டு விழித்தாள் மீனாம்பிகை..

இத்தனை வருட வாழ்க்கையில் ஒரு முறை கூட அருள்ராஜன் மீனாவிடம் கை நீட்டியது இல்லை. எவ்வளவு கோபம் வந்தாலும் பேச்சோடு நிறுத்தி விடுவார்.

"உன்ன தான்டி கேக்கறேன். எங்க போயிருந்த நேத்து...?"
"அது வந்துங்க.."
"ஒழுங்கா உண்மைய சொல்லு, நேத்து என்கிட்ட என்ன சொன்ன? 'சாரு வீட்டுக்கு படிக்க போனா, போயிட்டு வந்த கொஞ்ச நேரத்துல மயக்கம் போட்டு விழுந்துட்டா'ன்னு தான சொன்ன... ஆனா அவ வீட்டுக்கு வரும் போது வீடு பூட்டி இருந்துருக்கு. எங்க போயி சுத்திட்டு வந்த?"

'நாம போனத, இந்த மனுசன் கிட்ட யாரு சொல்லிருப்பா? சங்கீதா தான் இன்னும் யாரு கிட்டயும் எதுவும் பேசவே இல்லையே' என்று மனதில் புலம்பியவள் "அது வந்து.. அம்மா கூட.. சும்மா கடைத்தெரு வரைக்கும் போயிட்டு...." என்று சொல்லி முடிப்பதற்குள் மீண்டும் அறை விழுந்தது மீனாவுக்கு..

" வாரத்துல ரெண்டு நாள், நானே வெளிய கூட்டிட்டு போறேன். அதே மாதிரி வீட்டுக்கு தேவையான எல்லா பொருளும் இல்லன்னு சொல்றதுக்கு முன்னாடி நானே வாங்கிட்டு வரேன். அப்பறம் என்ன ***** க்கு வெளிய போன....?" என்று தன்னை மீறி கெட்ட வார்த்தையில் பேசியவர், சங்கவியை பார்த்து, தன்னை கட்டுப்படுத்திக் கொண்டு, "சாரிம்மா.. நீ போயி சங்கீதாவ பார்த்துட்டு, அவ கூடவே இரும்மா" என்று அவளை அங்கிருந்து அனுப்பினார்.

அவள் சென்றதும்," ஒழுங்கா இப்பயாவது, என்ன நடந்துச்சின்னு உண்மைய மட்டும் சொல்லுடி" என்று தீப் பார்வையுடன் கேட்க, எச்சில் விழுங்கியபடி சொன்னார் மீனா..

" அம்மா தான் சும்மா எங்கயாவது வெளிய போயிட்டு வரலாம்னு சொன்னாங்க. சங்கீதாவும் சாரு வீட்டுக்கு படிக்க போறேன்னு கேட்டா. அதான் அவள அனுப்பிட்டு,

நான் அம்மா கூட போனேன். சாவிய பக்கத்து வீட்டுல குடுத்துட்டு தான் போனேன். நான் வரும் போது வீடு தொறந்து இருந்துச்சி. உள்ள போயி பாத்தா, சங்கீதா அவ ரூம்ல படுத்து இருந்தா. சரி தூங்றான்னு நானும் விட்டுட்டேன். ரொம்ப நேரம் ஆகியும் அவ எந்திரிக்காம இருக்கவும் தான் நான் போயி எழுப்புனேன். ஆனா அவ கண்ணையே தொறக்கல. அப்பறம் பயந்து தான் போய் உங்களுக்கு போன் பண்ணேன்.." என்று சொல்லி முடித்து விட்டு, மிரண்டு போய் அருளைப் பார்த்தாள் மீனா..

மீண்டும் மீண்டும் அடிக்க தோன்றிய கைகளை மடக்கி தன்னை அடக்கியபடி "பிள்ளைங்க லீவுல இருக்கும் போது வீட்ட விட்டு எங்கயும் போகாதன்னு உன் கிட்ட எத்தன தடவ சொல்லிருக்கேன். நாட்டுல என்னென்ன நடக்குது..? இப்ப அவளுக்கு என்ன ஆச்சின்னு கூட தெரியாம நிக்கற நெலமைய கொண்டு வந்துருக்கியே.. அசிங்கமா இல்ல உனக்கு..?"

"இல்லங்க, உங்க கிட்ட சொல்ல பயமா இருந்துச்சி. அதான், குணா கிட்ட சொல்லி விசாரிச்சு பாக்க சொன்னேன். அவன் இன்னும் கொஞ்ச நேரத்துல வரேன்னு சொன்னான்"
" உம்பொண்ணுக்கு என்ன ஆச்சின்னு தெரிஞ்சிக்க இன்னொருத்தன் கிட்ட விசாரிக்க சொல்லிருக்கியே, உனக்கு வெக்கமா இல்ல? சங்கீதாவுக்கு மட்டும் எதாவது ஆச்சி, உன்ன வெட்டியே போட்ருவேன்.."

வந்த கோபத்தில் கண்டபடி திட்டி விட்டு, சங்கீதா இருந்த அறைக்கு சென்று விட்டார் அருள்ராஜன். அவர் உள்ளே செல்லும் போது, சங்கீதா, சங்கவியின் கைகளைப் பிடித்துக் கொண்டு சாந்தமாக படுத்துக் கொண்டு இருந்தாள். அருள்ராஜன் ஆச்சரியப்பட்டு "சங்கீதா.." என்று அழைக்க, அவரைப் பார்த்து கத்த ஆரம்பித்து விட்டாள் சங்கீதா..

அவள் கத்தியதில் டாக்டர்கள் நர்சுகள் எல்லாம் கூடிவிட, அருள்ராஜனை வெளியே அனுப்பி வைத்தனர். கலங்கிய முகத்துடன் அவர் வெளியே செல்ல, சங்கவியையும் வெளியே போக சொன்னார்கள். ஆனால் அவள் கையை சங்கீதா விடவே இல்லை. வேறு வழியில்லாமல், டாக்டர் அவளை இருக்க சொல்லி விட்டு, சங்கீதாவுக்கு ஊசி போட்டார்.

சிறிது நேரத்தில், அவள் கத்துவது குறைந்து, அமைதியாகி விட்டாள். பின் சாரு, மணிகண்டனுடன் பூங்கொடியும் சங்கீதாவை பார்க்க வந்தார். முதலில் சாரு உள்ளே செல்ல, அவளை அருகிலேயே விடவில்லை சங்கீதா. ஆனால் அவளைப் பார்த்ததும், அறைக் கதவையே ஆர்வமாக பார்க்க, அடுத்து பூங்கொடி உள்ளே வந்தார்..

அவரையும் பக்கத்தில் வர விடவில்லை சங்கீதா. மீண்டும் அவள் கதவையே பார்க்க, சங்கவி தான் ஏதோ புரிந்தவளாய் சாருவிடம் மணிகண்டனை அழைத்து வரச் சொன்னாள். சிறிது நேரத்தில் தயங்கிக் கொண்டே மணிகண்டன் உள்ளே நுழைந்தான். வந்தவன் நிதானமாக சங்கவிக்கு மறுபுறம் சென்று நிற்க, அமைதியே உருவமாகி அவனைப் பார்த்தவள், பின் அவன் கைகளைப் பிடித்துக் கொண்டு அழ ஆரம்பித்தாள்..

யாருக்கும் ஒன்றும் புரியாமல் இருவரையும் பார்க்க, மணிகண்டனுக்கும் என்ன நடக்கிறது என்று புரியவில்லை. கண்ணாடிக் கதவு வழியாக இதைப் பார்த்த அருள், 'எப்படி மணியை பார்த்து கத்தாமல் இருக்கிறாள்?' என்று யோசித்துக் கொண்டு இருந்தார்.

மணிகண்டன், அவளுக்கு என்ன ஆனதோ என்று யோசித்துக் கொண்டே அவள் கையை தடவிக் கொடுத்து கொண்டிருக்க, அப்போது தான் மாதேஸ்வரியுடன் உள்ளே

நுழைந்தான் குணா. அவனைப் பார்த்ததும் வெறிப் பிடித்தது போல கத்திக் கொண்டே, மணியின் கைகளை இறுகப் பற்றிக் கொண்டாள்.

அருள்ராஜன், தன்னைப் பார்த்து கத்தியது போல தான் குணாவைப் பார்த்தும் கத்துகிறாள் என்று நினைத்துக் கொண்டார். ஆனால் சங்கீதாவின் செயலில் ஏதோ புரிந்து விட்டது போல மணி சாருவைப் பார்க்க, சாருவும் சரியாக மணியைப் பார்த்தாள்.

இவர்கள் பார்த்துக் கொண்ட, அதே நேரத்தில், மாதேஸ்வரி கேள்வியாக குணாவைப் பார்க்க, அவனோ தன் தாயைப் பார்த்து மர்மமாக சிரித்தான்..

பாகம் - 26

மருத்துவமனையில் இருந்து வீட்டுக்கு வந்ததும் மாதேஸ்வரி இருப்பு கொள்ளாமல் "என்னடா பண்ண, அந்த சின்ன சிறுக்கிய..? உன்ன பாத்தாலே விசுக்குனு திரும்பறா..? படபடன்னு பேசறவ, எதும் பேசாம, அப்பன பாத்தா கூட கத்திட்டு கெடக்கா..?" என்று குணாவிடம் கேட்க, அவன் அப்போதும் பதில் செல்லாமல் சிரித்தான்..

"உன்கிட்ட தான்டா கேக்கறேன். வெரசா சொல்லு, மண்ட கனக்குது.."
"நீ தானம்மா அவ இனிமே, நம்ம கிட்ட வாயாடாத மாதிரி ஏதாச்சும் செய்யனும்னு சொன்ன.. அத தான் பண்ணேன். இன்னும் ஏதாச்சும் பண்ணி இருப்பேன். அதுக்குள்ள வேற ஒரு முக்கியமான வேலை வந்துருச்சி. அதான் கெளம்பிட்டேன். ஆனா இதுவே போதும் அவளுக்கு.."
"எல்லாஞ்சரி, என்ன நடந்துச்சின்னு தான் சொல்லேன்டா"

நேற்று மதியம்

திடீரென மாதவிலக்கு வலியில் சங்கீதா துடிக்க, பூங்கொடியிடம் போய் சொன்னாள். அவரும் உடனே வெந்தயத்தை விழுங்க சொல்லி, பின் மோரை குடிக்க கொடுத்தார். சிறிது நேரத்தில் வலி குறைய, "இப்ப வலி பரவால்ல மா, நான் வீட்டுக்கு கெளம்பறேன்" என்றாள்.

" இப்ப தான வலி கொறஞ்சிருக்கு, அதுக்குள்ள ஏன் கெளம்பற? இங்கயே படுத்து தூங்கு, சாயங்காலம் போலாம்"
"இல்லம்மா, நான் போயி குளிக்கனும், நான் போயிடுவேன் மா. இப்ப நல்லா தான் இருக்கேன்"

"சரி, மணிய கூட வர சொல்றேன், அவனோட போ.."
" சரிங்கம்மா.."

மணிகண்டன் சங்கீதாவை வீட்டுக்கு கூட்டிக் கொண்டு வர, வீடு பூட்டி இருந்தது. சற்று யோசித்து விட்டு, "ஒரு நிமிஷம் இரு, பக்கத்து வீட்டுல, சாவி இருக்கான்னு கேட்டுட்டு வரேன்" என்று சொல்லி விட்டு சென்றாள். சாவியுடன் திரும்பியவள் "அம்மா எங்கயோ வெளிய போயிருக்காங்களாம். நீ உள்ள வா" என்க, மணி "இல்ல பரவால்ல, நீ போ. நான் கௌம்பறேன்" என்று சொல்லி திரும்பியவன், ஏதோ தோன்ற "கதவ சாத்தி தாள் போட்டுக்கோ, ஜாக்கிரதையா இரு" என்று சொல்லி விட்டு போனான்.

இவள் தான் "ஆமா, எங்க வீட்டுல எனக்கு என்ன ஆக போகுது, தாள் வேற போடனுமாம்" என்று புலம்பி விட்டு, பின் அவன் பேச்சை தட்ட தோன்றாமல் தாள் போட போனாள். ஆனால் உடனே "குளிச்சிட்டு வந்து தாள் போட்டுக்கலாம், இல்லன்னா அம்மா வந்துட்டா வெளிய நிப்பாங்க" என்று வெறுமனே சாத்தி விட்டு, குளிக்க போனாள்.

குளித்து முடித்து, சுடிதார் டாப்ஸ் மட்டும் அணிந்து கொண்டு, இடுப்புக்கு கீழே துண்டைக் கட்டிக் கொண்டு வர, அந்த நேரம் பார்த்து, "அக்கா..." என்று கத்திக் கொண்டே குணா உள்ளே வந்தான். சங்கீதா மட்டும் இருப்பதை கவனித்தவன், ஏற்கனவே மாதேஸ்வரி, சங்கவி சடங்கில் கூறியதை நினைத்துக் கொண்டு, விளையாட்டாக அவளை சீண்டி பார்க்க பேச, அது விபரீதத்தில் முடிந்து விட்டது.

"என்னடி, வீட்ல நீ மட்டும் தான் இருக்கியா..?"
"ஒழுங்கா பேசு மாமா, இந்த டி போட்டு பேசற வேலை

எல்லாம் எங்கிட்ட வேணாம்"
"பார்ரா, என் அக்கா மகளுக்கு எப்புடி கோவம் வருது.. ஏண்டி நீ என்ன விட ரொம்ப சின்னவ தான? அப்பறம் என்னடி, ரொம்ப தான் பண்ற?"
"அதுக்கு..? பேரு இருக்குதில்ல எனக்கு, அத சொல்லி கூப்டு..."
"இவ்ளோ வக்கனையா பேசறவ, என்ன வாங்க போங்கன்னு மரியாதையாவா பேசற..?
"உனக்கு இந்த மரியாதையே ரொம்ப அதிகம்"

"ஏய், சொல்லிக்கிட்டே இருக்கேன், அதே மாதிரி பேசற.. கொழுப்பாடி..."
"ஆமா, நீ சம்பாதிச்சிட்டு வந்து கொட்றதுல, உக்காந்து சாப்பிடற கொழுப்பு.. இப்ப நீ எதுக்கு வந்த, அத சொல்லிட்டு மொதல்ல கௌம்பு"
"திரும்ப திரும்ப திமிரா பேசற, இது நல்லதில்ல. என்ன பத்தி உனக்கு தெரியாது..."
"உன்ன பத்தி... எனக்கு தெரியாதா..? உன்ன பத்தி நல்லாவே தெரியும் எனக்கும் அக்காவுக்கும். நீ எப்ப வசமா மாட்டுவன்னு தான் வெயிட் பண்ணிட்டு இருக்கோம்.. மாட்டுற அன்னைக்கு இருக்கு ஒனக்கு"
" என்னடி சொல்ற நீ..? நான் ஏன் மாட்டனும்?"
" பின்ன, பொண்ணுங்கள நம்ப வெச்சி ஏமாத்திட்டு, திருட்டு பய மாதிரி சுத்துனா வேற என்ன பண்ணுவாங்க.."

சில நொடி திகைத்து நின்றவன், பின் "எவ்ளோ தைரியம் இருந்தா, என்னையே வேவு பாப்ப? இதுல அந்த ஊமக்கோட்டானும் உனக்கு கூட்டா?" என்று அவளிடம் கோபமாக பேசிக் கொண்டே அவளை அறைந்தான். மீண்டும் அடுத்த அடி அடிக்க கையை ஓங்கும் போதே அவனை கீழே வீழ்த்தி இருந்தாள் சங்கீதா.. (தற்காப்பு கலை, தெரிஞ்ச புள்ளன்னு அவனுக்கு தெரியாது பாவம்..)

'ஒரு சின்ன புள்ள, நம்மள கீழ தள்ளிட்டாளே' என்று மனதில் கறுவியவன், எழுந்து அவளை மேலும் அடிக்க போக, அவனது அத்தனை முயற்சிகளையும் எளிதாக தவிடுபொடி ஆக்கி விட்டாள் சங்கீதா. "இந்த அடிக்கற வேலை எல்லாம் என்கிட்ட வெச்சிக்காத. ஒழுங்கா ஓடிப் போயிடு. இப்ப கூட உன்ன பத்தி, அப்பா கிட்ட சொல்ல முடியும். அவரு நான் சொல்றத நம்பலனாலும் உன் மேல ஒரு சந்தேகம் கண்டிப்பா வந்துரும். ஆனா, எனக்கு அது தேவை இல்ல. வசமா, உன்ன மாட்டி விட்டு, உள்ள தள்ளனும். அதுக்கு தான் நான் பொறுமையா இருக்கேன். கௌம்பு மொதல்ல.." என்று சொல்லி விட்டு, தன் அறைக்குள் செல்லப் போகையில், அவள் இடுப்பில் கட்டியிருந்த துண்டை உருவி விட்டான் குணா.

உடலை மறைக்க அவள் உள்ளே ஓட, பின்னாலேயே சென்று அவள் டாப்பையும் உருவ, அருகில் தொங்கி கொண்டிருந்த திரைச்சீலையை இழுத்து, உடலை மறைத்துக் கொண்டு நின்றாள் அச்சிறு பெண். " நீ பண்றது ரொம்ப தப்பு மாமா, அப்பாக்கு தெரிஞ்சா, உன்ன சும்மா விட மாட்டாரு. ஒழுங்கா வெளிய போ" என்று அப்போதும் பயத்தை வெளிக்காட்டாது பேசினாள். மானம் என்று வந்ததும், தைரியம் ஓடி விட்டது அவளுக்கு..

"எந்த நெலமைல நீ இப்ப நின்னுட்டு இருக்க, அப்பயும் உனக்கு திமிரு அடங்குதா? உன்னலாம் இப்படியே விடக்கூடாது" என்று மேலும் அவன் அவளை நெருங்க, கையில் கிடைத்த பூச்சாடியை எடுத்து அவன் மீது வீசினாள் சங்கீதா. ஆனால் லாவகமாக ஒதுங்கி அதை தட்டிவிட்டு, மேலும் அதிகரித்த ஆத்திரத்துடன், அவளை ஓங்கி அறைய, சுவற்றில் மோதி, பொறி கலங்க கீழே விழுந்தாள்.

"எவ்ளோ கொழுப்புடி அக்கா தங்கச்சி ரெண்டு பேருக்கும்? ஒன்னும் தெரியாதவ மாதிரி இருக்கா உன் அக்காக்காரி...

அவளுக்கும் இருக்கு. நீ என்ன பத்தி என்ன சொன்னாலும், என் அக்காவும் மாமாவும் என்ன தான் நம்புவாங்க" என்று சொல்லிக் கொண்டே போக, அவள் அவன் பேசுவதை காதில் வாங்கியபடியே மயக்கமடைந்து விட்டாள்.

பின் அவளை தவறான எண்ணத்தோடு தொட நெருங்கிய வேளையில், தற்போது அவன் பழகிக் கொண்டிருக்கும் பெண்ணிடம் இருந்து அவனை வர சொல்லி போன் வந்து விட்டது. அதனால் மட்டுமே சங்கீதாவின் கற்பு காப்பாற்றப் பட்டது. பின் சங்கீதாவை அப்படியே அவளின் அறைக்கு தூக்கி சென்று, உடையை போட்டு விட்டுவிட்டு, உடைந்த பூச்சாடி துண்டுகளை அப்புறப் படுத்தி விட்டு, அவன் வந்ததற்கான தடயம் வேறு ஏதாவது இருக்கிறதா என்று ஒரு முறைக்கு இருமுறை சுற்றிப் பார்த்து விட்டு, அங்கிருந்து கிளம்பி விட்டான்.

ஒருவேளை, மயக்கம் தெளிந்து எழுந்ததும், சங்கீதா ஏதாவது சொன்னால் கூட, தான் இங்கு வரவே இல்லை என்று நிரூபிக்க தான் அவன் இவ்வளவும் செய்தான். எப்படியும் மீனா, தன் தம்பி சொல்வதை தான் நம்புவாள். அருள்ராஜனையும் நம்ப வைக்க தான், இத்தனை வேலை..

நடந்ததை சொல்லி விட்டு, ஏதோ பெரிதாக சாதித்த தோரணையில் அவன் அமர, மாதேஸ்வரி யோசனையாகவே இருந்தார். அதை கவனித்த குணா, "என்னம்மா, சந்தோஷப் படுவன்னு பாத்தா, ஏதோ பெருசா யோசிச்சிட்டு இருக்க..?" என்று கேட்டான்.

"எனக்கும் கொஞ்சம் சந்தோஷம் தான்...ஆனா"
"எது... கொஞ்சம் சந்தோஷமா..?"
"முழுசா சொல்ல விடுடா, கிறுக்கு பயலே.."
"சரி சொல்லு.."
"நீ பாட்டுக்கு இவ்வளவும் பண்ணிட்டு வந்துட்டியே, உன்

மாமன்காரனுக்கு தெரிஞ்சிச்சின்னா உன்ன வெட்டியே போட்ருவான்... ஏதோ அவ பேசாம இருக்கறதால தப்பிச்சிட்ட"
"என்னம்மா, அந்தாளுக்கு போயி இப்படி பயப்படற?"
" காரணம் இருக்குடா.. ஒன்னோட மாமன் சாதாரண ஆளு இல்ல, அவன் கல்யாணத்துக்கு முந்தி வரைக்கும் ஊருக்குள்ள எல்லா பஞ்சாயத்துக்கும் மொத ஆள நிப்பான்.. பல தடவ அடிதடி சண்ட கூட ஆயிருக்கு, பெரிய சண்டியரு. அதனாலயே அவனுக்கு யாரும் பொண்ணு தரல. நானும் செலவில்லாம எவனுக்காவது மீனாவ தாட்டி உட்றனும்னு இருக்கையில தான், அவனா வந்து 'எந்த சீரும் வேணாம், பொண்ண மட்டும் கட்டிக் குடுங்க. நான் நல்லா பார்த்துக்கறேன்'னு சொல்லி, கட்டிட்டு வந்தான். சும்மா சொல்ல குடாதுடா, உன் அக்கா, ராசிக்காரி. அவள கட்டிட்டு வந்த நேரம் தான், ஒன் மாமனுக்கு இந்த வேலை கெடச்சி, கொஞ்சங்கொஞ்சமா மேல வந்தான்.. அதனாலயே, அவ தப்பு பண்ணா கூட எதும் சொல்ல மாட்டான்.. அவளயே இன்னிக்கு அடிச்சிருக்கான், நீ பண்ணது தெரிஞ்சா அவ்ளோ தான்"

" விடும்மா, அவளே எந்திரிச்சி சொன்னாலும், யாரும் நம்ப மாட்டாங்க. அவள பைத்தியம்னு சொல்லி, நிஜமாவே லூசாக்கிடுவேன், நீ பயப்படாத"
" சரி, அதெல்லாம் கெடக்கட்டும், சின்னவ கிட்ட சொன்னா மாதிரி, பெரியவள எதும் பண்ணாத. ஓ மாமன் இப்ப, 'புள்ளைய சரியா பாத்துக்கலன்னு மீனா மேல கோவத்துல இருக்கான். இப்ப நீ என்ன பண்ணாலும் தப்பாயிடும். சின்னவ படறதே பெருசுக்கும் தண்டன தான், அதனால, இத இப்படியே விட்ரு.."
" சரி மா.."

சாரு வீட்டில்

" என்னடா சொல்ற? நிஜமாவா? "
" உறுதியா சொல்ல முடியாதுக்கா, ஆனா இது தான் நடந்துருக்கனும்.."
" எத வெச்சி சொல்ற..?"
"உனக்கு சங்கவி அக்காவ எப்ப இருந்து தெரியுமோ, அப்ப இருந்து எனக்கு சங்கீதாவ தெரியும். அவ என்கிட்ட எவ்ளோ இயல்பா, நல்லா பேசுனாலும் ஒரு தடவ கூட தொட்டு பேசுனது கெடையாது. ஆனா இன்னைக்கு எங்கைய புடிச்சவ, விடவே இல்ல. அதுமில்லாம, எனக்கு நேத்து எதோ மனசுல உறுத்தலா இருந்துச்சி. அதனால தான், நான் அவகிட்ட கதவ சாத்தி தாள் போட்டுக்கோன்னு சொல்லிட்டு வந்தேன். ஹாஸ்பிடல்ல அந்த குணா அண்ணா உள்ள வந்ததும் என் கைய இருக்கி புடிச்சிக்கிட்டா. ஜென்ட்ஸ் டாக்டருங்க, அப்பாவ எல்லாம் பாக்கும் போது கோவமா தான் கத்திட்டு இருந்தா, குணா அண்ணன பாத்ததும் தான் பயந்து கத்துனா.. அவங்க தான், வீட்ல அவ தனியா இருக்கும் போது வந்துருக்கனும்"
" எனக்கு பயமா இருக்கு டா, பேசாம அப்பா கிட்ட சொல்லிடலாமா?"
" இல்லக்கா, சரியா தெரியாம நாம எதாவது சொல்ல போய், அப்பா நம்மள தப்பா நெனச்சிட்டா அவ்ளோ தான். அப்புறம் இனிமே நாம என்ன சொன்னாலும் நம்ப மாட்டாரு. சங்கீதாவே சீக்கிரமா சரியாகி வந்து சொல்லனும்"
" அது வரைக்கும்..?"
"நாம பொறுமையா தான் இருந்தாகனும்"

மருத்துவமனையில்

'உன் அக்காக்காரிக்கும் இருக்கு, நீ என்ன பத்தி என்ன சொன்னாலும், என் அக்காவும் மாமாவும் என்ன தான்

நம்புவாங்க' என்று குணா சொன்னதும், 'கதவ சாத்தி தாள் போட்டுக்கோ, ஜாக்கிரதையா இரு' என்று மணிகண்டன் சொன்னதும் மட்டுமே சங்கீதாவின் மூளையில் பதிவாகி இருந்தது. அதனால் தான், சங்கவி மணிகண்டனிடம் மட்டும் சத்தம் போடாமல், ஒருவித அமைதியை கடைபிடித்தபடி இருந்தாள்.

நடந்ததை அறிந்து, யாரும் இல்லாத சமயம் சங்கீதாவை பார்க்க வந்தான் குமார். ஆனால் உள்ளே நுழைந்தவனைப் பார்த்ததும் சங்கீதா கத்த தொடங்க, வேறு வழியில்லாமல் வெளியேறி விட்டான். அவள் ஏன் இப்படி இருக்கிறாள் என்று கூட யாராலும் அறிந்து கொள்ள முடியவில்லை. பவித்ரா, கீர்த்தனா, லலிதா, குமரன் என எல்லோருமே வந்து பார்த்தார்கள். ஆனால் சங்கீதா தான் யாரையும் உள்ளே விடவில்லை.

இரண்டு நாட்களாக சங்கீதாவிடம் எந்த முன்னேற்றமும் இல்லாமல் இருக்க, மறுபடியும் ஒருமுறை ஸ்கேன் செய்ய வேண்டி இருந்தது. அப்போது அவளின் ரிப்போர்ட்டை பார்த்த மற்றொரு மருத்துவர், தலையில் ரத்தம் உறைந்து போய் இருப்பதாகவும், உடனடியாக ஆப்பரேஷன் செய்ய வேண்டும் எனவும் கூற கலங்கி நின்றார் அருள்ராஜன்..

பின் மனதை திடமாக்கி கொண்டு, சிகிச்சைக்கு சம்மதம் சொல்ல, ஒரு வாரம் கழித்து ஆப்பரேஷன் என்று முடிவானது. சிகிச்சைக்கு பின் நடக்க போகும் ஆபத்து தெரியாமல் அனைவரும் இருக்க, சங்கவி தன் தங்கை குணமாக வேண்டி கோவிலுக்கு சென்றாள்..

சங்கீதாவுக்கு ஆப்பரேஷன் செய்யும் நாள் வந்ததும், எல்லோரும் ஒரு வித பதட்டத்திலேயே இருந்தனர். சங்கவியும், அவள் சீக்கிரம் குணமாக வேண்டும் என வேண்டிக் கொண்டு, தனியாக கோவிலுக்கு சென்றாள்.

பாகம் - 27

வெகுநேரம் அவள் கோவிலில் அமர்ந்து இருக்க, குமார் ஏற்பாடு செய்த ஆள் மூலம், அவனுக்கு தகவல் போனது. அவள் மனதை புரிந்து கொண்டவனால் அவளை தனியே விட முடியவில்லை. உடனே வீட்டுக்கு சென்று குளித்து தயாராகி, யதார்த்தமாக கோவிலுக்கு வருவது போல வந்தான்..

வந்தவனின் கண்கள் அவளைத் தேடி அலைய, சில நொடி தேடலில் அவளை கண்டு கொண்டான். அங்கே சங்கவி அமர்ந்து இருந்த தோற்றம் மனதை பிசைந்தது அவனுக்கு.. பின் அவள் அடித்தாலும் சரி என்று அவள் அருகில் போய் அமர, அரவம் உணர்ந்து திரும்பி பார்த்தாள். குமாரைப் பார்த்ததும் மீண்டும் திரும்பி அதே நிலையில் அமர்ந்து கொண்டாள். சிறிது நேரம் தானும் அமைதியாக இருந்தவன், பின் "சங்கவி..." என்று அழைக்க, சோகம் அப்பிய முகத்துடன் திரும்பியவள், அப்படியே அவன் தோளில் சாய்ந்து கதறி அழ, குமார் தான் அதிர்ந்து விட்டான்.

சங்கவிக்கும் குமார் மீது ஒரு ஈர்ப்பு இருந்தது. அவளிடம் காதலை சொன்னதோடு அவளை, எந்த விதத்திலும் கஷ்டப்படுத்தாமல், தள்ளி இருந்து பாதுகாப்பதை அவள் அறிவாள். அதே நேரத்தில், அவளை மட்டும் அல்லாமல், அவள் தோழிகளிடமும் கண்ணியமாக நடந்து கொள்வதும் அவளுக்கு தெரியும். ஒரு முறை பவித்ராவின் வகுப்பில் படிக்கும் மாணவன், அவள் எப்போதும் முதல் மதிப்பெண் வாங்குவது பிடிக்காமல் அவள் பெயரைக் கெடுக்க முயற்சி செய்ய, அதை அறிந்து, அவனை ஆள் நடமாட்டம் இல்லாத இடத்தில் வைத்து துவைத்து விட்டான் குமார். அந்த வழியாக ஆட்டோவில் டெய்லர் கடைக்கு சென்ற

கொண்டிருந்த சங்கவி அதைப் பார்த்து விட்டாள்.

சங்கவிக்கு, அவன் தங்கள் கல்லூரியில் படிக்கும் மாணவன் என்பது மட்டும் தான் தெரியும், அவனை ஏன் குமார் அடிக்கிறான் என்று தெரியாது. மறுநாள் அவனே பவித்ராவிடம் வந்து மன்னிப்பு கேட்கவும் தான், அவன் ஏன் குமாரிடம் அடி வாங்கினான் என்று புரிந்தது. அதிலிருந்து தான் பாண்டவிகளுக்கு குமார் மேல் மரியாதை வந்தது.

சங்கவி அழட்டும் என்று கொஞ்ச நேரம் விட்டவன், பின் சுற்றி இருப்பவர்களின் பார்வை தங்களை மொய்ப்பதை உணர்ந்து, அவளிடம் "சங்கவி, அழாதம்மா.. இப்ப என்ன நடந்துடுச்சின்னு நீ அழுதுட்டு இருக்க?" என்று கேட்க, சங்கவி அவனை ஆழமாக பார்த்தாள்.

"ஏன் ஒனக்கு எதுவும் தெரியாதா...?"
"தெரிலன்னு தான் கேக்கறேன்"
"பொய் சொல்லாத, ஒனக்கு தெரியும்னு எனக்கு தெரியும். நீ வந்த தான ஹாஸ்பிடலுக்கு?"
"ஆமா வந்தேன். உன்னோட தங்கச்சி அட்மிட் ஆயிருக்கறது எனக்கு தெரியும். ஆனா, அவளுக்கு என்ன ஆச்சின்னு தெரியாது"
"அது தான் எங்களுக்கே தெரியாதே.."

"சரி, இப்ப ஏன் நீ தனியா வந்து, இவ்ளோ நேரமா இப்படி உக்காந்துட்டு இருக்க, அங்க உன்ன தேடுவாங்கல்ல"
" நான் சொல்லிட்டு தான் வந்தேன், கோயிலுக்கு போறேன்னு"
" சரி, அத ஏன் அழுதுகிட்டே சொல்ற? யாராவது பாத்தா நான் உன்கிட்ட வம்பு பண்றேன்னு நெனைப்பாங்க. அழுகறத நிறுத்து.. அப்புறம் நான் தான் தர்ம அடி வாங்கனும்" (உனக்கு உன்னோட பிரச்சனை)

" இன்னைக்கு சங்கீதாவுக்கு ஆப்பரேஷன், ரொம்ப பயமா இருக்கு. அவளுக்கு எதுவும் ஆகாது தான..?"

"எதுவும் ஆகாது மா, தைரியமா இரு" என்று அவன் சொல்லிக் கொண்டு இருந்த நேரத்தில், கோவிலுக்கு காக்கி உடையில் இருவர் உள்ளே நுழைய, அதை பார்த்தவளது முகம், கோபம், வெறுப்பு என மாறி மாறி உணர்வுகளை பிரதிபலித்தது.

குமார், 'என்ன ஆச்சி இவளுக்கு? எங்க பாக்கறா இவ?' என்று அவள் பார்வை சென்ற திசையை நோக்கி திரும்பியனுக்கு அங்கே வந்தவர்களைப் பார்த்து, ஒன்றுமே புரியவில்லை. 'யாராவது தெரிஞ்சவங்களா இருக்குமோ? ஏன் இப்படி மொறைக்கறா அவங்கள? நாம விசாரிச்ச வரைக்கும், இவளுக்கு போலீஸ் டிபார்ட்மென்ட்ல யாரையும் தெரியாதே?' என்று பலவாறு சிந்தித்து கொண்டிருந்தான்.

"சங்கவி... அவங்க யாரும்மா, உனக்கு தெரிஞ்சவங்களா?"
"இல்ல..."
"பின்ன ஏன், அவங்கள பாத்ததும் இவ்ளோ டென்சன் ஆகற..?"
"எனக்கு போலிஸ்காரங்கள புடிக்கல"
"என்னாது...? 😲 😲 "
"போலிஸ்காரங்கள புடிக்காதுன்னு சொன்னேன்.."
"ஏன் மா...?"

"அத உங்கிட்ட சொல்ல வேண்டிய அவசியம் இல்ல.." என்று சொல்லி விட்டு, எழுந்து செல்லப் போனவள், மீண்டும் அவனிடம் வந்து "சாரி, உன் மேல சாஞ்சி அழுதத வெச்சி, நீயா எதுவும் நெனச்சிக்காத. மனசு சரியில்ல, அதான் கொஞ்சம் எமோஷனல் ஆகிட்டேன். வரேன்..."

என்று விட்டு போனாள். பாவம், குமார் தான் பேயறைந்தது போல அங்கேயே அமர்ந்து இருந்தான்..

'ஏற்கனவே, இவ எதுவும் சொல்லாம இழுத்தடிக்கறா.. இதுல போலீஸ புடிக்காதுன்னு வேற சொல்றாளே இப்ப நான் வேற வேல தேடனுமா..? சக்தி கூட, அதனால தான் இவள, தூரத்துல இருந்து பாத்துட்டு போறானா..?' என்று மனதில் புலம்பியவன், அவளுக்கு ஏன் பிடிக்காது என்ற காரணத்தை ஆராயாமல் விட்டு விட்டான்.

இரண்டு நாட்களாக சங்கவி அலைந்து திரிந்த விவரமும் அவனுக்கு தெரியாமல் போய் விட்டது. பின் என்ன ஆனாலும், அவள் தன்னை விரும்பாவிட்டாலும், அவளுக்கு பிடிக்காத எதையும் இனி செய்யக் கூடாது என்று வேலையை நிஜமாகவே ராஜினாமா செய்ய முடிவெடுத்து, ஈசனை தரிசித்து விட்டு கிளம்பினான்.

மருத்துவமனைக்கு சங்கவி வந்த போது இன்னும் அறுவை சிகிச்சை முடிந்திருக்கவில்லை. மீனா, சங்கீதா குணமாக வேண்டும் என ஒருபுறமும் அவள் குணமாகாவிட்டால், கணவர் என்ன செய்வாரோ என்ற பயம் மறுபுறமுமாக அமர்ந்திருக்க, மணி ஒரு மூலையில், இஷ்ட தெய்வத்தை வேண்டியபடி நின்றிருந்தான்...

மணியிடம் சங்கீதா அமைதியாக இருப்பதால், அவனை விடுப்பு எடுக்க சொல்லி அழைத்து வந்திருந்தார் அருள்ராஜன். பாண்டவிகளுக்கு இன்று இன்டர்நல் தேர்வு இருப்பதால், மாலையில் வருவதாக சொல்லி விட்டார்கள். சங்கவிக்கு விடுப்பு கிடைக்கவே, அருள்ராஜன் கல்லூரிக்கு சென்று அனுமதி வாங்கிருந்தார்..

கையில் கோவில் பிரசாதத்துடன், தந்தையை நெருங்கிய சங்கவி, அவரிடம் நீட்ட, முதலில் சங்கவி நெற்றியில்

விபூதியை பூசி விட்டு பின் தன் நெற்றியில் எடுத்து வைத்துக் கொண்டார். மணிகண்டனுக்கும் விபூதி பூசி விட்ட சங்கவி, மறந்தும் தாயின் அருகே செல்லவில்லை. மீனாவும் அதை கவனித்தார். ஆனால் அதற்கான கோபத்தை காட்டும் தைரியம் இப்போது அவளிடம் இல்லை.

அரைமணி நேரம் கழித்து ஆப்பரேஷன் தியேட்டரில் இருந்து வெளியே வந்த மருத்துவர், அருள்ராஜனை மட்டும் தனியாக வர சொல்லி விட்டு போக, உள்ளம் நடுங்கியது அவருக்கு. சங்கவியை மனதில் நினைத்துக் கொண்டு, முகத்தை இயல்பாக வைத்துக் கொண்டு, மருத்துவரைக் காணச் செல்ல, 'நானும் வருவேன்..' என்று சங்கவி அடம் பிடித்தாள். மருத்துவர் சங்கீதாவை பற்றி ஏதாவது விபரீதமாக சொன்னால், அவள் தாங்க மாட்டாள் என்று அவளை வற்புறுத்தி, மணிகண்டனுடன் இருக்க சொல்லி விட்டு போனார்.

உள்ளே சென்றவர் வெகு நேரம் ஆகியும் வராமல் இருக்க, சங்கவியோடு, மணியும் பயந்து கொண்டிருந்தான். உள்ளே அருள்ராஜன் மருத்துவர் பேசப்பேச அதிர்ந்து போய் இருந்தார். ஏசியிலும் வியர்த்தது அவருக்கு. "இது தான் உங்க பொண்ணோட பிரச்சனை, எங்களால முடிஞ்சத நாங்க பண்ணிட்டோம். அவளோட பிசிக்கல் ஹெல்த் இப்ப நார்மலா இருக்கு. ஆனா அது இப்படியே கன்டின்யூ ஆகறது, அவளோட மென்டல் ஹெல்த்த பொறுத்து தான் இருக்கு. அவளுக்கு மனசுல என்ன ப்ராப்ளம்னு நீங்க தான் கண்டு புடிக்கனும்" என்று அவர் சொல்ல, மேல என்ன பேசுவது என்று கூட தெரியாமல் இருந்தார் அருள்.

" டாக்டர், இந்த படத்துல எல்லாம் காட்றாங்களே, அது மாதிரி அவள தூங்க வெச்சிட்டு பேசுனா, அவ சொல்லுவாளா?"

" ஏன் சார், உங்களுக்கு தோனுறது எங்களுக்கு தோனாம போகுமா? அதெல்லாம் முயற்சி பண்ணி பாத்துட்டோம் சார். ரெண்டே வரி தான் பேசறா,அப்பறம் அதையே திரும்ப திரும்ப சொல்லிட்டு மயங்கிடறா.."
"என்ன டாக்டர் சொன்னா..?"
" 'நான் எங்கக்காவுக்கு எதுவும் ஆக விடமாட்டேன். மணி சொன்னத நான் கேட்ருக்கனும்'னு இத மட்டும் தான் சொல்லிக்கிட்டே இருக்கா.."
"சரிங்க டாக்டர், நான் என்னால முடிஞ்ச அளவுக்கு விசாரிச்சி பாக்கறேன்.." என்று சொல்லி விட்டு, எழ, "அப்பறம் மிஸ்டர் அருள்..." என்று அவரை அழைத்தார் மருத்துவர்.

" சொல்லுங்க டாக்டர்"
" மணி யாரு? "
" என் பெரிய பொண்ணோட, பிரண்டுக்கு தம்பி. என் பையன் மாதிரி தான்... ஏன் டாக்டர்? "
" அந்த பையன வேணா, சங்கீதா கிட்ட பேச வெக்கலாமா..? அவன கூட்டிட்டு வர முடியுமா?"
"அவன் இப்ப கூட, இங்க தான் இருக்கான் டாக்டர். வர சொல்லவா?"
"ம்ம்ம்ம்... இப்ப வேணாம், நாளைக்கு நான் அவன பாக்கறேன். நீங்க அதுக்குள்ள, அவன் சங்கீதா கிட்ட என்ன சொன்னான்னு கேட்டு வைங்க.."
"சரிங்க டாக்டர்... மணி பேசுனா, அவள சரி பண்ண முடியுமா..?"
"என்னாலயும் உறுதியா சொல்ல முடியாது சார், எல்லா முயற்சியும் செஞ்சி பாக்கலாம்னு தான் சொல்றேன். ஆனா நம்பிக்கையோட இருங்க, குணப்படுத்திடலாம்.."
"ரொம்ப நன்றி டாக்டர்.."

வெளியே வந்தவரிடம், ஆவலுடன் மீனா நெருங்க, அவரை அலட்சியப் படுத்தி விட்டு ஒருவித ஆவலோடு

மணிகண்டனை நெருங்கினார் அருள். சங்கவி, மணிகண்டன் இருவரும் எதிர்ப்பார்ப்போடு அவர் முகத்தைக் காண, அவரோ ஒரு கையால் சங்கவியை அணைத்துக் கொண்டு மறு கையில் மணிகண்டன் கையைப் பிடித்து "எம்பொண்ண காப்பாத்திக் குடு மணி" எனவும் மணி குழம்பி விட்டான்.

"அப்பா.. என்னாச்சி பா? டாக்டர் என்ன சொன்னாங்க? அவளுக்கு இன்னும் சரியாகலையா?"
"அது இப்ப மணி கைல தான்மா இருக்கு.."
"என்னப்பா சொல்றிங்க..."
"ஆமாம்மா.."

மருத்துவர் சொன்னது இது தான். சங்கீதாவின் தலையில் அறுவை சிகிச்சை செய்ததில் அவள் தலையில் இருந்த பாதிப்பு முழுவதும் நீங்கி விட்டது. ஆனால் முன்பு இருந்ததை விட, எல்லோரிடமும் மூர்க்கமாக நடந்து கொள்வாள்... காரணம், அவள் மனம் ஏதோ ஒரு காரணத்தால் பெரிதும் பாதிக்கப் பட்டுள்ளது. அதைக் கண்டுபிடிக்க மருத்துவர்கள் செய்த அனைத்து முயற்சிகளின் பலனும் பூஜ்ஜியம் தான். அதற்கு பிறகு மருத்துவர் பேசியதை தான், நாம் கேட்டோம்.

அருள்ராஜன் முழுவதும் சொல்லி முடிக்க, மீனா "ஏன் இவன் தான் பேசனுமா? சங்கவி கிட்டயும் நல்லா தான இருக்கா? அவளே பேசலாமே.." என்று சொல்லி அருளிடம் மீண்டும் அறை வாங்கினாள். "எம்பொண்ண எப்படி பாத்துக்கணும்னு எனக்கு தெரியும். நீ ஒழுங்கா ஒரு ஓரமா போய் இரு. என் கண்ணு முன்னால வராத. நீ மட்டும் அன்னைக்கு ஊர சுத்த போகாம இருந்துருந்தா, இன்னைக்கு இந்த நெலமைல எம்பொண்ணு இருந்துருக்க மாட்டா.. மரியாதையா என் கண்ணுல படாம, எங்கயாவது போயிரு.." என்று அருள் கத்த, மீனா மணிகண்டனை

முறைத்தபடி அங்கிருந்து நகர்ந்தாள்...

" மணி, நீ என்ன சொன்ன சங்கீதா கிட்ட? அவ ஏன் 'மணி சொன்னத கேட்ருக்கணும்'னு சொல்றா?"
" தெரிலயேப்பா.. 'கதவ சாத்தி தாள் போட்டுக்கோ'ன்னு மட்டும் தான் சொன்னேன்"
" சங்கவி உனக்கு எதாவது தெரியுமாடா? உனக்கு என்ன ஆக போகுதுன்னு அவ இப்படி பேசறா?"
"எனக்கும் புரியலப்பா.."

சில நிமிடம் யோசித்தவர், அவசர அவசரமாக மருத்துவரை காண ஓடினார். "டாக்டர் என் பொண்ணு.... அவளுக்கு.. அவள.. எதுவும்..." என்று அருள் பிதற்ற, அந்த மருத்துவர் அருளை புரிந்து கொண்டார். அவரும் இது போல, பலரை பார்த்தவர் தானே..

" பதட்டப் படாதீங்க மிஸ்டர் அருள். நீங்க நெனைக்கற மாதிரி எதுவும் நடக்கல. உங்க பொண்ணு நல்லா தான் இருக்கா... திடீர்னு ஏன் உங்களுக்கு இந்த சந்தேகம்?" என்று கேட்க, பிறகு தான் நிம்மதி பெருமூச்சு விட்டவர் "இப்ப தான் டாக்டர் மணி கிட்ட பேசுனேன்" என்று மணி சொன்னதை சொல்ல, சிறிது நேரம், யோசனையாக இருந்த மருத்துவர் "ஒன்னும் பயப்படாதீங்க சார், நாளைக்கு மணி பேசுனா, என்ன நடந்ததுன்னு தெரிய வாய்ப்பு இருக்கு. அது வரைக்கும் கொஞ்சம், நிதானமா இருங்க. சங்கீதா உடலளவுல, நல்லா தான் இருக்கா.." என்று அருளுக்கு தைரியம் சொல்லி அனுப்பினார்..

விவரம் அறிந்த மாதேஸ்வரி தான், கலவரமாகவே இருந்தார். மணிகண்டன் சங்கீதாவிடம் பேசுவதை தடுக்க ஏதாவது வழி இருக்கிறதா என்று யோசித்துக் கொண்டே இருந்தார். ஆனால், தான் ஏதாவது செய்தால், அருளிடம் தானாக போய் மாட்டிக் கொள்வது போல ஆகிவிடும்

என்று நினைத்து அமைதி ஆகிவிட்டார். குணாவையும் மருத்துவமனைக்கு வரவேண்டாம் என்று சொல்லி விட்டார்..

அடுத்த நாளும் மணிகண்டனை விடுப்பு எடுக்க சொல்லி விட்டு, அருளே அவனை கூட்டி வர, சாரு வீட்டுக்கு சென்றார். "அடிக்கடி லீவ் போட சொல்றேன்னு தப்பா நெனைக்காதம்மா பூங்கொடி. எனக்கு இப்போதைக்கு மணிய விட்டா, வேற நம்பிக்கையே இல்லம்மா" என்று அருள் சொல்ல, "என்னண்ணா, பிரிச்சி பேசறிங்க...? நம்ம வீட்டு புள்ள, சரியாகி வந்தா போதாதா? படிப்பு எங்க போவுது? இன்னிக்கு இல்லன்னா நாளைக்கு படிச்சிக்கலாம். பிள்ள தான் முக்கியம். நீங்க கூட்டிட்டு போங்க" என்றார் பூங்கொடி.

மணிகண்டனை ஒரு அறைக்கு அழைத்துச் சென்ற மருத்துவர், சங்கீதாவிடம் எப்படி பேச வேண்டும் என்று அவனுக்கு அறிவுரைகள் சொல்ல, வெளியே பாண்டவிகளோடு அருள்ராஜனும் பதட்டமாக அமர்ந்து இருந்தார்.

சங்கீதா இருந்த அறைக்குள், சற்று பயத்துடன் மணிகண்டன் நுழைந்தான். ஒரு ஸ்க்ரீன் மூலம் தடுப்பு எழுப்பி, அந்தப் புறம், ஒரு மருத்துவரும் இரண்டு செவிலியர்களும் அவளைக் கண்காணித்துக் கொண்டிருந்தார்கள். மணிகண்டனை பேச சொல்லி, மருத்துவர் சைகை செய்ய, அவன் தைரியத்தை வரவழைத்துக் கொண்டு "சங்கீதா..." என்றான். ஆனால் அவளிடம் எந்த பதிலும் இல்லை. 'பேசிக் கொண்டே இரு' என்று மீண்டும் மருத்துவர் சைகை மூலம் சொல்ல, "சங்கீதா, நா மணி வந்துருக்கேன்.. என்ன நியாபகம் இருக்கா?" என்று கேட்க, அழுது கொண்டே "மணி, மணி.." என்று கத்த, அவன் தான் பாவம் உணர்வுகளை

கட்டுப்படுத்த சிரமப்பட்டான்.

"என்னாச்சி சங்கீதா? ஏன் அழுகற?"
"நீ சொன்னத நான் கேக்கல, என் மேல தான் தப்பு.."
"அழுகாம சொல்லு.. நான் சொன்ன எத நீ கேக்கல? அதனால என்ன நடந்துச்சி? "
"நீ கதவ சாத்திக்க சொன்னல்ல, நான் அத கேக்காம விட்டுட்டேன். ஆனா என்ன நடந்துச்சின்னு மட்டும் கேக்காத... அக்காவ பாத்துக்க, அவளுக்கு எதுவும் ஆக குடாது..."
"சரி சரி, அழுகாத.. அக்காவுக்கு எதுவும் ஆகாது, நம்மள தாண்டி நம்ம அக்காவுக்கு என்ன ஆயிட போகுது..?"
"அப்படி அசால்டா இருக்காத மணி, ப்ளீஸ்.."
"சரி, அப்பா கிட்ட சொல்லி அக்காவ பத்திரமா பாத்துக்க சொல்லலாம். நீ அழாம தைரியமா இரு.."
"அப்பாவா..? அவரு கிட்டலாம் சொல்லாத. அக்காவுக்கு பிரச்சனைன்னு சொன்னா நம்ப மாட்டாரு.. எதுவும் பண்ணவும் மாட்டாரு, நீ பாத்துக்க.."

" சரி சரி, நீ டென்சன் ஆகாத.. நானே அக்காவ பாத்துக்கறேன்.." என்று சொன்னதும், சங்கீதா ஆழ்ந்த உறக்கத்திற்கு சென்று விட்டாள். பின் மணிகண்டன் கலங்கிய முகத்துடன் வெளியே வந்தான். பின் அனைவருக்கும் சங்கீதா பேசிய வீடியோவை, மருத்துவர் போட்டு காட்ட, அப்போது தான் ஆசுவாசமானார் மாதேஸ்வரி. ஆனால் "எம்பொண்ணுக்கு எம்மேல நம்பிக்க இல்லாத மாதிரியா நான் இத்தன நாளு இருந்தேன்" என்று கதறி விட்டார் அருள்ராஜன்..

பாகம் - 28

சங்கீதாவிடம் மாற்றம் எதுவும் இல்லாததால், அவளை மருத்துவமனையிலேயே வைத்து பார்த்துக் கொள்வதும் டிஸ்சார்ஜ் செய்து வீட்டிற்கு அழைத்து சென்று பார்த்துக் கொள்வதும் உங்கள் விருப்பம் என்று மருத்துவர் சொல்லி விட, சங்கவி தான் 'வீட்டுக்கு கூட்டிட்டு போயிடலாம் பா' என்று அடம் பிடித்தாள். அருளுக்கும் அதுவே சரி என்று பட, அவளை வீட்டுக்கு அழைத்துச் சென்றனர்.

இரண்டு நாட்கள் எந்த பேச்சும் இல்லாமல் சங்கவி வீடு அமைதியாக இருந்தது. அருள்ராஜன் மீனாவிடம் பேசுவதே இல்லை. அவர் கையால் எது கொடுத்தாலும் அதை தொடுவதும் கூட கிடையாது. சங்கவியும் அருளும் மட்டும் தான் ஒன்றாக அமர்ந்து சாப்பிட்டார்கள். பின் சங்கவி, சங்கீதாவை சாப்பிட வைப்பாள். அவ்வப்போது மணியும் சாருவும் வருவார்கள். ஆனால் மணி மட்டும் தான் அறைக்குள் சென்று அவளை பார்ப்பான். பாண்டவிகளும் வந்து பார்த்து விட்டு போனார்கள். ஆனால் ஒருவர் கூட மீனாவிடம் பேசவில்லை. இதையெல்லாம் கவனித்த மீனா, தனிமையில் வாடினார்.

மூன்றாவது நாள், பூங்கொடி சங்கீதாவை பார்க்க வந்தார். வந்தவர், அவளை அறையில் பார்ப்பதற்கு தயங்கி, ஜன்னல் வழியாக பார்க்க, சங்கீதா அவரைப் பார்த்து விட்டாள். அவள் பார்வை தன்னிடம் பதிந்ததும் பூங்கொடி தான் பதறி விட்டார்.

ஆனால் சங்கீதா அவரை நோக்கி கையை நீட்டி "அம்மா.... அம்மா.." என்று விம்ம, கதவை திறந்து கொண்டு வேகமாக உள்ளே நுழைந்தார் பூங்கொடி. "என்னடாம்மா... ஒன்னும் இல்லம்மா, எதுக்கு அழற.." என்று அவள் கண்களை

துடைத்து விட, "அம்மா, நான் உங்க கூடவே இங்கயே இருக்கேன் மா.. வீட்டுக்கு போகல, இங்கயே தூங்கறேன்.." என்று தேம்பி தேம்பி அழ, அதற்கு மேல் பூங்கொடியால் தன்னை கட்டுப்படுத்த முடியவில்லை.

"நீ எங்கயும் போக வேணாம், என் கூடவே இருடா, சரியா..? நான் உன்ன எங்கயும் அனுப்ப மாட்டேன்.." என்று அவளை மார்போடு அணைத்துக் கொண்டு, கண்ணீர் விட்டார். அவரை கட்டிப்பிடித்துக் கொண்டு அழுதபடியே சிறிது நேரத்தில் சங்கீதா உறங்கி விட, அவளைப் படுக்க வைத்து, போர்த்தி விட்டு, வெளியே வந்தார் பூங்கொடி.. வந்தவர் சிறிது நேரம் யோசித்து விட்டு, பின் முடிவெடுத்தவராக, அருள்ராஜனுக்காக காத்திருந்தார்.

மாலையில் வேலை முடிந்து வீடு திரும்பிய அருள்ராஜனிடம் தன் விருப்பத்தை பூங்கொடி சொல்ல, அருளால் அதை ஏற்றுக் கொள்ளவே முடியவில்லை. "இல்லம்மா, இது சரியா வராது.." என்று அருள் சொல்ல, "புரிஞ்சிக்கோங்க அண்ணா, நமக்கு இப்ப சங்கீதா சரியாகறது தான் முக்கியம்.. அன்னைக்கு நிச்சயமா ஏதோ நடந்துருக்கு, அத அவளால நம்ம கிட்ட சொல்ல முடியல.. அதுக்குன்னு அப்படியே விட முடியுமா? மத்தியானம் நான் வந்தப்ப என்ன பண்ணா தெரியுமா..?" என்று நடந்ததை சொன்னார்..

"அதனால தான் சொல்றேன், அவள நான், இங்கயே இருன்னு சொன்னது அவ மனசுல பதிஞ்சிருக்கு. என்னப் பாத்ததும், எங்க வீட்டுல இருக்கறதா நெனச்சிருக்கா. அதுமில்லாம, சங்கவி எத்தன நாளைக்கு காலேஜிக்கு போகாம இவள பாத்துக்குவா..? சங்கவி, மணி கிட்ட மட்டும் அமைதியா இருந்தவ, இப்ப என்கிட்டயும் நல்லா தான பேசறா. நான் அவள எம்பொண்ணு மாதிரி பாத்துக்க மாட்டனா..?"

" உம்மேல நம்பிக்க இல்லாம இல்லம்மா, சங்கவியே, 'இன்னும் ஒரு செமஸ்டர் தான் இருக்கு, நான் வீட்டுல இருந்தே படிச்சிட்டு, எக்ஸாம் மட்டும் போயி எழுதிட்டு வந்துக்கறேன்'னு சொன்னா. அதான் யோசிக்கறேன்.."
" அவ சொல்லுவா, அவ சொல்றத பாத்தா, நாளைக்கு அவ படிப்பு என்னாகறது? அதே மாதிரி மணியும் இப்ப, பிளஸ்டூ படிக்கிறான்.. ரெண்டு பேரு படிப்பும் முக்கியம் தான். நான் சங்கீதாவ கூட்டிட்டு போறேன். அதுவே அவளுக்கு ஒரு மாற்றமா இருக்கும். சொல்ல முடியாது, அவளாவே அன்னைக்கு என்ன ஆச்சின்னு எங்கிட்ட சொல்றதுக்கு கூட வாய்ப்பிருக்கு அண்ணா.."

"சரி மா, சங்கவி கிட்டயும் நீயே பேசிடு. எம்பொண்ணுங்கள நான் சரியா கவனிக்காம விட்டுட்டனோன்னு மனசு அரிக்குது. இதுக்கு மேலயாவது அவங்க மனச புரிஞ்சி நடந்துக்க பாக்கறேன்மா.."
"என்ன பேசறிங்க நீங்க? அப்படிலாம் ஒன்னும் கெடையாது. ரெண்டு பேருக்கும் நல்ல அப்பாவா தான் இருக்கிங்க. நீங்களா மனச போட்டு கொழப்பிக்காதிங்க அண்ணா"

"தன்னயே மறந்த நெலமைல கூட, உன் மேல, மணி மேல இருக்க நம்பிக்க, என் மேல சங்கீதாவுக்கு வராம போயிடுச்சே.."
"அவளுக்கு என்ன நடந்ததுன்னு தெரியாம, நாமளா ஒரு முடிவுக்கு வர கூடாதுண்ணா.. நிச்சயமா, அவ நம்ம பழய சங்கீதாவா திரும்பி வருவா. எனக்கு அந்த நம்பிக்க இருக்கு. நீங்களும் நம்புங்க, என்ன நம்பி அவள எங்கூட அனுப்புங்க. நான் பாத்துக்கறேன்"

தள்ளி இருந்து இருவரும் பேசுவதை இருப்பதைக் கேட்டு கொண்டிருந்த மீனாவுக்கு, பூங்கொடியின் மேல்

பொறாமை வந்து விட்டது. சங்கீதா, அங்கு செல்வதை தடுக்க என்ன செய்யலாம் என்று யோசிக்க, சங்கவி வந்து, "நான் சங்கீதாவ எங்கயும் அனுப்ப மாட்டேன். அவள விட்டுட்டு என்னால இருக்க முடியாது.." என்று சொன்னதும், முதல் முறையாக, சங்கவி மீது பாசம் பொங்கி வழிந்தது மீனாவுக்கு..

"ஏன்டி, நான் பாத்துக்க மாட்டனா உன் தங்கச்சிய?"
"நான் அப்படி சொல்லல மா, என்னால இந்த நெலமைல அவள விட்டுட்டு தனியா இருக்க முடியாது"
" அவள விட்டுட்டு இருக்க முடியாதுன்னா நீயும் வா, சாருவோட இருந்துக்கோ. உன் தங்கச்சியையும் பாத்துக்கோ..."

பூங்கொடியின் பேச்சில், மீனாம்பிகை அதிர, சங்கவி ஏக்கமாக அருளைப் பார்த்தாள். அருள்ராஜன் மறுப்பாக தலையசைத்ததும் சங்கவியின் முகம் வாடி விட்டது. பூங்கொடி கூட அருளை கெஞ்சும் பார்வை பார்த்தார். ஆனால் அருள் எதுவும் பேசாமல், சங்கவியை தனியே வருமாறு சைகை செய்து விட்டு போக, சங்கவி அவர் பின்னால் போனாள்.

"சொல்லுங்கப்பா..."
"சங்கீதாவ அங்க அனுப்பவே எனக்கு மனசில்ல, நீயும் போறேன்னு சொன்னா எப்படி மா"
"பூங்கொடி அம்மா, எப்படியும் அவள கூட்டிட்டு போகனும்னு இருக்காங்க. அப்பறம் அவள அனுப்பிட்டு நான் எப்படிப்பா இருப்பேன்..?"
"புரிஞ்சிக்க சங்கவி, ரெண்டு பேரும் அங்க போனா, பூங்கொடிக்கு எவ்ளோ செலவு ஆகும்? சங்கீதாவுக்கு மருந்தெல்லாம் நான் வாங்கி குடுத்துட்டாலும், மத்த செலவு எவ்ளோ இருக்கு? அதுக்கெல்லாம் நான் பணம் குடுத்தாலும் அவ வாங்க மாட்டா. அது மட்டுமில்ல, நீங்க

ரெண்டு பேரும் போயிட்டா, நான் எப்படி மா நிம்மதியா இருக்க முடியும்? "
" ஆனா சங்கீதாவ விட்டு என்னால இருக்க முடியாதேப்பா..?"

" அப்பாவும் பொண்ணும் அப்படி என்ன தனியா ரகசியம் பேசிட்டு இருக்கிங்க? "
" அப்படிலாம் எதும் இல்ல பூங்கொடி"
" இல்லையே.. நீங்க பேசுனது கொஞ்சம் காத்துல வந்து காதுல கேட்டுச்சே.. சங்கவி, நீ சொல்லும்மா, என்ன சொன்னாரு அப்பா..?"
"அம்மா... அது வந்து.. "
" அம்மா தான், சொல்லு.."
"ரெண்டு பேரும் அங்க வந்துட்டா, அப்பா தனியா இருப்பாருல்ல, அத தான் சொல்லிட்டு இருந்தாரு"
" தனியாவா...? ஏன் அம்மா எதாவது ஊருக்கு போறாங்களா? "
" இல்லயே.. ஏன் மா கேக்கறீங்க?"
" அம்மா இங்க தான் இருக்காங்கன்னா, அப்பா எப்படி தனியா இருப்பாங்க?"
" அம்மா கூட நாங்க பேசறது இல்ல"
" அதென்ன நாங்க..? நீயும் ஏன் பேசறதில்ல? "
" அவங்க தான் சங்கீதா இப்படி இருக்க காரணம் "
" தப்பும்மா.. அவங்களும் காரணம், நான் இல்லன்னு சொல்லல. ஆனா அவங்க மட்டும் தான் காரணம்னு சொல்ல முடியாது. சொல்லவும் கூடாது.."

" அவ சரியா தான பூங்கொடி சொல்றா. வயசுப் பொண்ணு, படிக்க போனவ, எப்ப வேணாலும் வருவா, நாம வீட்டுல இருக்கனும்னு கொஞ்சமாச்சும் நெனப்பிருந்தா, இப்படி பண்ணுவாளா? இப்ப அவளுக்கு என்ன ஆச்சி, ஏன் இப்படி இருக்கான்னு கூட தெரியாம நிக்கற மாதிரி ஆயிடுச்சே.."
"சங்கவி தான் சின்னப் புள்ள, ஏதோ புரியாம பேசறா.

நீங்களும் ஏன் அண்ணா இப்படி பேசறிங்க? அப்படி பாத்தா, எம்மேல கூட தான் தப்பிருக்கு.."
"நீ என்னம்மா பண்ண? "
" அவளே போறேன்னு சொல்லிருந்தாலும் வீட்டுக்கு தூரமான புள்ளய, மத்தியான நேரத்துல, நான் அனுப்பிருக்க கூடாது. அப்படி அனுப்பாம இருந்துருந்தா, இதெல்லாம் நடந்துருக்காது. அதே மாதிரி, அவள விட்டுட்டு வந்ததும், 'அவ தனியா இருக்கா. வீட்டுல யாரும் இல்ல'ன்னு மணி என்கிட்ட சொல்லி இருக்கலாம். அவன் சொல்லி இருந்தாலும், ஒரு எட்டு கண்டிப்பா நான் கெளம்பி வந்துருப்பேன். இந்த மாதிரி எல்லாரு மேலயும் ஒவ்வொரு தப்பு இருக்கு. இதுல அவங்கள மட்டும் குத்தம் சொல்றது சரியில்ல அண்ணா"
" இப்ப என்ன தான்மா சொல்ல வர?"

" சங்கவி, நீ கொஞ்சம் வெளிய இருடா" என்று அவளை அனுப்பி விட்டு, பூங்கொடி அருளிடம் பேச, அவர் வார்த்தைகள் இல்லாதது போல அமைதியாக நின்றார். வீட்டுக்கு பின்புறம் வந்த சங்கவி, ஊஞ்சலை ஏக்கத்துடன் தொட்டுப் பார்த்து கொண்டிருந்தாள்.

அருள்ராஜனிடம் பேசிவிட்டு வந்த பூங்கொடி, சங்கவியை அழைத்து, "சங்கீதாவ நான் நாளைக்கு கூட்டிட்டு போறேன். நீ அப்பப்ப வந்து பாத்துட்டு போ. உன்னையும் கூட்டிட்டு போகனும்னு தான் நெனச்சேன். ஆனா அண்ணன் வருத்தப்படறாரு. அதான்.. அப்புறம், அம்மா கிட்ட பேசு, சரியா? அவங்களும் தெரிஞ்சி எதுவும் பண்ணல.. பாவம் தான அவங்க, எல்லாரும் ஒதுக்குனா எங்க போவாங்க?" என்று பேச, சங்கவி "சரி மா, உங்களுக்காக பேசறேன்" என்று சொன்னாள். அவர்கள் பேசுவதை மறைந்து நின்று கேட்ட மீனாம்பிகைக்கு அப்போது தான் பூங்கொடியின் மீது மதிப்பு உண்டானது

மறுநாள் காலையிலேயே பூங்கொடி வந்து, சங்கீதாவை அழைத்துச் சென்று விட்டார். சங்கீதா தூங்கும் நேரத்தில் வந்து அருள்ராஜன் பார்த்து விட்டு போக, அவர் சென்ற பின் மீனா தனியாக வந்து பார்த்து விட்டு போவாள். சங்கீதாவை நேரில் பார்க்கும் தைரியம் இன்னும் மற்ற யாருக்கும் வரவில்லை. நம் பாண்டவிகள் கூட அடிக்கடி வந்து பார்த்தார்கள். லலிதாவும் வந்தாள், ஆனால் சாருவிடம் பேசவில்லை. இவர்கள் சண்டை பூங்கொடிக்கு தெரியாத வண்ணம், அவர் முன்பு மட்டும் ஜாடையாக பேசுவாள்..

அப்படி ஒரு முறை பாண்டவிகள் வரும் போது கீர்த்தியின் முகம் வாடி இருக்க, சங்கீதாவை பார்த்து கொண்டிருந்ததால் மற்றவர்கள் யாரும் அவளை கவனிக்கவில்லை. ஆனால் சங்கவி அவளை புரிந்து விசாரிக்க, "அக்கா ஓடிப் போயிட்டா" என்று சொல்லி அழுதாள். லலிதா "என்னடி சொல்ற?" என்று கேட்க, "அவ லவ் பண்ண பையன் வீட்டுல, உடனே அவங்களுக்கு கல்யாணம் பண்ணனும்னு சொல்லிட்டாங்க போல.. வீட்டுல பேசிப் பாத்தா, ஆனா அப்பா ஒத்துக்கல, அதான் ஓடிட்டா.." என்றாள். "சரி விடுடி, ரொம்ப பீல் பண்ணாத.. அக்காவ கண்டிப்பா வீட்ல ஏத்துக்குவாங்க" என்று கீர்த்தியை சமாதானம் செய்தாள் சாரு..

நாட்கள் அப்படியே வேகமாக நகர, நம் பாண்டவிகள் ஐவரும் கடைசி செமஸ்டர் தேர்வு எழுதி முடித்து விட்டார்கள். சங்கீதாவும் கொஞ்சம் தேறி, இப்போது சாருவிடம் ஓரளவு நன்றாக பேசினாள். ஆனால் அருள்ராஜனை அவள் பார்க்க கூட விரும்புவதில்லை. பூங்கொடி எவ்வளவோ முயன்றும் சங்கீதாவுக்கு அந்த நாளில் என்ன நடந்தது என்று கண்டு பிடிக்க முடியவில்லை.

குமார் கூட தன்னால் முடிந்த அளவுக்கு, அவளிடம் பேச

முயன்று விட்டான். அவனாலும் எதுவும் தெரிந்து கொள்ள முடியவில்லை. ஒரு நாள், பாண்டவிகள் ஐவரும், கீர்த்தி வீட்டுக்கு அருகில் உள்ள கோவிலுக்கு சென்றனர். அந்த நேரத்தில், வீட்டுக்கு வந்த கார்த்திகேயன் பவித்ராவை காணாமல் அவளுக்கு போன் செய்து, எங்கிருக்கிறாய் என கேட்க, அவளும் இடத்தை சொல்லி விட்டாள்.

பவித்ராவுக்கு, தன் அண்ணன் கீர்த்தியை விரும்புகிறானோ என்ற சந்தேகம் கொஞ்ச நாளாக இருந்தது. அதனால் தான் அவனை வரவைக்க அப்படி சொன்னாள்.ஆனால் லலிதா, சாருவை போல தங்கள் நிலைமை ஆகிவிட கூடாது என்பதிலும் கவனமாக இருந்தாள்.

பவித்ரா பேசியதை கேட்ட கீர்த்தி, ஒருவித அலைப்புறுதலோடு கோவிலின் வாசலைப் பார்த்துக் கொண்டு நின்றாள். ஆனால் சங்கவி வேறு ஒரு காரணத்திற்காக தான் சங்கீதாவை, பூங்கொடியிடம் ஒப்படைத்து விட்டு, சாருவையும் அழைத்து வந்திருந்தாள்.

"லல்லி, உன்கிட்ட கொஞ்சம் பேசனும்"
"சொல்லு சங்கவி"
"நீ இப்படியே இருக்கலாம்னு முடிவு பண்ணிட்டியா?"
"எத கேக்கற நீ? எனக்கு புரில.."
"சாரு பண்ணது தப்பு தான், அவ வேணும்னு அப்படி பண்ணல. தெரியாம, ஒரு வேகத்துல அப்படி அடிச்சிட்டா. ஆனா அதுக்காக உன்கிட்ட எத்தன தடவ மன்னிப்பு கேட்டுட்டா? இன்னும் எத்தன தடவ கேக்க சொன்னாலும் அவ கேப்பா. ஆனா நீ அவளோட பேசு ப்ளீஸ்.."

லலிதா " இப்ப எதுக்கு நீ இதப்பத்தி பேசற?"
சங்கவி " இப்ப பேசாம, வேற எப்ப பேசனும்?"
சாரு "ப்ளீஸ் லல்லி, நான் பண்ணதுக்கு நீ என்ன அடிக்கனும்னு நெனச்சா கூட அடிச்சிக்க. ஆனா பேசாம

மட்டும் இருக்காத. ஏற்கனவே நாம பேசி அஞ்சு வருஷம் ஆகுது. இந்த தண்டனையே போதும் எனக்கு. இதுக்கு மேல என்னால உங்கூட பேசாம இருக்க முடியாது. நான் அவங்கள அடிச்சிருக்க கூடாது தான். உங்கிட்ட கேட்ட மாதிரி அவங்க கிட்டயும் கூட மன்னிப்பு கேட்டுட்டேன்"
பவித்ரா" ஏன்டி, அவ தான் இத்தன தடவ கெஞ்சறாளே.. பேசுனா என்னடி உனக்கு?"
சங்கவி" யாருக்காக இல்லன்னாலும் அகிலா மிஸ்காக பேசுடி. அவங்க அன்னைக்கு எவ்ளோ வருத்தப்பட்டு பேசுனாங்க தெரியுமா? நம்ம ஒண்ணா இருக்கறத மறுபடியும் பாக்கணும்னு பீல் பண்ணி பேசுனாங்க"
சாரு" ப்ளீஸ் லல்லி..."
லலிதா" சரி நான் பேசறேன். ஆனா இனிமே இவ, எதையும் மறைக்கனும்னு நெனைக்க குடாது.."

சாரு" சத்தியமா மறைக்க மாட்டேன். நீ பேசறேன்னு சொன்னதே போதும் லல்லி" என்று அவள் கைப்பற்றி பேச, லலிதாவோடு சேர்த்து மற்றவர்களுக்கும் கண் கலங்கியது. பிறகு தான் கீர்த்தியை கவனித்தார்கள் பாண்டவிகள்..

லலிதா" ஏன்டி இவ இப்படி அங்கயே பாத்துட்டு நிக்கறா?"
சங்கவி" அங்க பொங்க சோறு தராங்களா பாரு? "
சாரு" ஏய், சும்மா இருங்கடி, அவ மொகமே சரியில்ல.. ஏய் கீர்த்தி.."
லலிதா "என்னடி இவ, கூப்பிடறது கூட தெரியாம நிக்கறா?"

பவித்ரா "நீங்க இப்ப என்ன பேசுனாலும் அவளுக்கு கேக்காது "
சாரு" ஏன்டி..?"
பவித்ரா" கார்த்தி இப்ப இங்க வருவான், அதுக்கு தான் அங்கயே பாத்துட்டு நிக்கறா.."
லலிதா" அதுக்கும், இவ இப்படி நிக்கறதுக்கும் என்னடி சம்மந்தம்?"

சங்கவி" ஏய் கீர்த்தி.. உன்ன பத்தி தாண்டி பேசிட்டு இருக்கோம்.."

கீர்த்தி" என்னடி.. என்னாச்சு? "
சாரு" என்ன லல்லி, இவ எதோ நம்மள புதுசா பாக்கற மாதிரி பேசறா? "
லலிதா" அதான, ஏன்டி அப்ப இவ்ளோ நேரமா எங்கடி இருந்த?"
கீர்த்தி" ஏய்.... சங்கவி, பவி.. சாருவும் லல்லியும் பேசறாங்கடி.. லல்லி, நீ எப்படீ இவகூட பேசுன..?"
சங்கவி" அது சரி.."
சாரு" உன்ன மாதிரியே படத்துல வர மாதிரி கேக்கணும்னா 'நேத்து கூட பாத்தனே, நல்லா தான இருந்தா?'ன்னு தான் கேக்கணும்"
சங்கவி" ஏன்டி, நான் பக்கம் பக்கமா வசனம் பேசி, இவங்க ரெண்டு பேரையும் பேச வெச்சா, எங்கிட்டயே வந்து அவங்க பேசுனத, தலைப்பு செய்தி மாதிரி சொல்ற? "

அதுவரை அமைதியாக இருந்த பவித்ரா "எல்லாரும் கொஞ்சம் சும்மா இருங்கடி. கீர்த்தி, நீ சொல்லு, உனக்கு கார்த்திய புடிச்சிருக்கா?" என்று கேட்க, அவள் திருதிருவென விழித்தாள். மற்ற மூன்று பேரும் கூட, 'என்னடா நடக்குது இங்க? இது எப்ப இருந்து நடக்குது?' எனும் ரீதியில் இருவரையும் மாறி மாறிப் பார்த்தார்கள்.

பாகம் - 29

பவித்ரா, கீர்த்தியிடம் 'உனக்கு கார்த்திய புடிச்சிருக்கா?' என்று கேட்டதும், மற்றவர்கள் கீர்த்தி வாயை 'ஆ....'வென்று பார்க்க, கீர்த்தியோ தவறு செய்து மாட்டிக்கொண்ட குழந்தை போல முழித்தாள்.

பவித்ரா "உன்ன தாண்டி கேக்கறேன். உனக்கு கார்த்திய புடிக்குமா?"
சாரு "ஏய் இருங்கடி கொஞ்சம்.. என்னடி பேசிக்கறிங்க ரெண்டு பேரும்?"
சங்கவி" இந்த வண்டி எப்ப இருந்து ஓடுது..?"
லலிதா "லூசாடி சாரு நீ..?"
சாரு "இப்ப தான் பேசுனா, அதுக்குள்ள கலாய்க்க ஆரமிச்சிட்டா. ஏன்டி இப்படி கேக்கற..?"
லலிதா" பின்ன... ரெண்டு பேரும் எங்க பேசறாங்க? பவி மட்டும் தான் பேசறா, அவள பாரு, ஹார்லிக்ஸ திருடி தின்ன மாதிரி முழிக்கறா"

சங்கவி "அட சும்மா இருங்கடி நீங்க.. கீர்த்தி, பவி என்ன கேக்கறா? நீ ஏன் பேசாம இருக்க?"
பவித்ரா" வாய தொறந்து பேசேன்டி"
லலிதா" என் பட்டுக்குட்டி, சாப்பிடறதுக்கு மட்டும் தான் வாய தொறப்பா.. இல்லடி செல்லம்..?"
பவித்ரா"ரைட்டு செருப்பு பிஞ்சிடும், மூடிட்டு இருடி.."
சாரு "ஓ..... ஒரு தென்றல், புயலாகி வருதே..."
பவித்ரா" உனக்கு லெப்ட் செருப்பு... ஷட் பண்ணுடி"
சங்கவி" ஏய் கீர்த்தி, இங்க பாருடி இவளுங்கள. நீ பண்ற வேலைய இன்னைக்கு இவளுங்க பண்ணிட்டு இருக்காளுங்க.. ஏன்டி, கோவிலுக்குள்ள நின்னுகிட்டு என்ன பேசிட்டு இருக்கிங்க நீங்க?"

இவ்வளவு ரகளையிலும் அசையாமல் நின்றாள் கீர்த்தி. அதிலேயே கீர்த்தி மீது சந்தேகம் வந்து விட்டது மற்ற நால்வருக்கும். இதில் பவித்ரா தான், சிரமப்பட்டு உணர்வுகளை கட்டுப்படுத்திக் கொண்டு இருந்தாள்.

பவித்ரா "உன் கிட்ட கேள்வி கேட்டு ரொம்ப நேரம் ஆச்சு கீர்த்தி. பதில் சொல்லு"
சாரு "என் கேள்விக்கென்ன பதில்?
என் கேள்விக்கென்ன பதில்?"
லலிதா "ஹே, நல்லா பாடறடி நீ.. எப்படி இன்னிக்கு டைமிங்ல பாட்டு வருது உனக்கு..?"
பவித்ரா "எனக்கு கூட டைமிங்ல கொல்ல வரும்... ஓடி போங்கடி ரெண்டு பேரும் அந்த பக்கம். இவ்ளோ நாள் பேசாத கதையெல்லாம் பேசிட்டு வாங்க போங்க.."

சாரு" இன்டேரக்ட்டா எங்கள போக சொல்றியா?"
பவித்ரா "இல்லயே.. டேரக்ட்டா தான போக சொன்னேன்"
சங்கவி" அட நிறுத்துங்கடி மொதல்ல.."
லலிதா "அவளை நிறுத்தச் சொல், நாங்கள் நிறுத்துகிறோம்"
பவித்ரா" சங்கவி மரியாதையா கெளம்ப சொல்லுடி ரெண்டு பேரையும்.."
சங்கவி" இதுக்கு மேல ரெண்டு பேரும் எதாவது பேசுனீங்க... நானே கொன்ருவேன் உங்கள.."
சாரு "நீங்களே பேசுங்கடி, நாங்க கோவமா கெளம்பறோம்"
பவித்ரா" தயவு செஞ்சு கெளம்புங்க "

லலிதா" ஏன்டி, ஒரு பேச்சுக்கு சொன்னா, உடனே கெளம்புங்கன்னு சொல்ற"
சங்கவி" அய்யோ.... இப்ப நிறுத்தப் போறிங்களா இல்லயா?"
பவித்ரா" பேசாதிங்க சொன்ன நாய்ங்க பேசிட்டே இருக்குதுங்க. பேச சொன்ன பேயி பேசாம கொல்லுது"
சாரு" யார பாத்துடி நாய்ங்கனு சொன்ன?"

பவித்ரா" உங்க ரெண்டு பேர பாத்து தான்.."
சங்கவி" அடியேய் .. நீங்க மூனு பேரும் அடிச்சி முடிச்சிக்கிட்டு வாங்க. நான் இவள தனியா இழுத்துட்டுப் போயாவது எதாவது பேச வெக்க முடியுமான்னு பாக்கறேன்"

லலிதா" இருடி இருடி, எதுக்கு இப்ப டென்சன் ஆகற? நாங்க இனிமே பேசல, நீங்க பேசுங்க.. சாரு, நீயும் பேசாம இரு"
சாரு "உத்தரவு..."
பவித்ரா" இவளுங்கள... சரி விடு, நீ சொல்லு கீர்த்தி. கார்த்திய புடிச்சிருக்கா, லவ் பண்றியா அவன?"
சங்கவி" அமைதியாவே இருந்தா என்னடி அர்த்தம்? பதில் சொல்லுடி"
சாரு" எருமு, காது செவுடா..?"
லலிதா" ஏய், நாங்க இத்தன தடவ கத்தி கத்தி கேட்டுட்டு இருக்கோம். நீ என்னடி எங்கயோ பாத்துட்டு நிக்கற?"
சங்கவி" மொதல்ல ஒரு எடத்துக்கு உக்காரலாம் வாங்கடி"

பவித்ரா "இப்ப சொல்லு கீர்த்தி, இதுக்கு மேல எனக்கு பொறுமை இல்ல, ஒழுங்கா வாய தொறந்து எதாவது பதில் பேசு"
கீர்த்தி "எனக்கு தெரில டி"
சாரு" எது.. தெரிலயா? என்னடி தெரில உனக்கு? "
கீர்த்தி, "பவி, கேட்ட கேள்விக்கு பதில் தெரியலன்னு சொன்னேன்"
லலிதா "ஏ பவி, அவ சொல்றது இருக்கட்டும், உனக்கு ஏன் திடீர்னு இந்த சந்தேகம்?"
பவித்ரா" திடீர்னு லாம் இல்ல. ரொம்ப நாளா இருக்கு.. எனக்கு தெரிஞ்சி, அவனும் இவள லவ் பண்றான். ஆனா இதுவரைக்கும் அவனும் எங்கிட்ட சொல்லல. இப்ப கூட கொஞ்ச நேரத்துக்கு முன்னால எனக்கு போன் பண்ணான். நான் கீர்த்தி வீட்டுக்கிட்ட இருக்கேன்னு சொன்னதும் 'சரி,

நானே வரேன் அங்க'னு சொல்லி கட் பண்ணிட்டான்"
சாரு" ஆத்தி.. அஞ்சு வருஷத்துக்கு அப்பறம் இப்ப தான் ஒரு பஞ்சாயத்து முடிவுக்கு வந்துருக்கு. அதுக்குள்ள அடுத்த ஏழரையா டி?"

லலிதா திரும்பி சாருவை முறைக்க, அவள் வாயை மூடிக் கொண்டாள். கீர்த்தியோ அழுது விடுபவள் போல முகத்தை வைத்துக் கொண்டு, வாயிலையே பார்த்துக் கொண்டிருந்தாள். சங்கவியே அதில் கடுப்பாகி விட்டாள்.

சங்கவி" இப்ப எதுக்கு நீ மூஞ்சிய இப்படி வெச்சிருக்க? கார்த்தி அண்ணா வந்தா, என்ன இப்ப?"
பவித்ரா "கீர்த்தி, நீ அவன லவ் பண்றேன்னு சொன்னாலும் எனக்கு சந்தோஷம் தான்டி.. உனக்கும் அவன புடிக்கும் தான..?"
கீர்த்தி "சத்தியமா எனக்கு தெரிலடி. எனக்கு அவங்கள பாத்தா ஒரு மாதிரி பயமா தான் இருக்கு. லவ் பண்ற அளவுக்குல்லாம் நான் யோசிக்க கூட இல்ல பவி. புரிஞ்சிக்க ப்ளீஸ்.."
லலிதா" அவ்ளோ தான, விடு.. இப்ப எதுக்கு நீ இப்படி பயந்து போன மாதிரி இருக்க..?"

கீர்த்தி" உன்னால தான்..."
லலிதா "யம்மாடி.. நானா, நான் என்ன பண்ணேன்..?"
கீர்த்தி" இத்தன வருசமா சாரு கிட்ட பேசாம இருந்தீல்ல. அதே மாதிரி, பவி என்கிட்ட பேசாம போயிடுவாளோன்னு பயமா இருந்துச்சி. அதான்..."
சாரு" ஏய்.. உன் பஞ்சாயத்துல என்ன ஏன்டி இழுக்கற? பொதஞ்சி புல்லு மொளச்ச விசயத்த ஏன்டி, ஓரம் போட்டு வளக்கற?"

பவித்ரா" லூசே தான்டி நீ.. நீ லவ் பண்றதும் பண்ணாததும் உன்னோட விருப்பம். இதுல நான் கோவப்பட என்ன

இருக்கு? சரி அதவிடு, இப்ப கார்த்தி இங்க வருவான், சப்போஸ் அவன் வந்து லவ் பண்றேன்னு சொன்னா என்ன பண்ணுவ..?"
சங்கவி" கார்த்தி அண்ணா லவ் பண்றாங்களா இல்லயான்னு கன்பார்மா தெரியாம ஏன்டி இப்படி கேக்கற?"
பவித்ரா" என் அண்ணன பத்தி எனக்கு தெரியும்"
கீர்த்தி" வந்து சொன்னா பாத்துக்கலாம், இப்ப ஏன் அதபத்தி பேசனும்?"
லலிதா" அத ஏன் பட்டுக்குட்டி, வாசல பாத்தே சொல்ற..?"
சாரு" அதான, உன்ன பாத்தா எதிர்பார்த்து காத்துட்டு இருக்கற மாதிரி இருக்கே..?"

கீர்த்தி" அட ஏண்டி நீங்க வேற.. அப்படி எல்லாம் ஒன்னும் இல்ல"
பவித்ரா "அப்பறம் ஏண்டி அங்கயே பாத்துட்டு இருக்க?"
கீர்த்தி" இது எங்க வீடு இருக்க ஏரியா. ஏற்கனவே அக்கா அப்படி பண்ணாதால எல்லாரும் எங்கள ஒருமாதிரி பாக்கறாங்க. இதுல உன் அண்ணன் வந்து எங்கிட்ட எதாவது பேச, அத யாராவது எங்க வீட்டுல சொன்னா, நான் அவ்ளோ தான்.. அதுக்கு தான் பயந்துட்டு இருக்கேன்.."

சாரு" பேசாம, உன் அண்ணனுக்கு போன் பண்ணி வர வேணாம்னு சொல்லிடு பவி.."
லலிதா " அதெல்லாம் வேணாம், வந்ததுக்கு அப்பறம் நாம யாராவது போயி பேசி அனுப்பிடலாம். ஏன் திருப்பி அனுப்பனும்? "
பவித்ரா" இந்த ஐடியா கூட நல்லா இருக்கே.."

சங்கவி" அவ்ளோ பயந்தவளாடி நீ? ரொம்ப தைரியசாலின்னு நெனச்சேன்"
கீர்த்தி "தைரியத்த பத்தி நீ எல்லாம் பேசாதடி"
சாரு "ஏன்டி அவ பேச குடாது? "

கீர்த்தி" இந்நேரம் குமார் அண்ணன் இவகிட்ட பேச வந்து, அப்ப பாத்து அவங்க அம்மாவும் கோயிலுக்கு வந்தா, இவ தைரியமா இருப்பாளா டி..?"
லலிதா" உனக்கு ஏண்டி இப்படி எல்லாம் தோனுது?"
கீர்த்தி" அந்த பயத்துல தான நான் இருக்கேன், அதான் கேட்டேன்.."
பவித்ரா" அப்படி வந்தா, நாம போயி அவங்கள டைவர்ட் பண்ணிட்டு இவள காப்பாத்த வேண்டியது தான்.."
லலிதா " நானெல்லாம் காப்பாத்த மாட்டேன் பா. அவங்கள பாத்தாலே நானே ஔரிடுவேன். இதுல இவள எங்க இருந்து காப்பாத்தறது?"
சாரு" நானும் தான்டி..."
சங்கவி" அடிப் பாவிகளா, உங்கள எல்லாம் நம்புனா அவ்ளோ தான்.. நான் அவன்கிட்ட பேசுறது கூட இல்ல, நீங்களே டெவலப் பண்ணி விட்ருவிங்க போல.."
சாரு" டெபனட்லி..."

விளையாட்டாக பேசிய இந்த பேச்சு, சங்கவி வாழ்க்கையை சிதற வைக்க போகிறது என்று பாண்டவிகள் யாருக்கும் தெரியாமல் போய் விட்டது.

" சரி வாங்க, கோயிலுக்கு வந்துட்டு சாமி கும்பிடறத தவிர எல்லா வேலையும் பண்றோம்" என்று சாரு சொல்ல எல்லோரும் சிவனை தரிசிக்க சென்றனர். அப்போது அங்கு நிறைய பேர் இரண்டு கைகளிலும் அகல் விளக்கை எடுத்து கொண்டு பிரகாரத்தை சுற்றி வந்தபடி இருக்க, சங்கவி கீர்த்தியிடம் விளக்கம் கேட்டாள்.

"அதுவா.. இந்த கோயில்ல, இந்த வேண்டுதல் ரொம்ப ஸ்பெஷல். ரெண்டு கையிலயும் வெளக்க வச்சிக்கிட்டு, மூனு தடவ கோயில சுத்தி வரனும். அப்படி வரும் போது வெளக்கு அணைய குடாது. அந்த மாதிரி சுத்தி வந்து வேண்டுனா, வேண்டுறது கெடைக்குமாம்" என்று கீர்த்தி

சொன்னதும், சங்கீதாவுக்காக இந்த பிரார்த்தனையை செய்யப் போவதாக சொன்னாள் சங்கவி..

சாரு "எதுக்குடி இதெல்லாம், நீ மனசார வேண்டிக்க. அது போதும்.. பாப்பா சரியாயிடுவா"
லலிதா" சாரு சொல்றது தான்டி கரெக்ட்டு. நமக்கு எதுக்கு இந்த வேண்டுதல் எல்லாம்..?"
சங்கவி "இல்லடி, எனக்கு என்னமோ, இத பண்ணிட்டா, சங்கீதா நல்லா ஆயிடுவானு தோனுது. செஞ்சிட்டா, எனக்கும் கொஞ்சம் தைரியமா நிம்மதியா இருக்கும். அதான்..."
பவித்ரா" சரி விடுங்கடி, அவளுக்கு என்ன தோணுதோ அத செய்யட்டும். நீ பண்ணு சங்கவி. நாங்க ஹெல்ப் பண்றோம்.."

சங்கவி சிவபெருமானை கண்மூடி வேண்ட, மற்ற நான்கு பேரும் சேர்ந்து விளக்கு வாங்கி தீபம் ஏற்றினார்கள். பின் சங்கவி வந்ததும் அவளின் இரு கைகளிலும், வில்வ இலைகளை பரப்பி அதன் மீது, விளக்கை வைத்தனர். மீண்டும் ஒருமுறை சங்கவி கண்
கலங்க வேண்டிவிட்டு பிரகாரத்தை சுற்றி வரத் தொடங்கினாள்...

அவ்வளவு நேரம் கோவிலுக்கு வெளியே இருந்து, சங்கவியை பார்த்து கொண்டிருந்த குமார், அவள் உள்ளே சென்றதும் உள்ளே போகலாமா வேண்டாமா என்ற யோசனையில் இருக்க, அவனுக்கு பின்புறம் இருந்து, "சீனியர்.." என்று சொல்லிக் கொண்டே குமாரின் தோளை தொட்டது ஒரு கை..

"நீங்க குமார் தான...? ***** காலேஜ்ல தான படிச்சிங்க..?"
"ஆமா.. நீங்க..?"
"சீனியர்.. என்ன தெரிலயா? நான் தான் கார்த்தி,

கார்த்திகேயன்... உங்க ஜூனியர்"
"ஓ... சாரி ப்ரோ, சடனா பாத்ததும் ஞாபகம் வரல.."
"நோ ப்ராப்ளம், எப்படி இருக்கீங்க"
"யா.. ஐயாம் குட், வாட் அபௌட் யூ?"
" ஐயாம் ஆல்சோ பைன்.. நீங்க என்ன இந்த பக்கம்?"
"வொர்க் ரிலேட்டடா வந்தேன், அதான் அப்படியே..."
"ஓ.. சரி, உள்ள வாங்க. நான் என் சிஸ்டர பாக்க வந்தேன்.. வாங்களேன் இன்ட்ரோ குடுக்கறேன்"
" பரவால்ல ப்ரோ, எனக்கு கொஞ்சம் வேல இருக்கு.. நீங்க போங்க"

" அட வாங்க சீனியர்" என்று குமாரை கோவிலுக்குள் இழுத்து வந்தான் கார்த்தி. உள்ளே வந்தவன் பாண்டவிகளை தேட, அவர்களில் ஒருவர் கூட இவன் கண்களில் படவில்லை." ஒரு நிமிசம் சீனியர் " என்று அவனை விட்டு விட்டு, கார்த்தி மட்டும் ஐவரையும் தேடப் போனான்.

கார்த்தி அந்தப் பக்கம் போனதும் சங்கவி, தோழிகளுடன் சுற்றி முடித்து விட்டு வந்து நின்றாள். குமாரும் இவர்களை கவனிக்கவில்லை. அர்ச்சகர் வந்து ஐவருக்கும் பிரசாதம் கொடுக்க, சங்கவி விளக்கை கையில் வைத்தபடி பிரார்த்தனை செய்து கொண்டிருந்தாள். அவள் அப்படியே நிற்க, கீர்த்தி "வாங்கடி, போயி உக்காரலாம். இவ பொறுமையா வேண்டிவிட்டு வரட்டும்.." என்று சொல்ல நான்கு பேரும், சற்று தள்ளி போய் அமர்ந்தார்கள்.

சங்கவியை கவனிக்காமல், சிவனை தரிசிக்க வந்த குமார், விபூதி பிரசாதம் வாங்கியதும் தான் அவளைப் பார்த்தான். அவளை கண்ணிமைக்காமல் பார்த்துக் கொண்டு இருக்க, "ஏய் திருநீறு வெச்சி விடுடி" என்று கண்ணைக் கூட திறக்காமல், குமாரை பார்த்து திரும்பினாள்...

சில நொடி தயங்கிய குமார், பின் எதையும் யோசிக்காமல், விபூதி பூசி விட்டான். தொடுதலில் வித்தியாசத்தை உணர்ந்த சங்கவி, கண்திறந்து பார்க்க, எதிரில் இருந்த குமாரை பார்த்து வாயடைத்துப் போய் நின்றாள்.

இருவரும் பேசக் கூட தோன்றாமல் ஒருவரை ஒருவர் பார்த்துக் கொண்டு இருக்க, அந்த நேரத்தில், இந்த காட்சியை பார்த்த மீனா, வேகமாக வந்து, சங்கவியை பளாரென அறைந்தாள்.. "எத்தன நாளா இந்த கூத்து நடக்குது?" என்று சங்கவியிடம் கத்தி விட்டு, குமாரை முறைத்தபடி சங்கவியை இழுத்துக் கொண்டு போக, அவள் கையில் இருந்த விளக்குகள், விழுந்து உடைந்தது...

பாகம் - 30

குமார், சங்கவி இருவரும் ஒருவரை ஒருவர் பார்த்துக் கொண்டு, பேசாமல் நின்றிருக்க, மீனா வந்து சங்கவியை அறைந்து விட்டு குமாரை முறைக்க, குமார் ஒன்றும் புரியாமல் பார்த்தான். பின் சங்கவியை இழுத்துக் கொண்டு போனாள் மீனா. பாண்டவிகளும் கார்த்தியோடு பேசிக் கொண்டு இருந்ததால் மீனாவை கவனிக்கவில்லை.

அந்த நேரம் பார்த்து, கனகவதிக்கு உடல்நிலை சரியில்லை என்று குமாருக்கு போன் வர, சங்கவியை வந்து பார்த்துக் கொள்ளலாம் என்று நினைத்துக் கொண்டு, கார்த்தியை தேடினான். ஆனால் திரும்பி வரும் போது, சங்கவி தான் பார்க்க முடியாத தொலைவில் இருப்பாள் என்று அவனுக்கு தெரியவில்லை..

கார்த்தி பாண்டவிகளோடு பேசுவதை யோசனையாக பார்த்து கொண்டே அவனை நெருங்க, "ஓ காட், சாரி சீனியர்.. உங்கள கூட்டிட்டு வந்ததையே மறந்துட்டேன். இவ தான் என் சிஸ்டர் பவித்ரா. பவி, இது என்னோட சீனியர் குமார்" என்று அறிமுகம் செய்து வைக்க, தோழிகள் குமாரை கேள்வியாக பார்த்தனர்..

சாரு "நீங்க எங்கண்ணா இங்க?"
கீர்த்தி "இதெல்லாம் ஒரு கேள்வின்னு கேக்கறா பாரு.. சங்கவிய பாக்க வந்துருப்பாங்க"
லலிதா" அவ முன்னால சாமி கிட்ட தாண்ணா இருக்கா. பாத்திங்களா இல்லயா?"
கார்த்தி" ஹே.. ஸ்டாப் ஸ்டாப், இவர உங்களுக்கு முன்னாடியே தெரியுமா?"
பவித்ரா "நீயெல்லாம் எப்படிடா எனக்கு அண்ணனா பொறந்த? தெரியாம தான் இப்படி பேசிட்டு இருக்கமா..?"

குமார்" வெயிட் வெயிட், ப்ளீஸ் சிஸ்டர்ஸ், எனக்கு ஒரு இம்பார்ட்டன்ட் வொர்க் இருக்கு. நீங்க கொஞ்சம் சங்கவிய பாத்துக்கங்க" என்று நடந்ததை சொல்லி விட்டு வேகமாக கிளம்பி விட்டான். அவன் நகர்ந்ததும் லலிதா, சாரு, பவித்ரா மூவரும் கீர்த்தியை வெறியாக பார்க்க, 'ஆத்தி, என்ன இவளுக இப்படி பாக்கறாளுக? நாம யதார்த்தமா பேச போயி அது இப்படியா பலிக்கனும்? ஈஸ்வரா, என்ன காப்பாத்து' என்று மனதில் புலம்ப, சாரு அவளை வெளுக்க தொடங்கி விட்டாள். அவள் அடிக்கவும் மற்ற இருவரும் சேர்ந்து அடிக்க, வலி தாங்க முடியாமல் கீர்த்தி கத்த, கோவிலில் இருந்தவர்கள் இவர்களையே வேடிக்கை பார்த்துக் கொண்டிருந்தார்கள்..

" என்ன ஏண்டி அடிக்கிறீங்க, நான் சும்மா தான சொன்னேன். இங்க நிக்கறாங்களே, இவங்க தான் சும்மா போன குமார் அண்ணன, உள்ள கூட்டிட்டு வந்தவங்க. இவங்கள அடிக்காம என்ன ஏன் அடிக்கிறீங்க..?" என்று கீர்த்தி கத்த, கார்த்தி 'அடிப்பாவி, என்ன கோர்த்து விட்டுட்டாளே..நான் என்னடி பாவம் பண்ணேன் உனக்கு?' என்று அவளை முறைத்தான்...

பவித்ரா" அதான, கரெக்ட்டு டி, இந்த நாய தாண்டி நாம அடிக்கனும்" என்று சொல்ல சாருவும் லலிதாவும் தயாராக அவனை நோக்கி அடிக்க போனார்கள்.
"இருங்கம்மா... ஏன் இவ்ளோ வயலென்ஸ், எனக்கு என்ன தெரியும்? ரொம்ப நாள் கழிச்சு பாத்த ஆர்வத்துல தான் பவிய இன்ட்ரோ குடுக்கலாம்னு கூட்டிட்டு வந்தேன். அவரு காலேஜ் டாப்பர் தெரியுமா..?" என்று கார்த்தி சொல்ல, நான்கு பேரும் அவனை கேவலமாக பார்த்தார்கள்..

'இப்ப நாம என்ன சொல்லிட்டோம்னு இப்படி

பாக்குதுங்க?' என்று யோசித்துக் கொண்டிருக்க, பவித்ரா அவனை முதுகில் மொத்தினாள். சாரு, லலிதா இருவரும் அவனை தலையில் கொட்ட, கீர்த்தி புன்னகை முகமாய் அவனைப் பார்த்து கொண்டிருந்தாள்..

கார்த்தி "நீ மட்டும் ஏன் சும்மா நிக்கற, வந்து உன் பங்குக்கு அடிக்க வேண்டியது தான?"
கீர்த்தி "சாரு, நாம அடிக்கறத விட, மத்தவங்க அடிக்கும் போது வேடிக்க பாக்கறது ஆனந்ந்நந்ந்தமா இருக்குடி"
கார்த்தி "ஏன் இருக்காது? ஏய்ய்ய்.... நிறுத்துங்க மூனு பேரும். எதுக்கு அடிக்கிறீங்கன்னு சொல்லிட்டாவது அடிங்க.."
பவித்ரா" எனக்கு உன் சீனியர இன்ட்ரோ குடுன்னு நான் கேட்டனா? அப்புறம், அந்த அண்ணன் டாப்பரா இருந்தா எங்களுக்கு என்னடா.."
லலிதா" பெரிய லாடு லபக்கு தாஸ் மாதிரி கூட்டிட்டு வந்துட்டு, பேசறான் பாரு பேச்சு'
கார்த்தி "எது... பேசறானா..? என்னம்மா மரியாதை இல்லாம பேசற?"
சாரு" பண்ண வேலைக்கு மரியாத வேற குடுப்பாங்க பாரு"

கார்த்தி "ஹே, நான் உங்கள விட மூனு வயசு பெரியவன், கொஞ்சம் மரியாத குடுங்க.."
பவித்ரா "இருந்துட்டுப் போ.. அதுக்காக எல்லாம் உனக்கு மரியாதை குடுக்க முடியாது.."
கீர்த்தி" லல்லி, இப்ப இவங்கள திட்றது முக்கியம் இல்ல. சங்கவிய அவங்க அம்மா வீட்டுக்கு கூட்டிட்டு போயிருக்காங்க, அங்க என்ன நடக்குதுன்னு தெரில. மொதல்ல அவள பாக்கனும் நாம.."

எல்லோருக்குமே அப்போது தான் சூழ்நிலை புரிந்தது. அப்போது இவர்களை தேடி வந்த அர்ச்சகர் சங்கவியை விசாரிக்க, ஒன்றும் புரியாமல் விழித்தனர் எல்லோரும்.

" என்னாச்சி சாமி.. அவள ஏன் கேக்கறீங்க?" என்று கீர்த்தி கேட்க, "பிரகாரம் சுத்தி வந்துட்டு, வெளக்க எங்கடிம்மா வெச்சா அவ? சிவனுக்கு தீபாராதனை காட்டணுமோல்லியோ?" என்றார் அவர்..

கீர்த்தி "அடக் கடவுளே, இது வேற இருக்கா? எனக்கு தெரியாதே.. அவ கௌம்பிட்டாளே சாமி" என்று நடந்ததை சொல்லவும் அதிர்ச்சி அடைந்த அர்ச்சகர், சில நொடியில் முகத்தை இயல்பாக வைத்துக் கொண்டார். ஆனால் சாரு அதை கவனித்து விட்டாள்.

"என்னாச்சி சாமி, வெளக்கு ஒடஞ்சது ஏதாவது தப்பான சகுனமா..?" என்று சாரு கேட்டதும் "அப்படி எல்லாம் ஒன்னும் இல்ல கொழந்த, அவ சுத்தி வந்ததும் தானே ஒடஞ்சிடுத்து..? அது திருஷ்டி கழிஞ்ச மாதிரி நல்ல சகுனம் தான்.. நீங்க பயப்படாம தைரியமா போங்கோ" என்று அவர்களை அனுப்பி வைத்தார். பாண்டவிகள் கோவிலை விட்டு வெளியேறும் வரை பார்த்து விட்டு, வேகமாக கருவறைக்குள் சென்று "எம்பெருமானே, அவ சின்னக் குழந்தை, தெரியாம நடந்த தப்ப மன்னிச்சுடுப்பா.. தங்கைக்காக வேண்டின்டு பண்ணா, அதுல, எதிர்பாராம இப்படி ஆயிடுத்து. அவா ரெண்டு பேருக்கும் எந்த ஆபத்தும் வராம பாத்துக்கோப்பா ஈசா.." என்று வேண்ட, சிவன் லிங்க வடிவில் அவரைப் பார்த்து மர்மமாக புன்னகைத்தார்.

கோவிலை விட்டு வெளியே வந்த பாண்டவிகள், இப்போது இருட்ட தொடங்கி விட்டதால் காலையில் முதல் வேலையாக சங்கவி வீட்டுக்கு செல்ல வேண்டும் என முடிவெடுத்து, அவரவர் வீடுகளுக்கு கிளம்பினார்கள். கார்த்தியும் பவித்ராவை கூட்டிக் கொண்டு போனான்.

சங்கவி வீட்டில்

அருள்ராஜன் யோசனையாக திண்ணையில் அமர்ந்து இருக்க, "உள்ள வாங்க எந்திரிச்சி.." என்றபடி சங்கவியை இழுத்துக் கொண்டு வீட்டினுள் நுழைந்தார் மீனா. 'இவ ஏன் இப்படி சுடு தண்ணிய கால்ல கொட்டுன மாதிரி குதிக்கறா?' என்ற யோசனையுடன் உள்ளே வந்தார் அருள்ராஜன். சங்கவி அழுத முகத்துடனும் மீனா கோபமாகவும் இருப்பதை பார்த்தவர், "என்ன ஆச்சி..?" என்று குரலில் கடுமையை காட்டி கேட்டார்.

மீனா சங்கவியை முறைத்துக் கொண்டு "உங்க பொண்ணு என்ன காரியம் பண்ணிட்டு இருந்தான்னு அவளயே கேளுங்க" என்க, அருள்ராஜன் சங்கவியை சந்தேகப் பார்வை பார்த்தபடி "நீ தான ஆரமிச்ச, நீயே சொல்லு" என்றார் மீனாவிடம். தந்தையின் பேச்சிலும் பார்வையிலும் சங்கவி நொறுங்கி விட்டாள்.

"தங்கச்சிய பாக்க போறேன் தங்கச்சிய பாக்க போறேன்னு சொல்லிட்டு ஒருத்தன் கூட ஊர சுத்திட்டு இருக்கா. இவ கூட சுத்துறவளுங்க, இவளுக்கு ஒத்து ஊதிட்டு இருக்காளுங்க. எதிர் வீட்டு விஜயாக்கா, அவங்க அம்மா வீட்டுக்கு பக்கத்துல இருக்க கோயில்ல நடக்கற பூஜைல வேண்டுனா கேட்டது கெடைக்கும்னு சொன்னாங்க. சரின்னு, நம்ம சங்கீதா சீக்கிரம் சரியாகனும்னு வேண்டிக்க போனேன். அங்க ஒருத்தன் இவ பக்கத்துல நின்னுகிட்டு இருந்தான். நானும் கோயிலுக்கு வந்த யாரோ ஒருத்தன்னு தான் நெனச்சேன். திடீர்னு பாத்தா, இவளுக்கு விபூதி வெச்சி விடறான். இவளும் வெச்ச கண்ணு வாங்காம அத்தன பேரு முன்னால அவன பாத்துட்டு இருக்கா. இவ கூட சுத்துறவளுங்க என்ன பாத்ததும் 'அய்யய்யோ நீங்களா?'ன்னு ஒருத்தி வேற பக்கம் ஓடறா. இன்னொருத்தி எங்கிட்டயே வந்து 'சாரிம்மா, நீங்க இங்கல்லாம் வர

மாட்டிங்கன்னு தான் வந்தோம். அவள திட்டாதிங்க, ரொம்ப சின்சியரா லவ் பண்றாங்க அவங்க'ன்னு சொல்லிட்டு இன்னொரு பக்கம் ஓடறா" என்று சொல்ல முதல் முறையாக தோழிகளை நினைத்து மனம் கசந்து போனது சங்கவிக்கு..

" என்ன சொல்ற மீனா, நீ சொல்றது உண்மையா..?" "கண்ணால பாத்தேன்னு சொல்றேன், நம்பாம உண்மையான்னு கேக்கறீங்க? இவளயும் வெச்சிக்கிட்டு தான பேசறேன். எதாவது வாய தொறந்து பேசறாளான்னு பாருங்க? திருடன் கையில தேள் கொட்டுன மாதிரி நிக்கிறா. தங்கச்சி இந்த நெலமைல இருக்கும் போது, அவள பாக்க போறேன்னு பொய் சொல்லிட்டு அவன் கூட ஊர சுத்திட்டு இருக்கா. கொஞ்சமாது புத்தி வேணாம் பொம்பளப் புள்ளைக்கு..?"

தன்னை எதுவுமே கேட்காமல், தாங்களாகவே ஒரு முடிவுக்கு வந்த பெற்றோரை நினைத்து மனதில் கண்ணீர் விட்டவள், வெளியே எந்த உணர்ச்சியும் காட்டாமல் நின்றாள். ஆனால் மீனா அதற்குள் ஒரு முடிவெடுத்தவளாக பேச, சங்கவி தான் பேச முடியாத ஊமையாகிப் போனாள்.

அருள், " சரி, அவ தப்பு பண்ணிட்டா" என்று சொல்ல, விரக்தியாக சிரித்தாள் சங்கவி. மேலும் "இப்ப அடுத்து என்ன பண்ணலாம்கற?" என்று மீனாவிடம் கேட்டார். சங்கவியை ஒரு பார்வைப் பார்த்து விட்டு, "அதான் படிப்பு முடிஞ்சிடுச்சில்ல, சீக்கிரமா ஒரு மாப்பிள்ளை பாருங்க. உடனே கல்யாணத்த முடிச்சிடலாம். அதுக்கு முன்னாடி மொத வேலையா, சங்கீதாவ கூட்டிட்டு வாங்க. நம்ம கூட அவ இருக்கலன்னா, ஹாஸ்பிடல்ல வெச்சி கூட பாத்துக்கலாம். அங்க இருக்க வேணாம், அப்பறம் அவளையும் கெடுத்துடுவாளுங்க. இப்பவே அவள அங்க விட்டு நாலு மாசம் ஆச்சி. வயசு பையன் இருக்கற வீட்டுல,

புள்ளைய எத்தன நாளைக்கு விட்டு வெக்கறது?" என்று நீளமாக பேச, மீனா பேசிய அனைத்திற்கும் தலையாட்டினார் அருள்...

பின் திடீரென நினைவு வந்தவளாக, "எதுக்கு எங்கயோ போயி மாப்பிள்ளைய தேடனும்? அதான் எந்தம்பி இருக்கானே, அவனுக்கு கட்டி வெச்சிட்டா, இவளும் கூடயே இருப்பா" என்று மீனா சொல்ல, இப்போதே உயிர் போய் விடாதா என்று நொந்து கொண்டு நின்றாள் சங்கவி.

"என்ன சொல்ற நீ? குணாவையா? அவன் வயசென்ன, இவ வயசென்ன?"
"வயசுல என்ன இருக்கு? அதுமில்லாம, உங்க பொண்ணு நடத்தை தெரிஞ்சா எவனும் அவள கட்டிக்க வர மாட்டான். அதுக்கு தான் சொல்றேன்"
" நீ சொல்றதும் சரி தான், ஆனா குணா கிட்டயும் ஒரு வார்த்த கேக்கனுமே? ஏற்கனவே அவன் கல்யாணமே வேணாம்னு சொல்லிட்டு இருக்கான்"
" அதெல்லாம் அவன் கிட்ட நான் பேசிக்கறேன். நீங்க என்ன சொல்றீங்க? அத மட்டும் பேசுங்க.."
"இதுல நான் சொல்றதுக்கு என்ன இருக்கு? உனக்கு என்ன தோணுதோ அத பண்ணு. நான் இப்பவே போயி டாக்டர் கிட்ட பேசிட்டு சங்கீதாவ கூட்டிட்டு வரேன்"

உடனே சங்கீதாவுக்கு சிகிச்சை செய்த மருத்துவருக்கு போன் செய்து, அவளை மருத்துவமனையில் வைத்து சிகிச்சை அளிப்பதைப் பற்றி பேச சென்று விட்டார். மீனாவும் அடுப்படிக்கு சென்று விட, தனித்து விடப்பட்டாள் சங்கவி.

அருள்ராஜனை சொல்லியும் குற்றம் இல்லை. மீனா வருவதற்கு சில நிமிடங்களுக்கு முன்பு தான், குணா வந்து "நான் சொல்றேன்னு தப்பா நெனைக்காதிங்க மாமா, நம்ம

சங்கவிய, அடிக்கடி ஒரு பையனோட பாக்கறேன். ஆரம்பத்தில எனக்கு சந்தேகம் வரல, ஆனா இப்ப அடிக்கடி வெளிய போறா. அவ ப்ரெண்ட்ஸ் கூட அவளுக்கு ஹெல்ப் பண்றாங்க போல, அதான் உங்க கிட்ட ஒரு வார்த்த சொல்லிடலாம்னு சொல்றேன்.." என்று சொல்லி விட்டு சென்றான்.

கடந்த சில நாட்களாக, சங்கவி சற்று மகிழ்ச்சியாக இருப்பதை பார்த்தவனுக்கு மனம் கோணல் மானலாக வேலை செய்தது. அவள் சிரிப்பைக் கெடுக்க வாயில் வந்ததை சொல்ல, கோவிலில் நடந்த நிகழ்வு அதற்கு உரம் போட்டது போல ஆகிவிட்டது. அதை நினைத்து யோசித்துக் கொண்டு இருந்த நேரத்தில், மீனா வந்து இவ்வாறு பேசவும் தான், அவரால் நம்பாமல் இருக்க முடியவில்லை. அதனால் தான் அவர் இப்படி நடந்து கொண்டார்..

அருள்ராஜன் டாக்டருக்கு போன் செய்து விசாரித்து விட்டு, நேராக சாரு வீட்டிற்கு சென்றார். அவர் சென்ற நேரம், மணி படித்து கொண்டு இருக்க, சாரு சமையல் செய்ய பூங்கொடிக்கு உதவி செய்து கொண்டிருந்தாள். உள்ளே வந்தவர், மணியிடம் "சங்கீதா எங்க..?" என்று கேட்க, "வாங்கப்பா, அவ இவ்ளோ நேரம் முழிச்சிட்டு தான் இருந்தா. இப்ப தான், அம்மா சாப்பாடு குடுத்து தூங்க வெச்சாங்க.." என்றான்.

அருள் "ஓ.. தூங்கிட்டாளா? நல்லது தான்.. நான் அவள கூட்டிட்டு போறேன்"
மணி "என்னப்பா சொல்றீங்க? ஏன் கூட்டிட்டு போறிங்க.? இப்ப தான் நல்லா இருக்கா, இன்னும் கொஞ்ச நாளைக்கு இங்கயே இருக்கட்டும்பா"
அருள் " எம்பொண்ண எங்களுக்கு பாத்துக்க தெரியும்"
சாரு" வாங்கப்பா, அப்பா, நீங்க சங்கவிய தப்பா

நெனைக்காதிங்க. அந்த அண்ணன் ரொம்ப நல்லவரு. சங்கவியும்..."
அருள்" நீ ஒன்னும் பேச வேணாம், இனிமே யாரும் வீட்டுப் பக்கம் கூட வந்துராதிங்க.. உன் கூட இருக்கவங்களுக்கும் நீயே சொல்லிடு. நான் சங்கீதாவ கூட்டிட்டு போறேன். இனிமே அவள நாங்களே பாத்துக்கறோம்.."
பூங்கொடி" அண்ணா, என்ன சொல்றீங்க நீங்க? சாரு சொல்ல வரத ஒரு நிமிஷம் கேளுங்க"
அருள்" யாரு பேசறதயும் எனக்கு கேக்க விருப்பம் இல்ல.. நான் சொன்னத மனசுல வெச்சிக்கங்க"

சாரு பேசியதை முழுவதும் கேட்காமல், சங்கவியின் காதலுக்கு அவள் தூது பேசுவதாக நினைத்துக் கொண்டார் அருள். பின் சங்கீதா இருந்த அறைக்குள் நுழைந்தவர், அவளை இரு கைகளிலும் தூக்கி கொண்டு கிளம்பி விட்டார். பின் அவர் சங்கீதாவை மருத்துவமனையில் சேர்த்து விட்டு, வீட்டுக்கு வருவதற்குள், மீனா மாதேஸ்வரியிடம் பேசி விட்டாள்.

முதலில் மறுத்த குணா, தாயின் முகம் மலர்வதை பார்த்து, சம்மதித்து விட்டான். சங்கீதாவை போல, சங்கவியையும் துன்புறுத்த கிடைத்த வாய்ப்பாகவே இந்த திருமணத்தை நினைத்தான். வீட்டுக்கு வந்த அருளிடம், குணா திருமணத்திற்கு சம்மதித்ததை மீனா சொல்ல, சரியென்று தலையாட்டி விட்டு போய் விட்டார்.

அருளுக்கு, சங்கவியை குணாவுக்கு திருமணம் செய்து கொடுப்பதில் அவ்வளவு ஈடுபாடு இல்லை. ஆனால் இந்த சூழ்நிலையில் மீனா சொல்வது சரியென்று தோன்ற, நடப்பது நடக்கட்டும் என சம்மதித்து விட்டார்.

மறுநாள் காலையில் எழுந்ததும், மீனா வந்து இன்னும் மூன்று நாட்கள் கழித்து வரும் முகூர்த்தத்திலேயே

திருமணம் நடக்க வேண்டும் என சொல்ல, "இவ்ளோ அவசரமா நடத்தனுமா?" என்று சிறிது குழப்பத்துடன் கேட்டார். "நல்ல விஷயத்த எதுக்கு தள்ளி போடனும்? அதுக்குள்ள இவ எதாவது பண்ணிட்டா என்ன பண்ணுவீங்க? கல்யாணத்த முடிச்சி அனுப்பிட்டா, இவளாச்சி குணாவாச்சி.." என்று மீனா சொல்ல, மறுபடியும் தலையாட்டி விட்டு நகர்ந்து விட்டார் அருள்ராஜன்..

விஷயம் அறிந்து, திருமணத்தை தடுக்க நினைத்த பாண்டவிகளின் முயற்சிகள் எதுவும் பலனளிக்கவே இல்லை. குமாரின் எண்ணும் யாரிடமும் இல்லாததால் அவனுக்கும் சொல்ல முடியவில்லை. கார்த்தியிடம் கேட்க, அவனிடமும் இல்லை என்று சொன்னதில் பாண்டவிகள் அவனை கொலைவெறியோடு கேவலமாக பார்த்தனர். "வெட்டியா இன்ட்ரோ குடுக்கறேன்னு கூட்டிட்டு வந்ததுக்கு நம்பர் வாங்கி தொலச்சிருக்க மாட்ட? எனக்குன்னு அண்ணனா வந்து பொறந்துருக்கு பாரு முண்டம்" என்று பவித்ரா திட்ட, மற்றவர்களும் அதே கேள்வியை தாங்கியபடி அவனைப் பார்க்க, 'இப்படி எல்லாம் ஆகும்னு எனக்கு என்ன ஜோசியமா தெரியும்?' என்று மனதில் நினைத்துக் கொண்டு, பாவமாக பார்த்தான்.

கீர்த்தி அவனை நோக்கி வெறுப்பான பார்வையை வீசி விட்டு நகர, அவளைத் தொடர்ந்து மற்றவர்களும் கார்த்தி அறையை விட்டு வெளியே வந்தார்கள். ஆனால் யாருக்கும் காத்திருக்காமல் திருமண நாள் வந்து விட, பொம்மை போல அமர்ந்து இருந்த சங்கவியை இரையை கண்ட மிருகம் போல பார்த்துக் கொண்டே அவள் கழுத்தில் பொன் தாலியைக் கட்டிவிட்டான் குணா..

மீனாவிடம் சங்கவியை பற்றி பேசியது யார், குணாவின் உண்மை முகத்தை அருள் எப்போது தெரிந்து கொள்வார், ஊருக்கு சென்ற குமார் என்ன ஆனான், சங்கீதா

எப்போது குணமாவாள் என்பதையெல்லாம் அடுத்த பாகத்தில் பார்ப்போம் ...

www.ingramcontent.com/pod-product-compliance
Lightning Source LLC
LaVergne TN
LVHW101403051026
849519LV00005BC/1635
* 9 7 8 9 3 5 5 3 3 4 4 4 2 *